अभिनयांकित

मराठी अभिनेते

जयश्री दानवे

सकाळ प्रकाशन

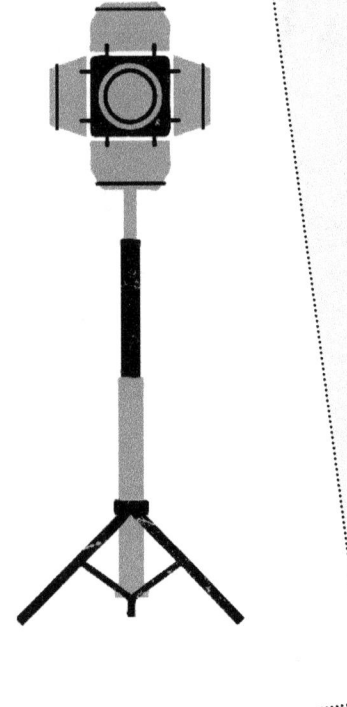

सकाळ प्रकाशन

Abhinayankit (Lalit)

© Jayshri Jayshankar Danve, 2022

अभिनयांकित (ललित)

© जयश्री जयशंकर दानवे

प्रथम आवृत्ती :
ऑगस्ट २०२२
प्रकाशक :
सकाळ प्रकाशन
सकाळ मीडिया प्रा. लि.
५१५, बुधवार पेठ, पुणे-४११ ००२
अक्षरजुळणी :
राजदर्शन जयशंकर दानवे
मुखपृष्ठ, मांडणी आणि मुद्रितशोधन :
सारद मजकूर, पुणे

ISBN : 978-93-95139-20-5
अधिक माहितीसाठी :
०२०-२४४० ५६७८ / ८८८८८४९०५०
sakalprakashan@esakal.com

'कुठून कुठून येतात पक्षी
आणि आभाळ भरून जातं
सोनेरी पिसांची भरजरी नक्षी,
आभाळ दिमाखात मिरवत राहतं'

अभिनयाचे अवकाश अशाप्रकारे आपल्या तेजोगोलांनी चमकवणाऱ्या
सिने-नाट्य दिग्दर्शक आणि खलनायक म्हणून गाजलेल्या
नटश्रेष्ठ जयशंकर दानवे या माझ्या पप्पांना 'अभिनयांकित'

सविनय समर्पित...

अनुक्रम

या हृदयीचे त्या हृदयी...

'खुशाल विरू देत सर्व
हवेत उद्‌गार विरतात जसे
पाहिले आहे का कधी
आभाळावर पक्ष्यांचे ठसे'

असं सुधीर मोघे म्हणत. पण कलेच्या प्रांतात विहरत राहणाऱ्या कलाकारांचे आजही सिनेमे लागतात, तेव्हा लक्षात येतं की, आपल्या मनाच्या आभाळावर त्यांच्या कलेचे ठसे आजही ताजेतवाने आहेत. कला सादर करणारा आणि ती पाहणारा यांच्या दरम्यान एक रिकामा अवकाश असतो. या अवकाशात भ्रमण करण्याचा अनुभव यांची कला पाहिली की येतो. सिने-नाट्य क्षेत्रच असं आहे की, इथं अढळपद घेऊन कोणीच येत नाही. परंतु ज्यांच्या अभिनयात दम आहे, सत्व आहे त्यांना ध्रुवासारखी जागा असतेच रसिकांच्या मनात. हा सारा अवकाश व्यापून सशक्त भूमिका उभी करणारे आणि संपूर्ण पडदा आपल्या संवेदनशील आविष्काराने व्यापणारे ख्यातनाम अभिनेते म्हणजे 'अभिनयांकित' होय.

खरंतर आकाशात एकच सूर्य तळपत असतो; पण आमच्या सिने आणि नाट्य सृष्टीच्या जगतात असंख्य सूर्य आपल्या अभिनयाने तळपत राहिले आणि त्यांनी रसिकजनांवर अधिराज्य गाजवलं. या कलाकारांतील बरीचशी मंडळी ही नाट्यकर्मी आहेत. रंगमंचावरील दिव्यांचं कुंपण ओलांडून त्या कलाकाराच्या व्यक्तिरेखेची सुखं-दु:खं साऱ्या नाट्यगृहात धुक्यासारखी पसरत असत. हा प्रभाव असे त्या कलाकाराच्या अभिनयसामर्थ्याचा. त्या नाटकातून त्यांनी सादर केलेली स्वगतं आजही अभिजात संगीताच्या मैफलीसारखी गुंजारत असतात. 'दादासाहेब फाळके' या ध्येयवेड्या मराठी माणसानं भारतीय चित्रपटसृष्टीची मुहूर्तमेढ रोवली. या मायानगरीत आजवर अनेक मराठी कलाकारांनी मक्तेदारी केली.

हे रंगकर्मी म्हणा वा रंगधर्मी, चित्र-नाट्य सृष्टीतले विचारवंत अन् कृतीशील अभिनेते होय. त्यामुळंच रंगभूमीवरून काहींचा चित्रपटात प्रवेश जितका सहज सुंदर झाला, तितकाच तिथं त्यांचा स्वीकारही झाला. कलाकारांसाठी अभिनय हाच महत्त्वाचा. मग माध्यम कुठलंही असो! त्यामुळं वेगवेगळ्या माध्यमासाठी अभिनयाचं वेगळं तंत्र

अंगी बाणायला त्यांना वेळ लागला नाही. पूर्वी नाटकातल्या कलाकारांना सिनेमाच्या तुकड्या-तुकड्यातल्या अभिनयाचं तंत्र त्रासदायक वाटे. समोरून दाद घेण्याची सवय असणाऱ्याला प्रेक्षकांऐवजी डोळे रोखलेला कॅमेरा अस्वस्थ करायचा, तर सिनेमातील कलाकाराला नाटकात स्टेज, समोरचे जिवंत प्रेक्षक अन् नक्कल पाठांतराची भीती वाटायची. नाटकातला भडक अभिनय सिनेमात चालायचा नाही. पण हे आव्हान स्वीकारून स्टेज, सिनेमा, मालिका अशा उलटसुलट वेगात कलाकार फिरत राहिले. प्रेक्षकांची अभिरुची संपन्न करत राहिले.

नाटक आणि सिनेमा याच्या अभिनयात खूप मोठी तफावत असते. कलाकाराच्या मनातील भावना, विचार अगदी शेवटच्या रांगेत बसलेल्या प्रेक्षकापर्यंत पोहोचवायचं साधन म्हणजे शब्द! त्या शब्दावर पकड असावी लागते. सिनेमात मात्र कॅमेरा अगदी तुमच्याजवळ येऊन तुमच्यासमोर उभा राहतो. कलाकाराच्या मनातील भावना प्रथम त्याच्या चेहऱ्यावर दिसाव्या लागतात. डोळ्यांतून, चेहऱ्यावरच्या लहानलहान स्नायूंतून त्या व्यक्त व्हाव्या लागतात आणि शब्द नंतर येतात. फरक एवढाच, की कुठं काही चुकलं, तर सिनेमात रिटेक घेता येतात; पण नाटकात नाही. त्यामुळं सिनेमात काम करणं अधिक सोपं. पण नाटकाच्या स्टेजवर कलाकारानं एकदा प्रवेश केला, की मनात येईल ते करायचं स्वातंत्र्य ते घेऊ शकतात. प्रेक्षकांच्या प्रतिसादाकरता मूळचे संवाद त्यांना बदलता येतात, मनाचे घालता येतात; पण सिनेमात असं नाही करता येत. नाटकात संकलन नसतं, मात्र सिनेमात ती सोय असते. त्यामुळं कलाकारावर बरीच जबाबदारी येते. सिनेमात त्याला दिग्दर्शकावर अवलंबून रहावं लागतं. नाटकाचं स्टेज खूप मोठं असतं. त्यावर कलाकाराला हव्या तशा हालचाली करता येतात. पण कॅमेऱ्याची चौकट बंदिस्त, त्यामुळं सर्व मर्यादित करावं लागतं.

मनाच्या तळवटीत जर आनंदाची साठवण असेल, तर प्रतिकूल क्षणावर मात करण्याचं आव्हानही अशा माणसांना पेलता येतं. ही गॉड गिफ्ट येताना वरूनच घेऊन आलेले असतात हे कलाकार! ज्या गोष्टीपासून आनंद मिळेल, त्या त्या गोष्टीपासून तो घ्यायचा आणि ही वृत्ती मनावर बिंबवून घ्यायची. ही कला पहिल्यापासून जोपासली, की त्या कलेपासून स्वतःला आणि दुसऱ्यालाही प्रचंड आनंद मिळतो. या सकारात्मक

दृष्टीमुळेच जीवनाभिरुची आणि अभिरुची यांची उत्तम सांगड त्यांना घालता येते.

कलावंत समाजाच्या दृष्टीने महत्त्वाचे असतात. कारण ते समाजाला वार्धक्य येऊ देत नाहीत. ते अभिनयाच्या सामर्थ्यानं समाजाला टवटवीत करतात. सततचे प्रवास, दिवस-रात्रीच्या वेळी वाट्टेल तिथं वाट्टेल ते खाणं, असं सारं उरफाटं जगणं कलाकाराच्या वाटेला येऊनही 'शो मस्ट गो ऑन' हे ब्रीदवाक्य मनात रुजवून कलाकार उत्तम परफॉर्मन्स देतो, केवळ कलेची आवड म्हणून! कोणत्याही कलेच्या आविष्काराचा अंतिम हेतू असतो आस्वादकाला अंतर्मुख करणे. 'लोकप्रियता ही नटानं मिळवायची नसते. ती त्या पडद्यावर वा रंगमंचावर साकार केलेल्या भूमिकेने मिळवायची असते', असे माझे पप्पा नेहमी म्हणत. म्हणून तर त्यांचे कुटील खलनायक रसिकांच्या चिरंतन स्मरणात राहिले.

'व्यक्तिरेखेच्या आत डोकावणे' म्हणजे काय? याचं प्रत्यंतर या कलाकारांनी आपल्या अभिनयातून दिलं. अभिनयाची अत्युच्च शिखरं प्रेक्षकांना दाखवली. अभिनय करताना दोन वाक्यांमधल्या अनेक अबोल आणि अबोध जागांना संजीवनी दिली. पाठांतरातील कौशल्यं दाखवली. अभिनयाची मेजवानी दिली. अशा कलाकारांना ओंजळीत पकडणं केवळ अशक्य! संवादामध्ये लेखकानं ज्या मोकळ्या जागा ठेवलेल्या असतात, त्या जागा भरून काढणं हे कलाकाराचं खरं कसब. चित्रकाराच्या ऊर्मी जशा त्याच्या कुंचल्यामधून उमटलेल्या रेषांमधून व्यक्त होतात, तशा अभिनेत्याच्या ऊर्मी त्याच्या चेहऱ्यावर उमटणाऱ्या रेषा-रेषांमधून प्रकट होतात आणि हा कलानिष्ठ अभिनेता या क्षेत्रात स्वतःची स्वतंत्र मोहोर उमटवतो, तो केवळ आपल्या मेहनतीची जोड देऊन मिळणाऱ्या कलानंदामुळे. 'मी जे करीन ते सर्वोत्तम असलं पाहिजे' या ध्यासातून जगणारे हे कलाकार.

समाजाची स्पंदनं समाजालाच जाणवून द्यावीत, हा उदात्त हेतू कलाकृतीतून व्यक्त होणं आवश्यक असतं. हीच अपेक्षा संवेदनशील कलाकारांकडून प्रेक्षकांची असते. जगायचं, म्हणजे सभोवार शक्तिचा जो खेळ सुरू असतो, त्या शक्तीला, समाजाला, संस्कृतीला रोज नवीन स्फुरण देणं. जी गोष्ट व्याख्यानं आणि भजनं देऊन साध्य होत नाही, ती गोष्ट कलेच्या माध्यमातून अधिकाधिक लोकांपर्यंत अधिक परिणामकारकरित्या पोहोचवणं हे या कलाकाराचं कर्तव्य असतं. नटाविषयी म्हणतात, 'You are the instrument and you are player.' म्हणजे वाद्यही तूच आणि वाजवणाराही तूच आहेस. म्हणजेच अभिनयाचं आहार्य, आंगिक, वाचिक आणि सात्विक हे चार घटक अभिनेत्याला लीलया पेलता आले पाहिजेत.

नटश्रेष्ठ जयशंकर दानवे म्हणजे माझे पप्पा. सिने-नाट्यसृष्टीतले दिग्दर्शक अन् प्रगल्भ खलनायक म्हणून प्रसिद्ध. एका समृद्ध काळाची झलक असूनही त्या काळी मीडिया आजच्या एवढी जागरूक नसल्याने माझ्या पप्पांसारखे काही हिरे खाणीतच राहिले. पण त्या काळच्या आठवणींची साठवण जर असेल, तर त्यांचं तेज आजच्या

काळातही आपण पाहू शकतो, त्यांच्या चित्रपटांच्या माध्यमातून! जयप्रभा स्टुडीओसाठी आयुष्य वेचलेले आणि चित्रतपस्वी भालजी पेंढारकरांचे साहाय्यक दिग्दर्शक असणारं हे व्यक्तिमत्त्व. ज्यांच्या उल्लेखाशिवाय जयप्रभा स्टुडीओचा इतिहास पूर्ण होऊ शकत नाही. कारण आज नावाजलेले मोठमोठे दिग्गज कलाकार त्या काळी प्रथम माझ्या पप्पांच्या अथक तालमीत घडत असत अन् मग ते भालजी बाबांसमोर उभे केले जात, असा स्टुडीओचा शिरस्ता होता. त्यामुळं असंख्य कलाकारांना ते परिचित होते.

१९८७ पासून २०१० पर्यंत आम्ही दानवे परिवारातर्फे त्यांची स्मृती जतन करण्याच्या निमित्ताने अनेक लेखक, दिग्दर्शक, कलाकार कोल्हापुरात आमंत्रित केले. शं. ना. नवरे, माधवी देसाई, व. पु. काळे, शिरीष कणेकर, द. मा. मिरासदार, फ. मुं. शिंदे, रामदास फुटाणे, प्रभाकर पणशीकर, विक्रम गोखले, मोहन जोशी, सुधीर गाडगीळ अशी मान्यवर मंडळी त्यांची स्मृती जपण्यासाठी आली होती. त्यानंतर २०११ पासून त्यांच्या नावे 'नटश्रेष्ठ जयशंकर दानवे कलायात्री पुरस्कार' देण्याची योजना समोर आली अन् त्या निमित्ताने अनेक कलाकारांशी फोनवरून संवाद साधण्याचा मी प्रयत्न केला. पप्पांचे नाव ऐकताच केवळ फोनवरील आमंत्रणावरून आजचे आघाडीचे कलाकार फक्त एका दिवसासाठी कोल्हापूरला आले अन् त्यांनी पप्पांना मानवंदना दिली. कारण कोणाच्या खांद्यावर चढून आज आपण यशोशिखर गाठले आहे, हे न विसरणारे हे कृतज्ञ कलाकार आहेत.

पहिला पुरस्कार श्री. दिलीप प्रभावळकर, त्यानंतर डॉ. मोहन आगाशे, सदाशिव अमरापूरकर, शरद पोंक्षे, अरुण नलावडे, सुबोध भावे, प्रशांत दामले, डॉ. गिरीश ओक, भरत जाधव, अविनाश व ऐश्वर्या नारकर, महेश कोठारे आणि २०२२ ला सचिन खेडेकर अशा दिग्गजांना कलायात्री पुरस्कारानं आजवर सन्मानित करण्यात आलं आहे. त्यांच्या सहवासात आम्हाला वावरता आलं. सन्मानपत्र लिहिण्यासाठी या कलाकारांच्या एकूणच जीवनकार्याचा आणि अभिनय कार्याचा आढावा घेण्याचा मी प्रयत्न केला अन् 'अभिनयांकित'ची निर्मिती झाली. माझ्या पप्पांमुळं एवढे मोठे दिग्गज मान्यवर आमच्या आमंत्रणाचा मान ठेवून आले. त्या कलाकाराची माहिती वाचकाला असणं क्रमप्राप्त होतं, म्हणून माझ्या वडिलांचा लेख आवश्यक वाटला. माझे वडील म्हणून नाही, तर कलाकार म्हणून! डॉ. श्रीराम लागू, निळू फुले आणि विक्रम गोखले यांचाही या पुस्तकात समावेश आहे.

या कलाकारांचा जीवनसंघर्ष आणि कलाकर्तृत्व यांचा दस्तावेज आपल्याकडं फारसा होत नाही. कारण हे काम तसं कष्टाचं असतं. त्यासाठी चिकाटी लागते, माहिती गोळा करावी लागते, काही जुने दस्तावेज, संदर्भग्रंथ तपासावे लागतात. यापैकी कोणाचाही इतिहास चुकीचा ठरू नये किंवा त्यांचा अवमान होऊ नये, याचीही कसोशीनं काळजी घ्यावी लागते.मिळालेल्या माहितीचं नीट वर्गीकरण करून, छाननी करून ती माहिती

वाचकाला मनोरंजक व उपयुक्त वाटेल, अशा पद्धतीनं त्याची मांडणी करावी लागते. या दृष्टीनं एक संदर्भमूल्य असणारा मराठी कलाकाराविषयीचा ग्रंथ निर्माण करावा, अशी मनीषा निर्माण झाली आणि या संकल्पनेतून 'अभिनयांकित' हा ग्रंथ जन्माला आला. एखादा कलाकार जाणून घेणं, या विषयाचा आवाका मोठा आहे, अफाट आहे, अचाट आहे. मिळालेल्या रोचक रंजक माहितीचं परिशीलन करून माझ्या पद्धतीनं ही व्यक्तिचित्रणं मी उभी केली.

या माझ्या कार्यात मला अनेक सुहृदांचे साहाय्य लाभलं. माझे बंधू राजदर्शन दानवे यांनी कलाकारांची संबंधित माहिती पुरवण्यात मला मदत केली. इतकंच नाही, पण राजदर्शननी या पुस्तकाची अक्षरजुळणी केल्यानं माझे लिखाणाचे बरेचसे कष्ट वाचले. माझ्या आजवरील प्रकाशित ३१ पुस्तकांतील जवळजवळ १५ पुस्तकांची अक्षरजुळणी त्यांनीच केली आहे. माझे बंधू श्री. साईनाथ दानवे, भगिनी आरती भागवत, त्यांचे कुटुंबीय आणि आमचे कौटुंबिक स्नेही श्री. सुधीर पेटकर यांनी अनेक अभ्यासपूर्वक लेख मिळवून माझ्या माहितीत भर टाकली.सकाळ प्रकाशनने केवळ दूरध्वनीवरून संभाषण करून कमी वेळात इतके दर्जेदार पुस्तक काढले. सोबत माझ्या आई-वडिलांचा आशीर्वाद तर आहेच! या सर्वांच्या सकारात्मक मदतीला आणि कष्टांना मनाच्या तळवटीपासून धन्यवाद! या पुस्तकातील सर्व कलाकार सुपरिचित आहेतच; पण पृष्ठमर्यादेमुळं इथं खूप कलाकारांचा समावेश करता आला नाही, याची मात्र खंत वाटत राहिली. इतके सर्व कलाकार एकत्रित असणारे हे पुस्तक नक्कीच आपली वेगळी ओळख निर्माण करण्यास समर्थ ठरेल, अशा आशेसह 'अभिनयांकित' सादर.

- जयश्री दानवे

एम. ए. (हिंदी), संगीत विशारद,

(सिने-नाट्य अभ्यासक)

डॉ. श्रीराम लागू

निळू फुले

विक्रम गोखले

जयशंकर दानवे

नटसम्राटाचा सुवर्णाक्षरी इतिहास

डॉ. श्रीराम लागू

जगावं की मरावं हा एकच सवाल!
या दुनियेच्या उकिरड्यावर खरकट्या पत्रावळीचा तुकडा होऊन जगावं,
बेशरम, लाचार, आनंदानं की, फेकून द्यावं देहाचं लक्तर
त्यात गुंडाळल्या जाणिवेच्या यातनेसह मृत्यूच्या काळ्याशार डोहामध्ये?
आणि करावा सर्वांचा शेवट एकाच प्रहारानं माझा, तुझा आणि त्याचाही.
विधात्या तू इतका कठोर का झालास?
एका बाजूला, आम्ही ज्यांना जन्म दिला ते आम्हाला विसरतात आणि
दुसऱ्या बाजूला, ज्यानं आम्हाला जन्म दिला तो तूही आम्हाला विसरतोस,
मग विस्कटलेल्या हाडांचे हे सापळे घेऊन हे करूणाकरा,
आम्ही थेरड्यांनी कोणाच्या पायांवर डोकं आदाळायचं?

प्रसिद्ध कविवर्य आणि नाटककार वि. वा. शिरवाडकर उर्फ कुसुमाग्रज यांच्या 'नटसम्राट' या नाटकातील हे स्वगत रंगमंचावर अमर करणारे नटसम्राट म्हणजे सुप्रसिद्ध अभिनेते डॉ. श्रीराम लागू.

विसाव्या शतकातील मराठी रंगभूमीचे नटसम्राट कोण? असा विचार जरी मनात आला, तरी डॉ. श्रीराम लागू यांचं नाव सर्वप्रथम डोळ्यांसमोर आल्याशिवाय राहत नाही. अभ्यासू वृत्तीनं अनेक पात्रांचं मनोविश्लेषण करून आणि त्यामध्ये आपली प्रतिभा ओतून मराठी रंगभूमीवर ज्यांच्या भूमिका पाहायला मिळणं म्हणजे रसिकांसाठी एक पर्वणीच असायची, ते कलाकार म्हणजे डॉ. श्रीराम लागू.

श्रीराम बाळकृष्ण लागू यांचा जन्म सातारा येथे १६ नोव्हेंबर १९२७ साली झाला. त्यांच्या वडिलांचं नाव डॉ. बाळकृष्ण चिंतामण लागू आणि आईचं नाव सत्यभामा होतं. डॉ. लागूंचे वडील डॉक्टर. हे काँग्रेसचे पुण्यातील नामवंत पुढारी. इतके मोठे, की घरी महात्मा गांधी, पंडित

नेहरू असे मान्यवर येऊन गेलेले. पैसा, मानसन्मान, प्रतिष्ठा वगैरे सर्व काही मुबलक होतं. डॉ. लागूही वडिलांच्याच पावलावर पाऊल टाकून डॉक्टर झाले. कान, नाक, घशाचे तज्ज्ञ. त्यांचीही प्रॅक्टीस चांगलीच चाललेली होती. मनात आणलं असतं, तर तेही पुण्यातील एक प्रसिद्ध, प्रतिष्ठित, मान्यवर अशी ख्याती प्राप्तकर्ते झाले असते. त्यांचं शिक्षण पुण्याला झालं. शाळेसाठी त्यांनी भावे स्कूलमध्ये प्रवेश घेतला, तर फर्ग्युसन महाविद्यालयामध्ये काही वर्षं शिक्षण घेतल्यावर डॉक्टर बनण्यासाठी ते पुण्यातल्या बी. जे. मेडिकल महाविद्यालयामध्ये गेले.

महाविद्यालयीन जीवनातही त्यांच्या नाट्यप्रेमाची झलक दिसली होती. कॉलेजमध्ये असताना त्यांनी अनेक नाटकांतून कामं केली. 'एमबीबीएस'ची पदवी मिळवल्यानंतर 'इएनटी' सर्जन म्हणून त्यांनी पुण्यात रीतसर प्रॅक्टीस सुरू केली, तरी नाट्यप्रेम त्यांना स्वस्थ बसू देत नव्हतं. पुण्यात प्रा. भालबा केळकर यांच्या 'प्रोग्रेसिव्ह ड्रामॅटीक असोसिएशन'मधून त्यांनी वयाच्या चोविसाव्या वर्षी प्र. के. अत्रे यांच्या 'उद्याचा संसार' या नाटकात भूमिका करून रंगभूमीवर पहिलं पाऊल टाकलं. सतत बारा-तेरा वर्षं ते भालबांच्या हाताखाली 'बेबंदशाही, रथ जगन्नाथाचा, वेड्याचं घर उन्हात' अशा अनेक नाटकांत भूमिका करत राहिले. १९६४ साली विजय तेंडुलकर यांच्या 'मी जिंकलो, मी हरलो' या नाटकात त्यांनी भूमिका केली. विजया मेहता यांच्या 'रंगायन' या संस्थेनं ते नाटक सादर केलं होतं. त्या संस्थेत दोन वर्षं काम केल्यावर थिएटर युनिटमध्ये त्यांनी 'आधे अधुरे' व 'ययाती' ही नाटकं केली.

साठच्या दशकात त्यांचं आयुष्य मेडिकल प्रॅक्टीस आणि आठवड्याच्या अखेरीला नाटकांचे प्रयोग असं धावपळीत सुरू होतं. मधल्या काळात ते उच्च शिक्षणासाठी इंग्लंड आणि कॅनडाला रवाना झाले. त्यानंतर काही काळ ते आफ्रिकेतील टांझानिया या देशातही होते. या सर्व काळात त्यांना मराठी रंगभूमीपासून आपण लांब आहोत, याची खंत जाणवत होती. इंग्लंडमध्ये त्यांनी अनेक नाटकांचे प्रयोग पाहिले. त्यांचं नाट्यविषयक चिंतन सतत सुरूच होतं. अखेरीस टांझानियाच्या किलीमांजारो या पर्वतावर गिर्यारोहण करायला गेले असताना, त्यांना पूर्णवेळ थिएटरच केलं पाहिजे, असा साक्षात्कार झाला. त्यानंतर ते तडक मुंबईला परतले आणि पूर्ण वेळ नाटकाला वाहून घेण्याचा निर्णय घेतला. एकेकाळी 'इएनटी' सर्जन म्हणून प्रख्यात असणाऱ्या डॉ. लागूंनी त्या व्यवसायाला कुलूप घातलं आणि कलेच्या दालनात स्वत:ला सामावून घेतल्यावर मागं वळून पाहिलंच नाही. कलेनं त्यांना खूप चांगलं सांभाळलं, सकारात्मक दृष्टी दिली. त्यामुळं त्यांना जीवनाभिरुची आणि कालाभिरुची यांची उत्तम सांगड घालता आली.

'पीडीए, पुणे' आणि 'रंगायन, मुंबई' या संस्थांच्या माध्यमातून त्यांचा रंगमंचीय प्रवेश सुरू झाला. १९६९ मध्ये त्यांनी वसंत कानेटकर लिखित 'इथे ओशाळला मृत्यू' या नाटकापासून पूर्ण वेळ नाट्य अभिनेता म्हणून काम करण्यास सुरुवात केली. या नाटकात डॉ. लागू 'संभाजी महाराजां'ची भूमिका साकारत होते. ती त्यांची भूमिका पण खूपच गाजली होती. तसेच 'शिवरायांची सून ताराराणी' या चित्रपटात 'औरंगजेब'चीही भूमिका त्यांनी त्याच ताकदीनं

वठवली. 'रायगडला जेव्हा जाग येते'मधील 'संभाजी'सारख्या भूमिका त्यांना व्यावसायिक रंगमंचावर सुरुवातीला मिळाल्या. त्याचबरोबर 'काचेचा चंद्र' सारखे व्यावसायिक प्रयोग व प्रायोगिक रंगभूमीवरील एकांकिका, नाटक यांतील भूमिकाही सुरूच होत्या. त्यांच्या सुदैवानं त्यांना रामकृष्ण नाईक यांच्या 'धी गोवा हिंदू असोसिएशन' या संस्थेकडून आमंत्रण आलं. नाटक होतं वि. वा. शिरवाडकर यांनी 'किंग लिअर' वरून साकारलेलं 'नटसम्राट.'

'होय, मी आहे नटसम्राट. मी आहे आप्पासाहेब बेलवलकर, नटसम्राट.' शिरवाडकर यांच्या या पहिल्या प्रयोगात मराठी रंगभूमीवर एक बुलंद आवाज दुमदुमला आणि मराठी प्रेक्षक अंतर्बाह्य थरारले. त्यांनी 'नटसम्राट'ची म्हणजेच 'गणपतराव ऊर्फ आप्पासाहेब बेलवलकर' या रंगकर्मीची भूमिका अजरामर केली. ते अभिनयाला तार्किकतेची जोड देणारे होते. त्यावेळी गणपतराव जोशी, नानासाहेब फाटक, केशवराव दाते अशा अनेक नटसम्राटांच्या मांदियाळीत स्वतःचं नाव आपल्या कर्तृत्वानं कोरून एक नवा 'नटसम्राट' मराठी रंगभूमीवर अवतरला होता. या तुफानानं पुढील पाच दशकं मराठी रंगभूमी आपल्या अस्तित्वानं केवळ उजळूनच टाकली असं नाही, तर तिला एक नवी उंची प्राप्त करून दिली.

नटसम्राट हे नाटक विनोदी नाही, फार वेगवान नाही आणि सनसनीखेज नाही. ते गात नाही आणि नृत्यसदृश हालचालीही करत नाही. नेत्रदीपक दृश्यं, आकर्षक वेषभूषा, झगमगाटी नेपथ्य वा प्रकाशयोजना असलं काही या नाटकात अजिबात नाही आणि तरीदेखील 'नटसम्राट' नाटक पुनःपुन्हा पाहावंसं वाटतं,वाचावंसं वाटतं, मनन करावंसं वाटतं. परकाया प्रवेश म्हणजे काय? हे लागूंनी अजरामर केलेल्या भूमिका पाहताना समजतं. त्यांच्या परकाया प्रवेशाच्या बाबतीत अधिक सांगायचं, तर जेव्हा त्यांना या नाटकातील आप्पासाहेब बेलवलकर ही भूमिका मिळाली, ती साकार करताना एका प्रयोगात त्यांना खरोखरच हृदयविकाराचा झटका आला होता. तो हृदयविकार त्यांना अखेरपर्यंत जडला. भूमिकेशी एकरूप होणं म्हणजे काय, हे त्यांच्या अशा विविधांगी भूमिका पाहताना लक्षात येतं. 'एकच प्याला'नंतर 'नटसम्राट' ही मराठीतील दुसरी प्रभावी शोकांतिका मानली जाते.

वास्तविक हे नाटक म्हणजे एका वयोवृद्ध अभिनेत्याची शोकांतिका; पण अभिनेत्याच्या शोकांतिकेपेक्षाही म्हातारवयात आलेल्या म्हाताऱ्याचीच ही शोकांतिका आहे आणि त्यामुळंच या नाटकात 'समोरचं ताट द्यावं; बसण्याचा पाट देऊ नये' अशा प्रकारचं विधान येतं. भविष्यात आपलंही असं होऊ शकेल, या भीतीनं प्रेक्षक थरारून जातो. या नाटकामुळंच डॉ. लागू यांना 'नटसम्राट' ही पदवी दिली गेली. या नाटकातील आप्पासाहेब बेलवलकर आणि डॉक्टर यांचं एक अतूट नातं आहे. या भूमिकेनं त्यांना यशोशिखरावर नेलं. वृद्धांच्या अनेक भूमिका नंतरही त्यांच्या वाट्याला आल्या; पण नटसम्राटनं जे केलं, ते त्यानंतर झालं नाही. आवाजाचे आरोह, अवरोह, हातवारे, डोळ्यांमधली चमक अशा अनेक गोष्टी डॉक्टरांनी या बेलवलकरांना जोडल्या व ती व्यक्तिरेखा अजरामर केली. ही भूमिका म्हणजे त्यांच्या नाट्यपटातील मेरुमणीच ठरावा.

डॉ. लागूंनी यानंतर मागं वळून पाहिलंच नाही. एका पाठोपाठ एक आलेल्या त्यांच्या वैविध्यपूर्ण भूमिकांनी मराठी रसिकाला तृप्त केलं. काचेचा चंद्र, हिमालयाची सावली,

गिधाडे, सूर्य पाहिलेला माणूस अशा अनेक नाटकांतील त्यांच्या भूमिका गाजल्या. त्यांनी मराठी रंगभूमीवर स्वत:चं एक अढळ स्थान निर्माण केलं. 'नटसम्राट'नंतर व्ही. शांताराम यांनी डॉ. लागूंना आपला नवा चित्रपट करण्याची ऑफर दिली. हा चित्रपट होता 'पिंजरा.' हा चित्रपट १९७२ मध्ये प्रदर्शित झाला आणि लागूंची लोकप्रियता प्रचंड वाढली. या चित्रपटाद्वारे डॉ. लागूंनी मराठी चित्रपटसृष्टीत पहिलं पाऊल टाकलं. यात त्यांनी वठवलेली शिक्षक ते तमाशा फडावरचा एक उपरा पुरुष ही प्रवाही भूमिका लक्षणीय ठरली आणि याचा प्रत्यय आजही मराठी रसिकांना येतो. मराठी चित्रपटसृष्टीतील मैलाचा दगड ठरलेल्या 'पिंजरा'तील बेसावध क्षणी तमाशातील नृत्यांगनेच्या प्रेमाच्या 'पिंजऱ्या'त सापडून वाताहत झालेल्या मूळच्या सन्मार्गी-शिस्तप्रिय मास्तराची ही भूमिका. आपल्या वैशिष्ट्यपूर्ण शैलीतील संवादफेक, उंचपुरं-देखणं व्यक्तिमत्त्व आणि भूमिकेवरची जबरदस्त पकड, यामुळं डॉ. लागू लवकरच महाराष्ट्रातीलच नव्हे, तर देशातील प्रमुख रंगकर्मी ठरले. त्यामुळं हिंदी, मराठी चित्रपटसृष्टीचे दरवाजे डॉक्टरांसाठी किलकिलेच झाले नाहीत; तर सताड उघडले गेले.

'पिंजरा' पाठोपाठ डॉ. जब्बार पटेल यांच्या 'सामना' या चित्रपटात ते निळू फुलेंसारख्या जबरदस्त अभिनेत्यासमोर उभे ठाकले आणि हा 'सामना' भलताच रंगतदार ठरला. 'पिंजरा'मधील ध्येयवादी आणि नंतर अध:पतित झालेला मास्तर आणि 'सामना'मधील सहकारशाहीला टक्कर देणारा आणखी एक मास्तर. हे दोन्ही मास्तर डॉक्टरांनी चित्रपटसृष्टीत चिरंजीव करून ठेवले आहेत. 'सामना' हा त्यांचा अजरामर चित्रपट. त्यांच्या अभिनय कारकिर्दीतील मानदंड मानावा असा. सहकारातून फोफावलेल्या अपप्रवृत्ती आणि भ्रष्टाचारावर भाष्य करणारा हा कृष्णधवल काळातला चित्रपट आहे. तरल अशा भावमुद्रा आणि आवाजाचा उत्कृष्ट पद्धतीनं केलेला उपयोग ही डॉक्टरांची वैशिष्ट्यं 'सामना'तील एक सामान्य माणूस साकारताना ठळकपणे प्रकट झालेली दिसतात. या चित्रपटानंतर 'सिंहासन'मध्येही त्यांनी विश्वासराव दाभाडे या मंत्र्याची भूमिका तडफेनं साकारली. अनेक मराठी चित्रपटांत त्यांनी साकार केलेल्या भूमिका त्यांच्या अभिनयामुळे लक्षात राहिल्या आहेत. राजदत्त यांच्या 'देवकीनंदन गोपाला' या चित्रपटातून त्यांनी साकारलेली संत गाडगेबाबांची भूमिका त्यांच्या कारकिर्दीतील लक्षणीय भूमिकांपैकी होती.

१९८० मध्ये डॉ. लागूंनी दिग्दर्शन क्षेत्रात पाऊल टाकलं. त्यांनी दिग्दर्शित केलेला पहिला मराठी चित्रपट 'झाकोळ.' या चित्रपटाची पटकथा आणि संवादही लागू यांनीच लिहिले. विशेष म्हणजे हिंदी चित्रपटातली गाजलेली नायिका तनुजाचा हा पहिला मराठी चित्रपट. इतकंच नाही, तर या चित्रपटासाठी पं. कुमार गंधर्व यांनी पार्श्वगायन केलं होतं. या चित्रपटाचं जयप्रभा स्टुडीओमध्ये चित्रीकरण झालं. कोल्हापूरचे ज्येष्ठ निर्माता-दिग्दर्शक श्री. चंद्रकांत जोशी यांनी १९९६ मध्ये 'टक्कर' हा मराठी चित्रपट बनवला. या चित्रपटात पुन्हा एकदा डॉ. श्रीराम लागू आणि निळू फुले यांच्या अभिनयाची जुगलबंदी रंगली होती.

'वेड्याचं घर उन्हात'मधले मतिभ्रष्ट दादासाहेब असोत, 'सूर्य पाहिलेला माणूस'मधला तडफदार सॉक्रेटिस असो, 'पिंजरा', 'सामना'मधला मास्तर असो, 'लग्नाची बेडी'तला कांचन,

'काचेचा चंद्र' मधला बाबूराव, 'लावारिस'मधला गंगू गणपत काय किंवा 'घरोंदा'मधला डॉक्टर अशा प्रत्येक कलाकृतीतील व्यक्तिरेखा जिवंत करण्याची ताकद असणारा हा नटसम्राट अविस्मरणीयच आहे. 'मारुती कांबळेचं काय झालं...' अशी विचारणा करणारे 'सामना'मधील मास्तर, 'नव्या मुख्यमंत्र्यांना जोड्यानं मारीन', असा इशारा देणाऱ्या डिकास्टांचा आवेश एका कुत्सित हास्यात मातीमोल करणारे 'सिंहासन'मधील कावेबाज अर्थमंत्री विश्वासराव दाभाडे आणि 'कुणी घर देता का' या गाजलेल्या स्वगतामधून सुन्न करणारे 'नटसम्राट गणपतराव बेलवलकर.'

त्यांच्या इतर दोन नाटकांतल्या भूमिकाही गाजल्या. त्यातील 'मुख्यमंत्री' नाटकातील रोहिणी हट्टंगडीबरोबरची जुगलबंदी लाजबाब होती. कानेटकरांच्या 'इथे ओशाळला मृत्यू' नाटकाच्या मार्गे ते व्यावसायिक नट झाले. तरी त्यांच्या 'कस्तुरीमृग' नाटकातील चार भूमिका हे त्यांच्यातील नटाला खरं आव्हान होतं. व्यावसायिक नाट्यकर्मी झाल्यावरही हेच डॉक्टर लागू नियमितपणे आणि उत्साहानं प्रायोगिक नाटकांत कामं करत. सत्यदेव दुबेंबरोबर त्यांनी मोहन राकेश यांचं 'आधे अधुरे', गिरीश कर्नाड यांचं 'ययाती' ही नाटकं केलीच होती. तसंच खानोलकरांचं 'प्रतिमा' वगैरे अनेक नाटकं प्रायोगिक रंगमंचावर केली.

डॉ. लागू अत्यंत प्रखर बुद्धिवादी, प्रज्ञावान होते. पॉल म्युनी या अभिनेत्याचा त्यांच्यावर मोठा प्रभाव होता. त्यांचं वाचनही अफाट होतं. त्यातूनच प्रत्येक भूमिकेची त्यांची अशी स्वत:ची बैठक असे आणि अत्यंत विचारपूर्वक ते ती भूमिका साकारत असत. डॉक्टरांना कविता वाचनाचा नाद होता. साहजिकच रंगमंचावर ज्यांनी कोणत्याही भूमिकेमध्ये त्यांना पाहिलं आहे, त्यांना आठवत राहील त्यांचं स्वच्छ, स्पष्ट आणि ताल-लयीचं सुंदर भान असलेलं असं रंगमंचीय बोलणं. मर्ढेकर, इंदिरा संत यांच्या कवितांच्या वाचनाचे कार्यक्रमही त्यांनी हौसेनं केले. कुसुमाग्रजांच्या कवितांचं त्यांनी केलेलं वाचन, 'प्रवासी पक्षी' उपलब्ध आहे. त्यांची स्वत:ची एक अशी स्वतंत्र नाट्यदृष्टी होती. आपल्याला नाटकातून काय सांगायचं आहे, नाटकाचा आशय काय आहे, पुरोगामी आहे की प्रतिगामी? याकडंही त्यांचा कटाक्ष असे.

डॉ. लागूंनी आपल्या तत्त्वांशी कधीही तडजोड केली नाही. 'सखाराम बाईंडर' आणि 'घाशीराम कोतवाल' या दोन्ही नाटकांच्या मागं ते खंबीरपणे उभे राहिले आणि अभिव्यक्ती स्वातंत्र्यासाठी कायमच लढा दिला. विजय तेंडुलकर यांचं 'गिधाडे' हे वेगळ्या वाटेवरचं नाटक रंगमंचावर आणण्याचं आणि त्याच नेटानं प्रयोग करण्याचं श्रेयही नि:संशय त्यांचंच. श्याम मनोहर यांचं 'प्रेमाची गोष्ट' आणि मकरंद साठे यांचं 'सूर्य पाहिलेला माणूस' या नाटकांतील अवघड भूमिका करून त्यांनी त्यांच्या अभिनयाचा ठसा उमटवला आहे. विवेकाची कसोटी लावून आपलं संपूर्ण आयुष्य जगणाऱ्या सॉक्रेटीसची भूमिका आयुष्यभर विवेकाचा जागर करणाऱ्या डॉक्टरांच्या वाट्याला यावी, हा दुग्धशर्करा योगच म्हणावा लागेल. या सगळ्या कालखंडाचा विचार केल्यास डॉ. लागू यांनी त्यांचं युग निर्माण केलं. नंतर उतारवयातही त्यांनी या भूमिका मोठ्या ताकदीनं केल्या. नव्या रंगकर्मींना आधार देण्याचं, बळ देण्याचं काम ते कायम करत.

वास्तववादी अभिनय हा डॉक्टरांच्या आवडीचा विषय. अभ्यासानं त्यांनी तो विकसित केला. अभिनयाची वेगवेगळी शिखरं पादाक्रांत करत असताना त्या शिखरावरून खाली पाहणारा असा अभिनेता विरळाच! मराठी रंगभूमी समृद्ध करण्यात योगदान देणारे डॉक्टर लागू, हे नाटक संपल्यानंतर आपलं नाईटचं पाकीट बॅकस्टेज आर्टिस्टला देणारे एकमेव अभिनेते होत. अभिनयातील प्रगल्भता, भूमिकेला अभिप्रेत असणारा संयमीपणा, भावप्रकटीकरणातलं वैविध्य,संवादफेकीतलं कौशल्य या अभिनयाला अपेक्षित असणाऱ्या गोष्टींचा तारतम्यभाव साधत व्यक्त होणारं त्यांचं पडद्यावरचं रूप प्रेक्षकांना कमालीची मोहिनी घालत असे. याचा प्रत्यय त्यांच्या सर्वच चित्रपटातील भूमिका पाहतानासुद्धा आल्यावाचून राहात नाही.

डॉ. लागूंचे मराठी चित्रपट पिंजरा, सामना, सिंहासन, स्वयंवर, सुगंधी कट्टा, देवकीनंदन गोपाला हे होते. तर हिंदी चित्रपट घरौंदा, मैं इंतकाम लूंगा, रास्ते प्यार के, लव मैरेज, लावारिस, लॉकेट, लूटमार, सदमा, शंकर हुसेन, शालीमार, शेर शिवाजी, श्रीमान श्रीमती, सनसनीः द सेन्सेशन, समय की धारा, सम्राट, सरगम, सरफरोश, सवेरेवाली गाडी, साजन बिना सुहागन, सितमगर, सौतन, हम तेरे आशिक है, हेराफेरी, होली, हम नौजवान, हम से है जमाना, मगरूर, पुकार इत्यादी होय.

तसेच त्यांची मराठी नाटकं अग्निपंख, आकाश पेलताना, आत्मकथा, आंधळ्यांची शाळा, एक होती राणी, कन्यादान, इथे ओशाळला मृत्यू, कस्तुरीमृग, काचेचा चंद्र, किरवंत, खून पहावा करून, गार्बो, गिधाडे, दुभंग, यशोदा, चाणक्य विष्णुगुप्त, डॉक्टर हुद्दार, नटसम्राट, देवांचे मनोराज्य, जगन्नाथाचा रथ, दूरचे दिवे, उद्याचा संसार, पप्पा सांगा कुणाचे, पुण्यप्रभाव, प्रतिमा, प्रेमाची गोष्ट, बहुरूपी, बेबंदशाही, मित्र, मी जिंकलो मी हरलो, मुख्यमंत्री, वंदे मातरम्, वेड्याचं घर उन्हात, शतखंड, सुंदर मी होणार, सूर्य पाहिलेला माणूस, गुरु महाराज गुरु, राजमुकुट, हिमालयाची सावली, क्षितिजापर्यंत समुद्र ही होती. अशाप्रकारे नाटक आणि चित्रपटांतून अभिनयाचा आविष्कार कसा घडवायचा याचं 'स्कूल' डॉक्टरांनी निर्माण केलं.

'गिधाडे' या नाटकाच्या वेळी त्यांची दीपा बसरूर या अभिनेत्रीशी जवळीक निर्माण झाली आणि २४ जुलै १९७१ रोजी दीपा बसरूर, दीपा लागू झाल्या. या दोघांनी 'रूपवेध' या संस्थेची स्थापना केली. १९७४ ते १९८९ या कालावधीत त्यांनी चार नाटकं सादर केली. त्यानंतर १९७४ आणि १९९५ साली 'प्रतिमा' व 'क्षितिजापर्यंत समुद्र' ही दोन नाटकं रंगभूमीवर आणली. पण हा सारा नाट्यसंसार प्रायोगिक रंगभूमीवरील वाटचालीचा होता. त्यानंतर प्रायोगिक रंगभूमीबरोबरच त्यांनी व्यावसायिक रंगभूमीवरही अनेक भूमिका केल्या.

डॉ. श्रीराम लागू आणि दीपा श्रीराम यांचा मुलगा तन्वीर याच्या अपघाती निधनानंतर त्यांनी तन्वीरच्या स्मरणार्थ त्यांच्या रूपवेध प्रतिष्ठानतर्फे पहिला मानाचा 'तन्वीर सन्मान' अभिनेते नसीरुद्दीन शाह यांना प्रदान केला होता. कुणीतरी रेल्वेवर दगड भिरकावला आणि त्यातून प्रवास करणाऱ्या त्यांच्या मुलाचा बळी गेला. व्यक्तिगत आयुष्यातील अत्यंत दुःखाच्या प्रसंगातही ते तर्ककठोर राहिले. 'माझ्या मुलाचा बळी हा सामाजिक अस्वास्थाचा बळी आहे.' अशा शब्दांत त्या घटनेचं विश्लेषण त्यांनी केलं होतं. त्यावेळी त्यांचं बापाचं हृदय किती

पिळवटून निघालं असेल, याची कल्पना केलेली बरी.

गोरा रंग, मध्यम उंची, तेजस्विनी कांती, मोठं कपाळ, कुरळे केस, भेदक नजर आणि धारदार, घुमारा असलेला आवाज, घारेपणाकडे झुकलेले चमकदार डोळे, हाफ बाह्यांचा साधाच रंगीत झब्बा, पांढरा पायजमा आणि गालावरचा तो मस. बोलताना थरथरणाऱ्या गालाबरोबर तोही उठून दिसे आणि एकूणच गंभीर प्रकृती. एक बुद्धिवादी अशी त्यांची प्रतिमा होती. डॉक्टर खरंच 'एजलेस' होते, चिरतरुण होते. वयाची नव्वदी उलटल्यावरसुद्धा त्यांच्यात एका लहान मुलाचा निरागसपणा होता, कुतूहल होतं.

डॉक्टरना अंधश्रद्धाळू माणसांचा नव्हे, तर डोळस माणसांचा समाज हवा होता. डॉ. लागूंच्या या भूमिकेतून त्यांचा संबंध अंधश्रद्धा निर्मूलन समितीशी आला. डॉ. नरेंद्र दाभोळकर यांच्यासोबत ते अंधश्रद्धा निर्मूलन समितीत काम करत होते. त्याचाच एक भाग म्हणून 'अंनिस'मध्ये पूर्ण वेळ काम करणाऱ्या समाजसेवकांना काहीतरी मानधन देता यावं, या कल्पनेतून 'सामाजिक कृतज्ञता निधी' या संकल्पनेचा जन्म झाला. या निधीसाठी डॉ. लागू यांनी 'लग्नाची बेडी' या नाटकाचे प्रयोग महाराष्ट्रभर केले. या उपक्रमासाठी निळूभाऊ फुले, सदाशिव अमरापूरकर, रोहिणी हट्टंगडी अशा अनेक कलाकारांनी तन, मन, धन अर्पून पैसे जमवले. त्यांचं मौलिक सहकार्य त्यांना मिळालं. आजही या निधीतून अंनिसमध्ये काम करणाऱ्या कार्यकर्त्यांना मानधन दिलं जातं. हे अपूर्व कार्य डॉ. लागू यांच्या संकल्पनेतून सिद्ध झालं. कला क्षेत्रातील धबडग्यात, व्यस्ततेतही जपलेलं सामाजिक भान वा बांधिलकी हाही त्यांचा विशेष होय. यातून ही माणसं किती मौल्यवान होती, हे आजच्या पिढीला कळू शकेल.

साचेबद्ध अभिनयाच्या पिंजऱ्यात न अडकता नाट्य आणि चित्रपटसृष्टीत मुक्तपणे मुशाफिरी करणारा, आपल्या बुद्धिप्रामाण्यवादी विचारांशी अहर्निश प्रामाणिक राहून निर्भीडपणे सत्य तेच मांडणारा आणि एका अस्सल नटसम्राटाबरोबरच सूर्याला कवेत घेणाऱ्या हिमालयाच्या उंचीएवढा हा माणूस. वेगळ्या धाटणीच्या भूमिका पेलत या अभिनयसूर्यानं आपलं अवकाश अधिक व्यापक करत नेलं. त्यांनी एकाच अभिनयाच्या पन्नास प्रती न काढता नाटकातील त्या पात्राची देहबोली अंगीकारून वेगवेगळ्या पट्टीत गाणाऱ्या गायकाप्रमाणं आवाजाचा पोत बदलला.

रंगभूमीवरील एक कलावंत आपल्या कलेच्या प्रांगणातही तेजस्वी सूर्याप्रमाणं तळपत राहतो आणि त्यापलीकडं माणसांच्या स्वाभिमानाच्या, जगण्याच्या लढाईतही तेवढाच समरसून सहभागी होतो, हे केवळ मराठीतच नव्हे, तर भारतीय कलाक्षेत्रासाठी ललामभूत ठरणारं उदाहरण आहे. त्या अर्थानं डॉ. लागू हे केवळ मराठीच नव्हे, तर भारतीय कलाक्षेत्र समृद्ध करणारे कलावंत ठरतात. कलावंतानं आपला हस्तिदंती मनोरा बांधून त्यात बंदिवान होऊन राहता कामा नये. त्यानं जास्तीत जास्त जीवनाभिमुख राहण्याचा प्रयत्न केला पाहिजे. विशेषत: अभिनेत्यानं हे लक्षात ठेवलं पाहिजे की, जितकं स्वतंत्र, समृद्ध, संपन्न असं त्याचं भावविश्व-विचारविश्व असेल, तितका समृद्ध संपन्न असा त्याचा अभिनय असायला हवा.

मुळातच त्यांना आवाजाची देणगी लाभली होती. या आवाजाला कारुण्याची झालर

होती. त्यामुळंच डॉक्टरांची प्रत्येक भूमिका आणि त्यांचा टोन त्या त्या भूमिकेसाठी प्रेक्षकांना 'कन्व्हिंसिंग' वाटायचा. डॉक्टर आयुष्यभर तार्किकतेवर जगले. त्यांचा अभिनय हादेखील तार्किकतेवर आधारलेला आणि विशेषणात्मक राहिला. कदाचित म्हणूनच केवळ मराठीच नव्हे, तर भारतीय नटांमध्ये डॉ. लागूंचा श्रेष्ठपणा हा वेगळा ठरला. डॉ. श्रीराम लागू हे रंगभूमीवरचे एक तेजस्वी सूर्य होते. त्यांच्या प्रकाशानं कितीतरी नवोदित कलाकार प्रकाशित झाले. ते अत्यंत वक्तशीर होते. नाटकाच्या तालमी असोत, वा प्रयोग. त्यांनी कधीही उशीर केल्याचं उदाहरण आढळणार नाही. रंगभूमीवरील त्यांच्यातील शिस्तबद्धपणा हा खरोखरीच असामान्य होता. त्यांच्यातील ह्युमरही दांडगा होता.

१९५१ पासून सुरू झालेल्या नाट्य आणि चित्रपट कारकिर्दीमध्ये जवळजवळ पन्नास वर्षांत डॉ. लागू यांनी अनेक मान-सन्मान मिळवले. 'संगीत नाटक अकादमी'तर्फे तत्कालीन उपराष्ट्रपती जी. एस. पाठक यांच्या हस्ते १९७४ साली त्यांना पुरस्कार मिळाला. भारत सरकारतर्फे १९७४ साली 'पद्मश्री', महाराष्ट्र शासनातर्फे 'जीवनगौरव पुरस्कार', १९९७ साली कालिदास सन्मान, २००० साली 'पुण्यभूषण' पुरस्कार, तसेच मराठी चित्रपटांसाठी त्यांना सुगंधी कट्टा, सामना, भिंगरी या चित्रपटांतील अभिनयासाठी 'फिल्मफेअर' पारितोषिकांनी गौरवले. तर 'घरौंदा' या हिंदी चित्रपटाकरता त्यांना साहाय्यक अभिनेत्याचा पुरस्कार मिळाला. २००६ साली चित्रपट आणि नाट्य सृष्टीतील योगदानाबद्दल मास्टर दीनानाथ मंगेशकर स्मृती प्रतिष्ठानतर्फे जीवनगौरव पुरस्कार, २०१० साली संगीत नाटक अकादमी पुरस्कार, २०१२ साली राजर्षी शाहू कला गौरव पुरस्कार अशा अनेक पुरस्कारांनी त्यांना सन्मानित केलं होतं. डॉ. श्रीराम लागू यांचे निवडक लेख, मुलाखती, भाषणं इत्यादींचा संग्रह असलेलं 'रूपवेध' नावाचं पुस्तक आहे. 'लमाण' हे डॉक्टरांचं आत्मचरित्र आहे.

'मी अतिशय नास्तिक आहे. त्यामुळं पूर्वजन्म, पुनर्जन्म, पाप आणि त्याचं मिळणारं फळ या गोष्टी आपोआप गळून पडतात. मेल्यानंतर आपण एक मातीचा ढिगारा असतो, इतक्या अलिप्तपणे मी आयुष्याकडं बघतो. तरीही सुख-दु:ख, भावना, विकार सगळे मला आहेतच. ते मी सगळे शांतपणे घेतो. माझ्या पाप-पुण्याच्या कल्पना दैवी कल्पनांवर आधारलेल्या आहेत. कारण जीवनात नीतिमत्तेला सर्वांत अधिक महत्त्व असतं. त्यामुळं धर्म ही संकल्पना माझ्या बाबतीत गळून पडते. मी फक्त माणूसधर्म मानतो.' हे डॉ. लागूंचं तत्त्वज्ञान. आपल्या जीवनाचे आपण शिल्पकार असतो आणि आपलं ध्येय साध्य करायचं आपल्याच हातात असतं,असा विचार डॉ. लागू यांनी तरुण पिढीला दिला.

नटश्रेष्ठ जयशंकर दानवे कलायात्री पुरस्कार घेण्यासाठी कोल्हापूरला जेव्हा श्री. दिलीप प्रभावळकर (१ मार्च २०११) तसेच डॉ. मोहन आगाशे (१ मार्च २०१२) ला आले होते, तेव्हा रंगमंचावर भाषण करताना त्या दोघांनीही उल्लेख केला होता की, 'डॉ. श्रीराम लागू आणि आम्ही सर्व रंगकर्मी जेव्हा टपरीवर चहा पिण्यासाठी जात असू, तेव्हा सिनेमानं झपाटून टाकलेल्या जयशंकर दानवे या कलाकाराचा नेहमीच उल्लेख होत असे.' याबद्दल त्यांच्या नेहमीच चर्चा रंगत असत. त्याबद्दल डॉ. लागू सांगायचे,

“दानवेंचा अभिनय, त्यांची नाटकं दिग्दर्शन करताना नक्कल पाठ करून घेण्याची पद्धत, खलनायकी अभिनय शिकवण्याच्या जागा, त्यांच्या सिनेमा-नाटकांतील अविस्मरणीय खलनायकी व्यक्तिरेखा आणि साठ वर्षांची त्यांची कलासाधना. तसेच दानवेंचा ‘बहिर्जी नाईक’ चित्रपटातील गाजलेला संवाद म्हणजे ‘गडावर साप आले आहेत’ आणि त्यावेळचे त्यांचे एक्स्प्रेशन लाजबाब!”

हे सर्व जेव्हा मी स्वत: ‘नटश्रेष्ठ जयशंकर दानवे कलायात्री पुरस्कारा’च्या रंगमंचावर संयोजक म्हणून ऐकलं, तेव्हा माझा पप्पांविषयीचा अभिमान आणखीनच दुणावला.

विसाव्या शतकाच्या अखेरच्या काळात चित्रपटसृष्टीतून स्वच्छेने निवृत्ती स्वीकारून डॉ. लागू मुंबईहून पुण्याला स्थायिक झाले होते. त्यावेळी वयाच्या पंच्याऐंशीच्या वर्षीही त्यांचं अविरत वाचन आणि चिंतन चालू होतंच. माणूस जन्मतो तेव्हा हे गृहीत असतं,की तो कधीतरी एकदिवस हे जग सोडून जाणार आहे; पण सर्वसाधारण माणसाचं जाणं आणि एखाद्या श्रेष्ठतम कलाकाराचं जाणं यात फरक आहे. डॉ. लागूंचं आजूबाजूला असणंसुद्धा अत्यंत महत्त्वाचं होतं. आपल्यात एक महान कलावंत आहे, ही जाणीवसुद्धा दिलासा देणारी होती. पण १७ डिसेंबर २०१९ रोजी पुणे येथे त्यांनी या रंगभूमीचा निरोप घेतला. हिमालयाएवढं उत्तुंग असं हे व्यक्तिमत्त्व ९२व्या वर्षी ही रंगभूमी आणि पडदा सोडून गेलं असलं, तरी त्यांची प्रतिमा नि आठवणींचा तांडा मनात सदैव गजबजत राहील हे निश्चित. रंगभूमीवरचा हा ‘हिमालय’ आपल्यातून गेला असला, तरी त्यांच्या विचारांनी आपल्यावर धरलेली सामाजिक जाणिवांची ‘सावली’ यापुढंही आपल्याला सतत प्रेरणा देत राहणार आहे.

आपल्या उत्तुंग अभिनयानं रसिकांच्या मनावर पाच दशकं अधिराज्य गाजवणारे आणि त्याचबरोबर बुद्धिप्रामाण्यवादाची कास धरून समाजजागृती करणारे, समाजाप्रती कृतज्ञता व्यक्त करत असताना सामाजिक दांभिकतेवर जोरकसपणे प्रहार करणारे खरेखुरे नटसम्राट म्हणजे डॉ. श्रीराम लागू!

डॉ. लागू म्हणजे नाट्यवादळच. या तत्त्वचिंतक नटसम्राटाचं युग म्हणजे नाट्यसृष्टीचा सुवर्णाक्षरी इतिहास आहे. चित्रपटसृष्टीला मायावी सृष्टी असं म्हटलं जातं. या मायावी सृष्टीमधले बहुतांश लोक मायावी वाटावेत असे असतात; पण अशा मायाबाजारात जी काही दुर्मिळ अशी खरीखुरी माणसं असतात, त्यातलेच डॉ. लागू हे सच्चे कलावंत तर होतेच; पण त्याव्यतिरिक्त सच्चे माणूस होते. डॉ. श्रीराम लागू म्हणजे रंगभूमीला पडलेलं एक सोनेरी स्वप्नच!

अभिनय सूर्य

निळू फुले

‘बाई,वाड्यावर या’ हे प्रसिद्ध वाक्य कुणाचं? असा प्रश्न विचारायचा अवकाश! चट्‌कन निळू फुले यांचं नाव ओठावर येतं आणि त्यांची मूर्ती डोळ्यासमोर उभी राहते. कारण ‘निळू फुले’ हे मराठी चित्रपटसृष्टीच्या इतिहासातलं एक मानाचं पान! चतुरस्र अभिनयानं दीर्घ काळ चित्रपट आणि रंगभूमी गाजवणारे ज्येष्ठ अभिनेते आणि ज्येष्ठ सामाजिक कार्यकर्ते निळकंठ कृष्णाजी उर्फ निळू फुले! ज्यांच्या योगदानाला मुजरा केल्याशिवाय मराठी चित्रपटसृष्टीचा इतिहास पूर्णच होऊ शकत नाही, असं एक महान व्यक्तिमत्त्व!

बेडर राजकारणी, बेरकी राजकारणी, नडलेल्यांना वेठीस धरणारा मतलबी सावकार, अशा खलप्रवृत्तीच्या नानाविध भूमिका खुबीनं साकारणारा कलाकार म्हणजे निळू फुले. रुपेरी पडद्यावरील खलनायकी व्यक्तिरेखेला फाटा देत या अभिनेत्यानं वास्तव जगतात एका नायकासारखी कर्तबगारी निर्माण केली. मराठी चित्रपटसृष्टीमध्ये ग्रामीण खलनायकाला एका श्रेष्ठ, खास शैलीनं रंगवणारे एक श्रेष्ठ अभिनेते. खलनायकाला नायकाइतकं ग्लॅमर प्राप्त करून देणारे निळूभाऊ हे पहिले कलावंत.

१९३० साली पुण्यातील सासवड तालुक्यात खळद खानवली येथे निळू फुलेंचा जन्म झाला. वडील कृष्णाजी फुले, आई सोनाली फुले आणि सहा भाऊ व चार बहिणी यांच्यासह छोट्याशा खोलीत त्यांचं बालपण गेलं. त्यांच्या वडिलांचं लोखंडी सामानाचं तसंच भाजीपाल्याचं दुकान होतं. बालवयातील काही वर्षं पुण्यातील खडकमाळ आळीत त्यांचं वास्तव्य होतं. घरची परिस्थिती अत्यंत बेताची असल्यामुळं प्राथमिक शिक्षणासाठी त्यांना मध्य प्रदेशात त्यांच्या काकांकडं पाठवलं होतं. कलेविषयीच्या काकांच्या अभिरुचीमुळं ग्रामोफोन ध्वनिमुद्रिका ऐकणं, मोठ्या पडद्यावर मैदानात दाखवले जाणारे चित्रपट पाहणं, प्रख्यात साहित्यकांच्या कलाकृती वाचणं या सगळ्याचा त्यांच्या मनावर एकत्रित सकारात्मक परिणाम होत होता.

इयत्ता चौथीमध्ये साधारणपणे १९३८ च्या सुमारास निळू फुले पुण्याला शिवाजी मराठा

हायस्कूलमध्ये दाखल झाले. मॅट्रिकपर्यंतच्या शिक्षणाचा हा काळ निळूभाऊंना सर्वार्थानं समृद्ध करणारा ठरला. शाळेमध्ये इतर विषयांबरोबर मोडी लिपीही शिकवली जात असे. प्रख्यात कवयित्री शान्ता शेळके त्यांना मराठी शिकवत असत. त्यांच्यामुळं निळूभाऊंची साहित्यिक जाण अधिक प्रगल्भ होत गेली. वाचनाची आवड त्यांना होतीच, तिला शाळेतल्या शिक्षकांमुळं योग्य दिशा मिळत गेली. शाळेचे मुख्याध्यापक आणि निळूभाऊंचे मार्गदर्शक गुरुवर्य बाबुराव जगताप यांच्या विचारांनी ते प्रभावित झाले.

स्वातंत्र्यलढ्याच्या काळात राष्ट्र सेवादलाचं काम मोठं होतं. भाई वैद्य, गोपाळ अवस्थी, डॉ. बाबा आढाव या आपल्या मित्रांसमवेत नेमानं राष्ट्र सेवादलात निळूभाऊ जाऊ लागले. अल्पावधीतच कलापथकाच्या पथक प्रमुखाची जबाबदारी त्यांच्याकडं सोपवली गेली. त्या निमित्तानं त्यांचं चतुरस्र वाचन सुरू झालं. नोकरी करायची नाही, हेसुद्धा तेव्हाच नक्की झालं. मॅट्रिक झाल्यानंतर निळूभाऊंना उदरनिर्वाहाचा विचार करणं भाग होतं. त्यासाठी त्यांनी शेतकी महाविद्यालयात माळीकामाचं शिक्षण घेतलं. आर्म्ड फोर्सेस मेडिकल महाविद्यालयामध्ये त्यांनी माळ्याची नोकरी स्वीकारली. नोकरी करत असताना त्यांचं सेवादलाचं कामही सुरू होतं. सेवादलातील चर्चा, विचारमंथन यानं त्यांची स्वत:ची मतं निश्चित होत गेली. अत्यंत साधेपणा असणाऱ्या निळूभाऊंवर डॉ. राम मनोहर लोहिया यांच्या विचारांचा प्रभाव पडला.

संयुक्त महाराष्ट्राच्या चळवळीत, तसेच गोवा मुक्ती आंदोलनात निळू फुले यांचा सक्रीय सहभाग होता. राष्ट्र सेवादलासाठी त्यांनी १९५७ साली 'येरागबाळ्याचे काम नोहे' हा वग स्वत: लिहिला आणि सादर केला. वग असो, नाटक असो, चित्रपट असो, स्वत:च्या खास शैलीनं त्यांनी त्या त्या भूमिका अजरामर केल्या. त्यानंतर 'पुढारी पाहिजे' या पु. ल. देशपांडे यांच्या नाटकातील 'रोंगे'च्या भूमिकेनं त्यांनी अनेकांचं लक्ष वेधून घेतलं. केवळ चेहऱ्यावरच्या संयत हालचाली, डोळे, पापण्या, ओठ, गाल अशा चेहऱ्यावरच्या सूक्ष्म हालचालींमध्ये संथ, तरीही आशयसंपन्न फरक यामुळं त्यांच्या भूमिकेतून फार मोठा परिणाम साधला जात असे.

सामाजिक समस्यांशी आणि त्यांच्या निराकरणासाठी झटणाऱ्या निळू फुले यांना सामाजिक समस्यांना तोंड फोडणारी सूर्यास्त, सखाराम बाईंडर, बेबी, रण दोघांचे यांसारखी मोजकी नाटकं करायला मिळाली. या नाटकांत त्यांनी त्यांच्या सहजसुंदर अभिनयानं आणि अचूक निरीक्षणानं या नाटकातल्या भूमिकांना एका उंचीवर नेऊन ठेवलं. विजय तेंडुलकरांचं 'सखाराम बाईंडर' हे नाटक कमलाकर सारंग यांनी दिग्दर्शित करताना सखारामच्या भूमिकेसाठी 'लोकनाट्यवाला' म्हणून निळूभाऊंचे नाव घेतलं. पंचेचाळीस दिवस अथक परिश्रम घेऊन तालमी करणाऱ्या निळूभाऊंच्या या भूमिकेनं नाट्यक्षेत्रात इतिहास घडवला. या नाटकानं त्यांना रंगभूमीच्या प्रवाहात शिरण्याची संधी मिळाली.

तेंडुलकरांच्या 'बेबी' या नाटकातली 'राघव' ही नायिकेच्या भावाची आव्हानात्मक भूमिकाही निळू फुलेंनी पेलली. त्यांच्या नाट्य कारकिर्दीतली 'सूर्यास्त'मधील आप्पाजींची भूमिका जिवंत आणि अलौकिक अभिनयकलेचा वस्तुपाठ ठरली. निळू फुले आणि शंकर पाटील लिखित 'कथा अकलेच्या कांद्याची, लवंगी मिरची कोल्हापूरची' या लोकनाट्यातून

त्यांनी महाराष्ट्रभर विनोदाची आणि नाट्याची धमाल उडवून दिली. याच धर्तीवर व्यंकटेश माडगूळकरांचं 'बिनबियांचं झाड, कुणाचा कुणाला मेळ नाही' आणि द. मा. मिरासदारांचं 'भलताच बैदा झाला, मी लाडाची मैना तुमची' तसेच आत्माराम सावंत यांचं 'राजकारण गेलं चुलीत' ही लोकनाट्यं गावागावात पोहोचवण्याचं श्रेय निळूभाऊंना जातं.

याशिवाय 'जंगली कबुतर' हे वसू भगत लिखित नाटक व्यावसायिक आणि भडक होते. पण त्यात निळूभाऊंनी तीन प्रवेशांपुरतं केलेलं मर्यादित कामही प्रेक्षकांचं मन जिंकून घेऊ शकलं. नाटकांच्या संदर्भात निळू फुले यांना वेगवेगळी व्यक्तिमत्त्वं साकारता आली. बाबुराल गोखले यांच्या नाट्यसंस्थेच्या 'मास्तर एके मास्तर' या नाटकात निळू फुले काम करत होते. याच नाटकात काम करणाऱ्या रजनी मुथा या अभिनेत्रीशी त्यांचा परिचय झाला आणि पुढं त्याची परिणती लग्नात झाली. अतिशय साधेपणानं त्यांचा विवाह झाला. यथावकाश त्यांना मुलगी झाली, तिचं नाव गार्गी. नाटक, सेवादल आणि चित्रपट अशा अतिशय व्यग्र वेळापत्रकात निळूभाऊंना कुटुंबाला पुरेसा वेळ देता येत नसे; पण त्यांच्या पत्नीनं त्यांच्या कारकिर्दीला संपूर्ण पाठिंबा दिला होता.

प्रख्यात मराठी चित्रपट दिग्दर्शक अनंत माने यांच्या 'एक गाव बारा भानगडी' या चित्रपटात विनोदी अभिनेते वसंत शिंदेचं आणि अनंत मानेचं व्यवहारात जमलं नाही.त्यामुळं त्यांनी नाकारलेली भूमिका निळू फुलेंना मिळाली. निळूभाऊ हसून सांगत,

"माझ्यातल्या अभिनयगुणापेक्षा मी कमी पैशात काम करायला तयार झालो, म्हणूनच मला ती भूमिका मिळाली."

या भूमिकेसाठी निळूभाऊंनी त्यांच्या सहजप्रवृत्तीनुसार जीव ओतला. या चित्रपटानंतर निळूभाऊ लोकप्रिय झाले. पुण्यातील चित्रपटगृहात हा चित्रपट शंभर आठवडे चालला. या चित्रपटानं एका महान कलाकाराला रुपेरी पडद्यावर जन्माला घातलं, हे जास्त महत्त्वाचं आहे. चित्रपटातल्या लोकमानसात रुजलेल्या 'झेलेअण्णा' या पहिल्याच भूमिकेनं निळू फुले यांनी चित्रपटसृष्टीत स्थान निश्चित केलं. त्यानंतर पुढच्या निदान दहा वर्षांत तरी निळूभाऊंना महाराष्ट्रातील समस्त प्रेक्षकवर्ग 'झेलेअण्णा' म्हणूनच ओळखू लागला.

त्यानंतर खलनायकी ढंगाचे अनेक चित्रपट त्यांना मिळू लागले. त्यात त्यांनी ग्रामीण इरसालपणा आणि बेरकीपणा रंगवला. पण याशिवाय असेही काही चित्रपट त्यांच्या नावे जमा झाले, जे त्यांच्या कारकिर्दीला वळण देणारे ठरले. व्ही. शांताराम यांच्या 'पिंजरा' चित्रपटामधील तमासगीर बाईंच्या नादानं आयुष्याची बरबादी केलेल्या कलंदराची भूमिका त्यांनी उत्तम साकार केली.

"तेंडुलकरांनी सिनेमात सर्व पात्रांचे संवाद लिहिले होते. पण माझे संवाद मात्र त्यांनी लिहिले नव्हते. फक्त आशय लिहिला आणि ते जब्बारला म्हणाले की, 'निळूला त्या आशयानुसार बोलायला सांग. तो नेमके संवाद म्हणेल.' तेंडुलकरांनी हा माझ्यावर दाखवलेला विश्वास मला अतिशय मोलाचा वाटतो."

असं 'सामना' चित्रपटासंदर्भात निळू फुले सांगत. यांच्या संवादासह, अभिनयासह अनेक

कारणांनी हा चित्रपट गाजला. ऐंशीच्या दशकात गाजलेला 'लक्ष्मी' हा चित्रपट ज्यांनी पाहिला असेल, ते प्रेक्षक पुढील संवाद विसरणे अशक्य आहे.

'मास्तर, अवं मी गावचा सरपंच. पण माजं पॉर नापास झालं. ते कसं वो?'

'अहो सरपंच, तुमच्या मुलानं अभ्यासच केला नाही. मग तो पास कसा होणार?'

'अहं, ते बरोबरच की वो; पण मी म्हनतो गावात साळा आणली कुणी?'

'सरपंच, तुम्हीच की!'

'साळंच्या इमारतीला पैसा दिला कुणी?'

'सरपंच, तुम्हीच की हो!'

'मग माजं पोरगं नापास कसं व्हतंय?'

'पण सरपंच, नियमानुसार तसं करता येत नाही.'

'तुमचा नियम घाला खड्ड्यात! पण माजं पोरगं पास झालं पायजे. काय मास्तर?'

हा संवाद आहे गावातील शाळेचे मुख्याध्यापक आणि गावचे सरपंच म्हणजे अर्थातच अभिनयसूर्य निळू फुले यांच्यातील. राजकीय दहशत असणाऱ्या त्याकाळातील आणि आजच्याही पुढाऱ्यांची अस्सल, हुबेहूब अंगावर काटा आणणारी जरबपूर्ण संवादफेक आणि जोडीला चीड उत्पन्न होईल असा लाजबाब अभिनय यामुळं 'लक्ष्मी'मधील हा सीन सर्वत्र चर्चिला गेला होता.

राजकारणावर आधारित असेलला 'सिंहासन' हा चित्रपट. या चित्रपटात 'दिगू टिपणीस' ही पत्रकाराची भूमिका निळूभाऊंनी केली. या चित्रपटातून निळूभाऊंचं वेगळं रूप समोर आलं. स्वतःच्या चिंतनातून, समाजकारणातील तसंच राजकारणातील जाणीवेतून त्यांनी दिगूची भूमिका प्रत्यक्ष उभी केली. निळूभाऊंनी दोनशेच्या वर चित्रपट केले आणि अशा बऱ्याच चित्रपटातल्या निरनिराळ्या भूमिकांमुळं निळूभाऊंना प्रेक्षकांनी आपल्या मनामध्ये जागा दिली.

'रिक्षावाली' नावाच्या चित्रपटाचं चित्रीकरण कोल्हापुरात झालं. त्यात महापालिकेच्या भ्रष्ट कारभाराचं वाभाडं काढण्यात आलं. चित्रपटातील महापालिकेच्या पदाधिकाऱ्यांची महापालिकेच्या कचऱ्याच्या डंपरमधून धिंड काढण्याचा सीन चित्रित झाला. चित्रपटात त्या डंपरवर उभं राहून शहरातील मुख्य रस्त्यावरून निळू फुलेंची काढलेली धिंड अनेकांच्या स्मरणात आहे. भूमिका वास्तववादी होण्यासाठी ते कोणतीही तडजोड करत नव्हते.

सामना, सिंहासन, चोरीचा मामला, शापित, एक होता विदुषक, जैत रे जैत अशा एक से बढकर एक सिनेमांतून अभिनयाची वेगळी जातकुळी त्यांनी दाखवून दिली आणि आपला एक चाहता वर्ग निर्माण केला. नानाविध व्यक्तिरेखा साकारणं ही तर त्यांची खासियत! निळूभाऊ चित्रपटात आहेत म्हटलं, की प्रेक्षक आवर्जून सिनेमा बघायला जायचे. त्यांच्या एन्ट्रीला आणि संवादाला हमखास टाळ्या-शिट्ट्यांचा वर्षाव व्हायचा. असं भाग्य कमी कलावंतांच्या वाट्याला आलं आहे.

सामाजिक वास्तव मांडणारा 'गोष्ट छोटी डोंगराएवढी' हा २००९ साली आलेला निळूभाऊंचा शेवटचा चित्रपट. त्यांनी 'सोबत' या चित्रपटाचं दिग्दर्शनदेखील केलं होतं. तसेच

या चित्रपटाचे संवाद आणि पटकथाही त्यांनी लिहिली होती. मराठी चित्रपटाबरोबरच बऱ्याच हिंदी चित्रपटातही त्यांनी भूमिका केल्या. अमिताभ बच्चन यांच्याबरोबर 'कुली', दिलीपकुमार यांच्याबरोबर 'मशाल', अनुपम खेरसोबत 'सारांश' तसेच असे अनेक महत्त्वपूर्ण चित्रपट त्यांनी केले. यातील काही चित्रपटांमध्ये छोट्या भूमिका असल्या, तरी त्या लक्षणीय होत्या.

'धग' या उद्धव शेळके यांच्या कादंबरीवर, तसेच जयवंत दळवी यांच्या 'धर्मानंद' या कादंबरीवर निळू फुले यांना चित्रपट काढायचे होते. भंडारा जिल्ह्यात घडलेल्या सत्य घटनेवर आधारित 'खैरलांजी' या चित्रपटाची निर्मिती त्यांना करायची होती; पण त्यांचं हे स्वप्न अपूर्ण राहिलं. 'स्वत: मी कसा श्रेष्ठ आहे, हे सांगणं मला जमणार नाही. म्हणून मी आत्मचरित्र कधीही लिहिणार नाही.' असं म्हणणाऱ्या निळूभाऊंनी स्वत:विषयी खरोखरच काहीही लिहिलं नाही.

प्रतिभासंपन्न असलेला हा अभिनेता अत्यंत साधा, सत्शील, नि:स्वार्थी आणि माणूस म्हणून मोठा होता. आपल्या सहज आणि स्वाभाविक भूमिकांना न्याय देत जवळपास चाळीस वर्षं चित्रपटसृष्टीमध्ये निळू फुले प्रसंगी तीन-तीन शिफ्टमध्ये काम करत राहिले. डॉ. लागू जेव्हा बी. जे. मेडिकल कॉलेजमध्ये वैद्यकीय शिक्षण घेत होते, तेव्हा निळू फुले कॉलेजच्या बागेमध्ये झाडांना पाणी घालत असत. ती निळूभाऊंची तिथली नोकरीच होती. हा प्रसंग डॉ. श्रीराम लागूंच्या हृदयावर कोरला होता आणि त्याबद्दलची अपराधभावना ते नेहमी बोलून दाखवत.

निळूभाऊ पडद्यावर जितके करारी असायचे, त्यापेक्षा त्यांचं मन कितीतरी पटीनं मुलायम होतं. मराठी कलावंतांबद्दल त्यांच्या मनात प्रचंड आस्था आणि प्रेम असायचं. मराठीतील सर्वात आघाडीचे अभिनयसम्राट म्हणून ते ओळखले जायचे; पण त्याबद्दल त्यांनी कधीही गर्व बाळगला नाही वा अन्य कलाकारांसमोर त्यांनी तसा कधी तोराही मिरवला नाही. मराठीतील दुय्यम कलाकारांशी ते अगदी मित्रत्वाच्या नात्यानं वागायचे.

अडलेल्या कलाकारांना सहकार्याचा हात असो, की सेवाभावी संस्थांना आर्थिक मदत असो, प्रत्येक ठिकाणी निळू फुले आधारवडासारखे ठामपणे उभे राहिले होते. दिलेल्या दानाचा, केलेल्या मदतीचा गाजावाजा त्यांनी कधी केला नाही. जीवननिष्ठा म्हणून समतेच्या छोट्या-छोट्या चळवळींना ते हक्काचा माणूस म्हणून सतत धावत गेले. राष्ट्रसेवा दलाच्या सुवर्णमहोत्सवी निधीला एक लाख रुपये देता यावेत, म्हणून त्यांनी २० महाविद्यालयांच्या स्नेहसंमलेनांची निमंत्रणं स्वीकारली आणि आपला लाखाचा कोटा पूर्ण केला. निळूभाऊ एखाद्या दीपस्तंभासारखे पुरोगामी चळवळीत काम करणाऱ्यांना मार्गदर्शक ठरत राहिले. मुळात त्यांचं व्यक्तिमत्त्व म्हणजे बहुआयामी, शांत, संयमी स्वभाव, हाडाचा कलावंत, राष्ट्रसेवा दलाचा सच्चा कार्यकर्ता आणि पुरोगामी विचारसरणी अंगीकारून आयुष्यभर त्यासाठी झटत राहणारा आणि कमालीची सामाजिक बांधिलकी मानून आयुष्यभर धडपडणारा संवेदनशील मनाचा माणूस.

मात्र या लखलखणाऱ्या चंदेरी कारकिर्दीपेक्षा निळूभाऊंचं सामाजिक योगदान खूप मोठं आहे. गोवा मुक्ती संग्राम, संयुक्त महाराष्ट्र चळवळीत त्यांचा सहभाग होता. बाबा आढावांच्या पुढाकारानं त्यांनी पुण्यात झोपडपट्टीवासियांची परिषद यशस्वी करून दाखवली. अंधश्रद्धा

निर्मूलन समिती, नर्मदा बचाव आंदोलन, मुस्लिम सत्यशोधक समाजासाठी त्यांनी आपल्या परीनं योगदान दिलं. मदतीचा हात देण्यात निळूभाऊ सदैव पुढं राहिले. कसलंही मानधन न घेता निळूभाऊंनी अनेक शैक्षणिक संस्थांच्या मदतीसाठी नाट्यप्रयोग केले आणि जी रक्कम जमली, त्याचा हिशोब न करता सारा पैसा त्या संस्थेला बहाल केला. एवढ्या तत्त्वनिष्ठ असणाऱ्या निळूभाऊंना प्रत्यक्षात मात्र तत्त्वशून्य, भ्रष्टाचारी, अनाचारी, दुर्वर्तनी गावपुढाराच्या भूमिकेत टाईपकास्ट व्हावं लागलं, हा दुनियेचा अजब न्यायच म्हणायचा!

कोल्हापूर शहरात आले की, 'पारिजात' हॉटेलमध्ये ते राहत. ते स्वत: आपले कपडे धुवत. व्यवस्थापक मुलानं ते पाहून विचारलं होतं,

"साहेब, कपडे तुम्ही का धुता? लॉन्ड्रीत टाकू या."

त्यावर ते म्हणाले, "आयुष्यात कितीही मोठा झालो, तरी प्रथम मी माणूस आहे.चित्रपटात मी दुसऱ्याचे कपडे धुतले असल्याचं दृश्य दिलं. तेही वास्तववादी भूमिका वठवावी म्हणून. तेव्हा दुसऱ्याचे कपडे धुताना लाज वाटत नाही, तर स्वत:चे कपडे धुताना लाज कशी वाटणार? माझी जडणघडणही सामान्य माणसाप्रमाणं झाली आहे, हे मी कधीही विसरत नाही."

नाटक आणि सिनेमा या दोन्ही क्षेत्रांत निळूभाऊंनी ठसा उमटवला; पण त्यांचं खरं प्रेम होतं ते नाटकांवर! ग्रामीण आणि शहरी जीवनाचं ते अतिशय बारकाईनं निरीक्षण करत. अभिनय साकारताना त्यांना या निरीक्षणाचा खूप उपयोग होत असे. त्यांचा अभिनय सहज असे. हा अवलिया माणूस वर्षानुवर्षं तोंडावर रंग फासूनही आपला चेहरा हरवू न दिलेला. बेगडी दिखाव्यापेक्षा मूलभूत विचारांना कायम महत्त्व देणारा. लहानपणच्या संस्कारातच त्यांच्या या विचारांचं बीज आहे. पण हे विचार मुद्दाम कुणी लादलेले नव्हते किंवा ठरवून त्याचे संस्कारही केले नव्हते. आजूबाजूला घडत असलेलं ते पाहत होते, अनुभवत होते. त्यातूनच कळत-नकळत विचारांची बैठक तयार होत होती.

एखाद्या कामासाठी सर्वस्व वाहून देणं, अथवा परिश्रम करून ते कार्य सिद्धीस नेणं आणि प्रसिद्धीपासून, सत्कार समारंभापासून अलिप्त राहणं हे निळूभाऊंच्या व्यक्तिमत्त्वाचं आणखी एक वैशिष्ट्य. याचं सारं श्रेय ते राष्ट्रसेवादलाला द्यायचे. सेवादलाच्या संस्काराच्या बीजातून हे सारं घडलं, असा ते नम्रपणे उल्लेख करायचे. चंदेरी चमचमत्या दुनियेत वावरूनही त्यातील खोट्या भूलभुलय्याच्या कधी ते आहारी गेले नाहीत. त्यांच्या आतले 'फुले' त्यांना स्वस्थ बसू देत नव्हते. म्हणूनच अनेक सभा-समारंभांतून आपले समाजपरिवर्तनाचे विचार मोठ्या पोटतिडकीने ते मांडत असत. ते म्हणत,

"खरं सांगू का? आपला समाज आणि कुटुंब निरोगी, सुदृढ राहील याकरता आपलं वागणं चांगलं ठेवून आपली आणि समाजाच्या मूल्यांची जपणूक करत आपली विवेकबुद्धी वाढवत मी जगतो."

निळूभाऊंच्या कार्याचं वर्णन करताना, त्यांच्या कार्याला सलाम करताना, 'झाले बहु होतील बहु, पण या सम हा!' असं म्हटलं, तरी वावगं ठरणार नाही.

आयुष्याच्या अखेरच्या टप्प्यात निळूभाऊंनी खूप प्रवास केला. भटकंतीची त्यांना आवड

होती. त्यांना अनेक उत्तमोत्तम इंग्रजी आणि मराठी पुस्तक वाचनाचा, गझलांचा आणि चित्रपट पाहण्याचा छंद होता. जे. कृष्णमूर्तींच्या पुस्तकांचे ते चाहते असून त्यांचं तत्त्वज्ञान आणि ग्रेस, मर्ढेकर यांच्या कविता एकाच वेळी पचवणारा रसिक असं हे बहुआयामी व्यक्तिमत्त्व. माळीकामाचा छंदही त्यांनी अखेरपर्यंत जोपासला होता. घरी धुतलेला वाटावा, असा साधासुधा लेहंगा, झब्बा, डोक्यावरचे केस कसेबसे मागं वळवलेले, पायात साधं चप्पल, बोलणं-चालणं, वागणंसुद्धा असं साधसुधं. कशातच काही बडेजाव नाही; मग अशा साध्यासुध्या अवतारातल्या माणसाला कुणी कधी नट म्हणतील काय? पण त्या त्या भूमिकांमधून त्यांनी पणाला लावलेल्या आपल्या कमाल अभिनयाद्वारे कर्तृत्व दाखवलंय. व्यावसायिक होऊनही त्यांना धंदेवाईक होणं जमलं नाही आणि कार्यकर्ता असूनही हौतात्म्य पांघरण्याचा सोस त्यांना कधी नव्हता. उक्ती आणि कृती यातला सुयोग्य समतोल साधणारा अत्यंत प्रामाणिक कार्यकर्ता आणि कलावंत असं त्यांचं वर्णन परिपूर्ण ठरू शकेल.

विविध पुरस्कारांच्या रूपानं आणि रसिकांच्या प्रेमापोटी त्यांना या भरीव योगदानाची पावती मिळाली. 'सामना' आणि 'चोरीचा मामला' या चित्रपटातील भूमिकांना विशेष उल्लेखनीय भूमिकेचा पुरस्कार मिळाला. दिग्दर्शक राजा ठाकूर यांच्या 'अजब तुझे सरकार'मध्ये त्यांनी परिणामकारक भूमिका केली. त्याकरता त्यांना १९७३ चं महाराष्ट्र शासनाचं 'विशेष अभिनेता पारितोषिक' मिळालं. तसेच १९७८ मध्ये 'सासुरवाशीण'मधल्या कामासाठीही 'विशेष अभिनेता पारितोषिक' मिळालं. 'सूर्यास्त' नाटकातील त्यांच्या भूमिकेमुळं त्यांना १९८० चा 'नाट्यदर्पण पुरस्कार' मिळाला आणि १९९१ ला राष्ट्रपतींच्या हस्ते संगीत नाट्य अकादमीचा पुरस्कार मिळाला. हा तर त्यांचा मोठा सन्मान होता. जगद्‌गुरू पुरस्कार, अनंत भालेराव पुरस्कार, माधवराव बागल पुरस्कार, राजर्षि शाहू पुरस्कार असे अनेक पुरस्कारही त्यांना लाभले.

१३ एप्रिल २००८ रोजी 'पुलोत्सव सन्मान' प्रदान करून निळूभाऊंना गौरवण्यात आलं. त्यावेळचं हे मानपत्र.

"पडद्यावर तुम्ही खलनायक रंगवलेत; पण प्रत्यक्ष आयुष्यात तुम्हाला कधीच खलनायकाप्रमाणं वागता आलं नाही. पुलंच्याप्रमाणं लोकांना 'पुल' करण्याची अफाट शक्ती कलाकार म्हणून तुम्हाला लाभली. लोकांनी डोक्यावर घेतलं. समाजातील विसंगती, विषमता, अन्याय यांनी तुमच्यातला 'माणूस' सतत अस्वस्थ होत राहिला. त्याविरुद्ध लढणाऱ्यांना तुम्ही सक्रीय साथ देत राहिलात. पुलंनीही आयुष्यभर हेच तर केलं. साहित्यिक, कलाकार म्हणून लोकांना हसवलं, रिझवलं; पण जिथं अश्रू पुसण्याचं काम योग्यरीतीनं आकाराला येण्याच्या शक्यता दिसल्या, तिथं आपल्याला देण्यासारखं असेल, ते सारं उधळून दिलं. मराठीच नव्हे, तर हिंदी चित्रपटसृष्टीतही तुम्ही आपला ठसा उमटवलात. पण हिंदीत पैसे जास्त मिळत असूनही तुम्ही रमला नाहीत. पुलंनी साहित्य संमेलनाच्या अध्यक्षपदावरून संदेश दिला होता, 'वाचाल तर वाचाल.' तुम्ही आधीपासूनच हा संदेश अमलात आणलेला होता. पुलं आणि तुमच्यातलं हे एक साम्य."

कोल्हापुरात झालेला त्यांचा हा अखेरचा सन्मान.

'मी स्त्रीकडं वाईट नजरेनं पाहतो, मी सुनेला छळतो, मी भावकीतल्या, नात्यातल्या लोकांचा छळ करतो, कुटील राजकारण करतो, समाजाकडं वाईट नजरेनं पाहतो, अनेकांना फसवतो, चांगल्या गोष्टींपेक्षा वाईट गोष्टीच जास्त करतो आणि हे सगळं फक्त पडद्यावर करतो. तरीही माझ्यासारख्या वाईट प्रवृत्तीच्या, नालायक माणसाला बोलावून तुम्ही माझा सन्मान करता, हा तुमच्या मनाचा मोठेपणाच आहे.'

अशा नम्र भाषाशैलीत रसिकांची फिरकी घेत सुप्रसिद्ध अभिनेते निळू फुलेंनी केलेल्या अनेक भाषणांतून त्यांच्या अंतरंगात दडलेला माणूस, सामाजिक कार्यकर्ता म्हणून अनेकदा उलगडला.

परिचित जाणतात, की मोठा कलाकार, समता संगराचा साथीदार, कार्यकर्त्यांचा आधार, माणुसकीचा जिताजागता आविष्कार हे सर्व निळूभाऊंच्या मूर्तीत साकार झाले होते. निळूभाऊंच्या जगण्यातील खरा ग्रेटपणा हा, की या कशाचाही कणभरही अभिनिवेश त्यांच्यात नव्हता. त्यांचे चित्रपट पूर्ण झाल्यावरदेखील त्यांनी बघितले नाहीत, हे त्यांच्याच तोंडून ऐकायला मिळे. हेवा वाटावा असा चाहता वर्ग सर्व महाराष्ट्रात आणि समाजाच्या सर्व क्षेत्रांत निळूभाऊंना लाभला होता.

असा निगर्वी अन उच्च दर्जाचा अभिनय करणाऱ्या निळू भाऊंना भेटण्याचा मला आणि माझे बंधू राजदर्शन यांना योग आला. त्यावेळी आम्ही आमचे वडील नटश्रेष्ठ जयशंकर दानवे यांच्या स्मृतिदिनानिमित्त कोल्हापूरला एखादा कलाकार, एखादा साहित्यकार आमंत्रित करून त्यांच्या मुलाखतीचा कार्यक्रम करत असू. १९८७-८८ च्या वेळची गोष्ट असावी. कार्यक्रमाला बोलावण्यासाठी निळूभाऊंना भेटायला आम्ही अवंती लॉजवर गेलो. तेव्हा ते अत्यंत साध्या वेषात होते. त्यांना भेटायला जाताना खरंतर सिनेमातला त्यांचा अभिनय पाहून धास्तावलेली मी, त्यांना पाहून एकदमच मोकळी झाले. कारण काय असेल? तर त्यांचे ते निरागस डोळे. हे जरा अतिशयोक्ती वाटेल; पण मला आठवण आली माझ्या पप्पांची. खलनायक म्हणून गाजलेले असल्यामुळं त्यांना भेटायला लोक घाबरत. त्यांची मुलगी म्हणून मला आठवतंय, कॉलेजमध्येसुद्धा मुलं माझ्याशी बोलायला घाबरत. पण माझ्या पप्पांना भेटताच त्यांचं बोलणं ऐकून त्यांना पुन्हा पुन्हा भेटायला आमच्या घरी येत. त्याचीच मला आठवण आली. कारण खरंच, निळूभाऊंचे डोळे पाहून खूप आपलेपणा जाणवला आणि त्यांचं बोलणं तर फारच मधाळ. एकाच माणसाची ही दोन रूपं! एक पडद्यावरचं अन् एक वास्तवातलं. आम्ही जयशंकर दानवेंची मुलं म्हटल्यावर त्यांना खूप आनंद झाला. पप्पांच्या अभिनयाबद्दल ते भरभरून बोलले.

पप्पांच्या खलनायकी अभिनयाचं त्यांनी खूप कौतुक केलं. त्यांना आमच्या कार्यक्रमाला येण्याची खूप इच्छा होती; पण ठरावीक तारखेचा घोळ झाल्यानं ते कार्यक्रमाला येऊ शकले नाहीत. मी त्यांना 'हिरवी चादर रुपेरी पडदा' हे मी संकलन केलेलं माझ्या पप्पांचं आत्मचरित्र पाठवताच त्यांनी मला पत्ररूपी प्रतिक्रिया स्वहस्ताक्षरातून पाठवली. सारांश होता,

'जयशंकरजी एक मनस्वी कलावंत होते. भूमिकांचा अभ्यास कसा करावा, यासाठी हे

पुस्तक म्हणजे आदर्श वस्तुपाठ आहे.'

प्रत्यक्ष निळू फुलेंसारख्या अभिनयसूर्याची ही प्रतिक्रिया म्हणजे मला सर्वोच्च पुरस्कार वाटला.

नाटक, चित्रपट आणि लोकरंगभूमीवर जबरदस्त भूमिकांमध्ये वावरलेले निळूभाऊ आदर्श सामाजिक कार्यकर्ते होते. त्यांची कलाकारकीर्द किती झळाळती होती, हे त्यांच्या नाटकांच्या आणि सिनेमांच्या नावांवरूनच लक्षात येतं. सूर्यास्त, सखाराम बाईंडर, जंगली कबूतर, बेबी, रण दोघांचे अशा नाटकांसह त्यांची लोकनाट्यंही प्रसिद्ध आहेत. पुढारी पाहिजे, बिनबियाचे झाड, कथा अकलेच्या कांद्याची, लवंगी मिरची कोल्हापूरची, राजकारण गेलं चुलीत इत्यादी. तसेच त्यांनी जवळपास दोनशे मराठी चित्रपटांत कामं केली. एक गाव बारा भानगडी, सामना, शापित, भुजंग, पिंजरा, सूत्रधार, लाखात अशी देखणी, सोंगाड्या, पैज लग्नाची, माझा पती करोडपती, कळत नकळत, हमाल दे धमाल, जैत रे जैत, नाव मोठं लक्षण खोटं, सर्जा, थापाड्या, एक होता विदुषक, गोष्ट छोटी डोंगराएवढी असे असंख्य मराठी चित्रपट त्यांच्या नावावर आहेत. त्यांनी अनेक हिंदी चित्रपटातही कामं केली. सारांश, कुली, प्रेमप्रतिज्ञा, इन्साफ की आवाज वगैरे वगैरे.

निळूभाऊ आपल्या आयुष्याची थिअरी एका वाक्यात सांगून मोकळे व्हायचे. ते सांगायचे,

'मुळातला माळीच मी. हे माळीपण काही रक्तातून जात नाही. मग झाडांची राखण केली काय अन् विचारांची राखण केली काय, मला सगळं सारखंच.'

नाटक, सिनेमाची जबरदस्त जाण असलेला हा मोठा कलाकार.

अभिनयाची ताकद ही शब्दात आणि नजरेत कशी असते, याची जाणीव करून देणारे कलेच्या क्षेत्रातील कलावंत म्हणजे निळू फुले. समाजकार्य आणि अभिनय अशा दोन्ही क्षेत्रांत समरसून काम करणाऱ्या या एका सक्षम कलावंतानं वयाच्या अठ्ठ्याहत्तराव्या वर्षी म्हणजेच १३ जुलै २००९ रोजी लौकिक आयुष्याचा निरोप घेतला.

'बॅरिस्टर' कलाकार

विक्रम गोखले

'**य**शाचे असंख्य दावेदार असतात; परंतु अपयशाला मात्र बाप नसतो आणि म्हणून वळणवाटा शोधताना आपल्या अपयशाचे आपण बाप झालो, तर प्रश्न लवकर सुटतात आणि एकदा अपयशाचं गणित आपलं आपल्याशी मांडता आलं, की मग आपल्या यशाबाबतही आपण दावेदारांना दाराशीही उभे करत नाही.' असं परखड मत असणारे विक्रम गोखले. 'बॅरिस्टर'मधल्या रावसाहेबपासून ते 'के दिल अभी भरा नही' मधल्या अरुण निगवेकर नावाच्या एका सर्वसामान्य माणसाच्या भूमिकेपर्यंत आपल्याला स्तिमित करणारी कामगिरी ज्या अभिनेत्याच्या नावावर आहे, ते म्हणजे अष्टपैलू विक्रम गोखले.

गर्दीत वावरतानासुद्धा एखादी व्यक्ती आपलं लक्ष वेधून घेते. त्या व्यक्तीचं व्यक्तिमत्त्व, त्याचं सहज बोलणं, हळूवार हातवारे, बोलके डोळे, संवादाची फेक असं सगळं आपल्याला नकळत त्यांच्याकडं खेचतं. आपण कधीकधी चोरून, तर कधीकधी अनाहूतपणे त्यांच्याकडं पाहत राहतो, असं चुंबकत्व ज्या कलाकाराकडं प्रकर्षानं जाणवलं ते आहेत विक्रम गोखले. अनेक कलाकार व्यक्तिमत्त्वाची छाप पाडण्यात सरस असतात; पण ते प्रेक्षकांच्या मनावर राज्य करू शकतीलच असं नाही. पण त्यासाठी आवश्यक असणारं जे मॅग्नेट हवं, ते विक्रम गोखले यांच्याकडं आहे. प्रकाशझोतात उजळून जाणाऱ्या विद्युतभरीत अवकाशात ज्याच्या मुखातून उमटणाऱ्या शब्दांनी अवकाश भारून टाकण्याची किमया केली, असे विक्रम गोखले. ज्यांच्या रंगमंचीय आविष्कारानं प्रेक्षक दिपून गेले.

अभिनयाचा आणि संगीताचा जन्मजात वारसा लाभलेल्या विक्रम गोखले यांनी हिंदी आणि मराठी चित्र-नाट्यसृष्टीत तसेच दूरदर्शन मालिकांतही अढळपद निर्माण केलेलं आहे. स्पष्ट आणि स्वच्छ शब्दोच्चार, उत्तम संवादफेक, देखणं-रुबाबदार व्यक्तिमत्त्व आणि अभिनयातील सहजता या त्रिवेणी संगमातून मराठी आणि हिंदी चित्रपटांतील त्यांच्या भूमिका गाजल्या. प्रत्येक यशस्वी माणसाचं यश हे त्याच्या आयुष्यातल्या वळणांनी शोध घेतलेल्या वेगवेगळ्या

वाटांचं असतं. प्रत्येकाच्या आयुष्यात संघर्ष असतोच. त्यातून कधी यश येतं, कधी अपयश; पण यशस्वी माणसं त्या अपयशालाही स्वत:चा एक अर्थ लावतात आणि म्हणूनच त्यांची वाट नितांत आनंदाची, समाधानाची होते. ज्यांनी स्वत:च्या आयुष्यातील वळणवाटांना असा अर्थ दिला आणि आयुष्याला वाहतं केलं, ते सुप्रसिद्ध चित्रपट, नाट्य कलावंत विक्रम गोखले होत.

भारतीय चित्रपटसृष्टीतील पहिल्या नायिका म्हणून लौकिक असलेल्या कमलाबाई गोखले या त्यांच्या आजी आणि चरित्रनायक म्हणून ठसा उमटवणारे चंद्रकांत गोखले हे त्यांचे वडील. कलाप्रेमी कुटुंबात आणि हेमावती गोखले या आईच्या संस्कारात विक्रम गोखले यांच्या मनात कलेवरची निष्ठा रुजणं स्वाभाविक होतं. अभिनयाचा वारसा घरातूनच लाभलेल्या विक्रम चंद्रकांत गोखले यांचा जन्म ३० ऑक्टोबर १९४५ रोजी पुण्यात झाला. त्यांचं शालेय शिक्षण पुण्यातील भावे हायस्कूल आणि वि. र. वेलणकर हायस्कूल इथं झालं, तर महाविद्यालयीन शिक्षण पुण्यातील एमईएस (आताचं आबासाहेब गरवारे) महाविद्यालयात झालं. शिक्षण अर्धवट सोडून त्यांनी अभिनयात करिअर करण्याचा निर्णय घेतला.

तोपर्यंत त्यांच्या वडिलांची महाराष्ट्रीय मनात एक प्रतिमा तयार झालेली होती. त्यांच्या वडिलांच्या भूमिका पाहून लोकांनी ठरवून टाकलं होतं की, चंद्रकांत गोखले हे अत्यंत शांत स्वभावाचे, अत्यंत सहनशील असे एक गृहस्थ असावेत. प्रत्यक्षात त्यांचे बाबा हे जमदग्नी होते. त्यांच्या ८७ व्या वयातही विक्रमजी त्यांच्या नजरेला नजर देऊ शकले नव्हते. ते सद्गृहस्थ होते, सद्विचारी होते. फारच खरे होते आणि बहुधा फार सरळ आणि रोखठोक असल्यामुळं ते संतापी होते. या कलाकाराची मनस्वी इच्छा होती की, आपल्या मुलानं शास्त्रीय गायक व्हावं आणि नंतर गायक-नट म्हणून संगीत रंगभूमीवरही कामं करावीत. ते त्यांना खूप वेळा, खूप ठिकाणी, खूप मोठ्या कलावंतांचं गायन, वादन ऐकण्यासाठी घेऊन जात. उदा. उस्ताद बडे गुलाम अली खां, कुमार गंधर्व, मल्लिकार्जुन मन्सूर, भीमसेन जोशी, प्रभाताई अत्रे, किशोरीताई अमोणकर, डागरबंधू, सलामत अली, नजाकत अली तसेच वादकांपैकी उस्ताद अहमद जान थिरकवा, लालजी गोखले, छोटबा गोखले, विजय दुग्गल इ. पण त्यातून एक गोष्ट झाली की, विक्रमजी तानसेन झाले नाहीत, तरी जबररदस्त कानसेन मात्र झाले. त्यामुळं ते तानपुरासुद्धा फारच सुरेल लावायचे, अगदी जवारीसकट.

पानशेत आणि खडकवासला धरणं फुटून अर्ध पुणं पाण्याखाली गेलं, तेव्हा ते नववीत शिकत होते. त्यांच्या घरावरही वीस-पंचवीस फूट पाणी होतं. त्यावेळी तत्कालीन मराठी नाट्य व्यावसायिक मंडळी त्यांच्या घरी आली आणि त्यांना आर्थिक मदत घेण्याचा आग्रह करू लागली. पण त्यांच्या वडिलांनी एक रुपयाही घेतला नाही. ते नि:शब्दपणे अश्रूपात करत होते. ते म्हणाले,

"ज्यांची घरंच पायापासून या धरणफुटीनं उखडून नेली, त्यांचं दु:ख, यातना काय असतील?"

धरणफुटीमुळं या कुटुंबाच्या वाट्याला उपासमार, दारिद्र्य होतं. शिवाय कपडे, वस्तू या गोष्टी बरेच दिवस नसणं हे सगळं आलं; परंतु तशाही परिस्थितीत आपल्यापेक्षा अधिक

दु:खात, संकटात असलेल्यांचा विचार मनात जागता ठेवणं, हे विक्रमजी वडिलांकडून शिकले.

साठच्या दशकात मराठी चित्रपटांत मिळेल ती भूमिका करणं, समोर आलेल्या तत्कालीन सामान्य मराठी नाटकांतून मिळतील त्या भूमिका स्वीकारत राहणं आणि मिळतील त्या पैशातून वडिलांना काहीशी का होईना, पण भावंडांमधला थोरला या नात्यानं मदत करण्याचा प्रयत्न करणं हे त्यांनी आनंदानं केलं. शैक्षणिकदृष्ट्या ते स्वत:ला अपयशी मानतात. नोकरी न करता बिनभरवशाच्या क्षेत्रात उडी मारून त्यांनी आयुष्यात खूप सोसलं. आर्थिक धाडस करणं हा त्यांचा नेहमीचाच एक छंद आहे.

बालवयातच त्यांनी नाटकांमध्ये कामं करायला सुरुवात केली. बालकलाकार म्हणून त्यांनी आग्र्याहून सुटका, राजसंन्यास, बेबंदशाही या नाटकांमध्ये भूमिका केल्या. तर याच काळात त्यांनी 'शेवग्याच्या शेंगा' या चित्रपटात पहिल्यांदा अभिनय केला. 'वाहतो ही दुर्वांची जुडी' हे त्यांचं व्यावसायिक नाटक होय. मराठी चित्रपटात नायक म्हणून 'अनोळखी' हा त्यांचा पहिला चित्रपट होता.

गोखलेंनी आपल्या कारकिर्दीत नाटकं चोखंदळपणे निवडली आणि प्रत्येक भूमिका तन्मयतेनं केली. मराठी नाट्येतिहासात संस्मरणीय व्यक्तिरेखा ज्या साधारण होत्या, त्यातही काही वेगळं सापडतं आहे का किंवा जे नेहमीचंच आहे ते वेगळ्या रीतीनं करता येतंय का, हे बघण्याचा त्यांनी नेहमीच प्रयत्न केला. विविध पिंड-प्रकृतीच्या भूमिका त्यांनी आव्हान समजून केल्या. त्या प्रत्येक भूमिकांमागचं त्यांचं वृत्तीगांभीर्य आणि शिस्त कधीकधी टोकाची वाटावी अशी होती. प्रेक्षकांचा बेशिस्तपणा त्यांनी खपवून घेतला नाही. प्रयोगाच्या वेळी आपल्या बडबडीनं किंवा मोबाईलच्या रिंगटोननं व्यत्यय आणणाऱ्या प्रेक्षकांना त्यांनी अनेकदा प्रयोग थांबवून इशारा दिलेला आहे. नाटक ही गंभीरपणे आणि एकाग्रतेनं करण्याची, बघण्याची गोष्ट आहे, याचं नैतिक भान त्यांनी स्वत: बाळगलं आणि त्याची जाणीव इतरांना करून दिली.

त्यांचं मराठी रंगभूमीशी अभिनेता म्हणून गेल्या कित्येक वर्षांचं नातं आहे. मात्र हा २४ फुटांचा रंगमंच एवढाच त्याचा आवाका आणि त्याची पोकळी आहे, असं ते मानत नाहीत, तर असीम आकाशाएवढा त्याचा अवकाशपट असतो असं ते मानतात. अभिनेता अनेक भाषा, भूमिका आणि रूप रंगातल्या भूमिका त्यावर सजीव करतो. गायकांचं सुरेल स्वरांशी जे नातं असतं, तशी एकतानता रंगमंचावर नाटकातल्या त्या त्या भूमिकेशी जुळून येत असते. तरी व्यक्तिश: स्वत:ला न विसरता सावधपणे फक्त भूमिकेची अभिव्यक्ती प्रेक्षकांपर्यंत पोहोचवणं हे कलाकाराचं काम असतं. त्यामुळं प्रेक्षक त्या वेळी त्या 'व्यक्ती'ला विसरून नाटकातल्या त्याच्या सुष्ट-दुष्ट भूमिकेशी समरस होतात आणि आनंद घेतात.

एका मुलाखतीत त्यांनी सांगितलंय, "वास्तव आणि आभासाचं योग्य प्रमाण आणि समतोल साधण्याचा सुजाण शहाणपणा नटानं त्या वेळी सावधपणे बाळगायला हवा. माझ्या सावधपणाची ही परीक्षा 'स्वामी' या रणजीत देसाईलिखित नाटकात रंगमंचावर प्रवेश चालू असतानाच मला द्यावी लागली. प्रसंग असा होता, माधवराव पेशवे (मी) काकांवर म्हणजे राघोबादादांवर अत्यंत चिडलेले आहेत. रागाच्या भरात ते म्हणतात,

'तुमच्या जागी दुसरा कोणी असता, तर त्याला आम्ही हत्तीच्या पायी दिले असते!'

त्या वेळी आनंदीबाई येऊन हात जोडून माधवाची विनवणी करत म्हणतात, 'नको रे माधवा. मी भीक मागते रे, पदर पसरते. माझ्या कुंकवाला धक्का लावू नकोस रे, माधवा.'

आणि मी माघार घेतो. पण या दिवशी हे वाक्य बोलणाऱ्या 'आनंदीबाई'नी रंगमंचावर प्रवेशच केला नाही. राघोबा तर गप्प राहिले. कारण इथं त्यांना वाक्य नव्हतं. मग माझ्यातल्याच सावध अभिनेत्यानं काकांना (हजर) जबाब दिला.

'पण काका, आम्ही काकूंच्या कुंकवाला धक्का लावणार नाही. तेवढे बळ आमच्यात नाही!'

आनंदीबाईंच्या भूमिकेतील आशालताबाईंची वेळेवर एंट्री न झाल्यानं प्रसंगावधान राखून त्यांच्या तोंडचं वाक्य मी बोललो. या प्रसंगातील ते वाक्य घेण्यानंच आमच्या नाटकाची गाडी पुढं सुरळीत चालू झाली. नाहीतर पेशवाईवर बाका प्रसंग ओढवला असता."

"'संकेत मिलनाचा' या सुरेश खरेलिखित नाटकात मला वेगळीच भूमिका वठवायची होती. या नाटकात नायक म्हणजे मी, सबंध नाटकभर आपल्या पत्नीशी सतत फोनवर बोलत असतो. ती पत्नी, व्यक्ती म्हणून प्रत्यक्ष स्टेजवर कधीच येत नाही. ही माझी व्यक्तिरेखाही त्यामुळं वेगळी आणि आव्हानात्मक ठरते. असा हा अभिनयही अवघडच म्हणायचा. परंतु लेखकानंही त्या संवादामध्ये एकसुरीपणा किंवा कंटाळा येऊ नये, म्हणून नाती आणि भावना गुंफल्या आहेत. त्यातून वेगवेगळे संकेत मिळतात. उदा. कधी तो पत्नीशी त्या दोघांच्या मुलीबद्दल लाड, कौतुक करण्याच्या भाषेत, स्वरात बोलतो. तर कधी पत्नीशी समजावणीच्या, संयमाच्या सुरात बोलतो. या 'दूरवाणी'तून संवाद करण्याचं कारण काय, तर हा पत्नीशी संवाद चालू असताना त्याची प्रेयसी त्याच्यासमोर बसलेली प्रेक्षकांना दिसत असते. तेव्हाच दुसरीकडं तो तिच्याशी नेत्रसंवाद, चेहऱ्यावरचे हावभाव, हाताबोटांचा उपयोग करून बोलत असतो. एकाच भूमिकेत, एका जागी बसून फोनबोली आणि मूकाभिनयातून संवादाच्या शैली आणि शक्तीनं या दोन अंकी नाटकाचा प्रयोग रंगभूमीवर होतो, त्याला प्रेक्षकांची उत्तम दाद मिळते. एकट्या पुण्याच्या बालगंधर्व रंगमंदिरात या नाटकाचे ५३ प्रयोग हाउसफुल्ल झाले."

यासाठी नुसतं पाठांतर नाही, तर एकाग्रता, बेअरिंग, सहजता अशा अभिनयक्षमतेची गरज असते. नटानं स्वतःला साचेबंद भूमिकेत अडकवून घेऊ नये. एका चाकोरीतल्या या अभिनयामुळं तुमची हमखास लोकप्रिय कलावंताची एक प्रतिमा तयार होते. भरपूर प्रसिद्धी, कौतुक आणि पैसाही तुमच्या पदरात पडतो. पण नट म्हणून आपला कस, आपली इयत्ता वाढवायची असेल, तर अगदी वेगवेगळ्या भूमिकांमधून स्वतःला सिद्ध करून दाखवावं लागतं, हे विक्रमजींनी उदाहरणानं दाखवून दिलं.

'राहू केतू' उर्फ 'छुपे रुस्तम' या नाटकातला त्यांचा पोलीस इन्स्पेक्टरही असाच वेगळा होता. 'नकळत सारे घडले'मधला बटुमामा म्हणजे व्यक्तिमत्त्वाचं एक वेगळंच रसायन होतं. तो स्वतः अविवाहित आहे. त्यांच्याकडं त्यांचा एक किशोरवयातला भाचा रहायला येतो. त्याच्यासाठी एक स्त्री समुपदेशक तिथं येऊ लागते. तिच्या शिकवण्या, सांगण्यातून मामाला

भाच्याची वागणूक, त्याची संवेदना हळूहळू उशिरा जाणवते. हे सर्व या भूमिकेत अभिप्रेत आहे. मामाचं आणखी एक रूप म्हणजे, या घरात बायका जी कामं करत असतात, ती तो अगदी सहज, सफाईदार, स्त्रीसुलभ पद्धतीनं पार पाडत असतो. म्हणूनच ही भूमिका रंगमंचावर साकार करणं अगदीच अवघड होतं.

गायकाच्या बाबतीत, त्याचा गाता गळा त्याच्या 'दिल और दिमाग के बीच में होता है' असं म्हटलं जातं. तसा समतोल त्यांनी त्यांच्या नाटकातल्या भूमिका वठवताना सांभाळला.

'झोकून देणं आणि हातचं राखून ठेवणं या दोन्हीच्या मध्यावर मी अभिनयाचा तराजू ठेवतो. मी एक पंचाक्षरी सूत्र वापरून स्वत:ला कारण आणि प्रश्न विचारतो. का? काय? कुठं? कसं? केव्हा? या प्रश्नांच्या प्रामाणिक उत्तरातून मी तारतम्यानं भूमिकेतल्या अभिनयाचं प्रमाण ठरवतो.' असं ते म्हणतात.

'कमला' नाटकाचे प्रयोग करताना त्यांना प्रयोगशीलतेचं एक वेगळं समाधान मिळत होतं. या भूमिकेसाठी त्यांना त्या वर्षीच्या नाट्यदर्पणचा सर्वोत्कृष्ट अभिनेत्याचा पुरस्कारही मिळाला. त्यांनी 'कमला'चे अंदाजे १३० प्रयोग केले आणि महाराष्ट्र ढवळून निघाला.

त्यांच्यातल्या कलाकाराचा शोध ज्या नाटकातून त्यांना घ्यायला मिळाला, त्यापैकी एक 'बॅरिस्टर' हे नाटक, जे त्यांच्या नाट्यप्रवासातला 'मैलाचाच' नव्हे, तर 'मोलाचा' दगड ठरला. ही भूमिका जयवंत दळवींनी अनेक पैलू पाडून घडवलेली आहे. मनस्वी, हळवा; पण मनानं अस्थिर अशी व्यक्तिरेखा त्यांना जिवंत करायची होती. ते घर रूढी परंपरात रुजलेलं. त्यात रुतलेली मावशी आणि राधा. या वातावरणात फुलणारा आणि कोमेजणारा हा जीव. आता ती पात्रं 'कालबाह्य' वाटत असली, तरी आजही त्यातली चिरवेदना आपल्यात झिरपते. हे नाटक आपल्या आत्म्याशी संवाद करतं आणि आपल्या हळव्या जाणीवा जाग्या करतं. काही वर्षांपूर्वी त्यांनी 'बॅरिस्टर' हे नाटक दिग्दर्शित करून आपण एकेकाळी चिरस्मरणीय केलेली भूमिका शैलेश दातार या नटाकडून अप्रतिमपणे करवून घेतली होती.

सुरेश खरेलिखित 'सरगम' नाटक. या नाटकातील भूमिकेनं एक वेगळा अभ्यास आणि आभास निर्माण करण्याची कला त्यांच्यात जागवली. ती म्हणजे प्लेबॅकची. प्लेबॅक देणं आणि घेणं ही एक जिवंत कला आहे. हे नाटक रिॲलिटी शोमध्ये गाणाऱ्या बालकलाकारांचं नाटक आहे. त्यात त्यांची भूमिका बुजुर्ग, खानदानी, घरंदाज गायकाची होती. शास्त्रीय गाण्याची बैठक त्यांना सजवायची होती. गात नसले, तरी लहानपणापासून अगदी उत्तमोत्तम गायकांचं गाणं त्यांनी मन लावून आणि मनापासून ऐकलेलं होतं. ते गायक, गायिका, ते चेहरे, त्यांचे हावभाव, ओठांची हालचाल, गळ्याच्या ताणलेल्या शिरा हे सर्व आठवून रंगमंचावरच्या गाण्याच्या मैफलीत त्यांनी मांडी ठोकली. गायकाचा तो आभास व्यक्त करण्यात ते यशस्वी झाले, असं म्हणता येईल. कारण प्रत्यक्ष गानसरस्वती किशोरीताई अमोणकर त्यांच्या गाण्याचा हा अभिनय खराखुरा समजल्या. त्यांनी त्यांचं अभिनंदन केलं. हीच त्यांच्या अभिनयाची मोठी पावती आहे. विक्रम गोखले यांनी अपराध मीच केला, वेगळं व्हायचंय मला, जास्वंदी, स्वामी, महासागर, जावई माझा भला, बॅरिस्टर, दुसरा सामना, मकरंद राजाध्यक्ष, संकेत मिलनाचा,

खरं सांगायचं तर, आप्पा आणि बाप्पा, नकळत सारे घडले अशा बऱ्याच नाटकांमध्ये मुख्य भूमिका केल्या होत्या.

नाटकांसोबत त्यांनी अनेक चित्रपटातही वेगवेगळ्या भूमिका रंगवल्या. 'बाळा गाऊ कशी अंगाई' या चित्रपटात आशा काळे, नयनतारा, सतीश दुभाषी अशा कलाकारांच्या बरोबर त्यांची भूमिकाही प्रेक्षकांच्या स्मरणात राहिली. १९८९ मधील 'कळत नकळत' आणि १९९१ साली प्रदर्शित झालेल्या 'माहेरची साडी' या दोन्ही मराठी चित्रपटांत परस्परांहून वेगळ्या भूमिका त्यांनी ताकदीनं उभ्या केल्या. याशिवाय कुंकू, मुक्ता, लपंडाव या चित्रपटांतील त्यांच्या भूमिका गाजल्या. तसेच वऱ्हाडी आणि वाजंत्री, बिजली, आधारस्तंभ आदी चित्रपटांतही त्यांनी भूमिका साकारल्या. १९९४ मध्ये प्रदर्शित झालेल्या 'वजीर' या चित्रपटातील भूमिकेसाठी त्यांना फिल्मफेअर अवॉर्ड मिळालं. विक्रम गोखले यांनी स्वत: दिग्दर्शित केलेल्या 'आघात' या पहिल्याच चित्रपटासाठी त्यांना आंतरराष्ट्रीय पुरस्कार प्राप्त झाला. 'अनुमती' या मराठी चित्रपटातील भूमिकेसाठी त्यांना २०१३ मध्ये सर्वोत्कृष्ट अभिनेत्याचा राष्ट्रीय पुरस्कार मिळाला. तसेच कोल्हापूर इंटरनॅशनल फिल्म फेस्टिव्हल आणि न्यूयॉर्क इंटरनॅशनल फिल्म फेस्टिव्हलमध्येही त्यांना या चित्रपटातील अभिनयासाठी पुरस्कार प्राप्त झालेले आहेत.

नामांकित निर्मिती संस्थांच्या हिंदी चित्रपटांतही विक्रम गोखले यांनी आपल्या हिंदी शब्दोच्चारांनी आणि सहजसुंदर, परिपक्व अभिनयानं आपला ठसा उमटवला आहे. इन्साफ, खुदा गवाह, हम दिल दे चुके सनम, हे राम, भुलभुलैय्या, मदहोशी, तुम बिन, चैम्पियन, लाडला, हसते हसते, शाम घनश्याम, अग्निपथ, ईश्वर, सलीम लंगडे पे मत रो, मिशन ११ जुलै, गफला, धुवां, ये रास्ते है प्यार के या अशा अनेक हिंदी चित्रपटात त्यांनी वेगवेगळ्या धाटणीच्या भूमिका केल्या. कोणत्याही भूमिकेशी समरस होऊन ताकदीनं ती भूमिका जिवंत करण्याचं कसब त्यांच्याकडं आहे. कामावर असलेल्या निष्ठेनं आणि समर्पणानं त्यांनी हिंदी चित्रपटसृष्टीतही महत्त्वपूर्ण भूमिका केल्या.

ढाई अक्षर प्रेम के, जरा मुस्करा दो या हिंदी नाटकांशिवाय दूरदर्शन मालिकांमध्येही त्यांचा सहभाग होता. 'विरुद्ध' या मालिकेतील 'धीरेंद्रराय सिंघानिया' या त्यांनी साकारलेल्या भूमिकेची खूप चर्चा झाली. जीवनसाथी, संजीवनी, मेरा नाम करेगी रोशन या हिंदी मालिका आणि 'या सुखांनो या', 'अग्निहोत्र' या मराठी मालिकांमध्येही त्यांनी अभिनय केलेला आहे. अभिनय क्षेत्रात भारदस्त कामगिरी करतानाही सामाजिक भान आणि खरेपणा जपणाऱ्या या मनस्वी कलाकारानं पब्लिक चॅरीटेबल ट्रस्टची स्थापना केलेली आहे. तसेच त्यांना छायाचित्रणाचाही छंद आहे. चित्रपट, नाटक आणि दूरदर्शन मालिकांमध्येही व्यग्र असले, तरी एक कलाकार म्हणून आणि एक माणूस म्हणून त्यांच्याकडं सभोवतालचं भान आणि चिंतन निश्चित आहे.

नटश्रेष्ठ जयशंकर दानवे म्हणजे माझे पप्पा. त्यांच्या १७ व्या स्मृतिदिनानिमित्त (२४ ऑगस्ट २००३) आम्ही सिने-नाट्य सृष्टीचे अभिजात कलावंत श्री. विक्रम गोखले यांना आमंत्रण दिलं होतं. तेव्हा त्यांनी आपल्या मनोगतात म्हटलं होतं,

"गेली २-३ वर्षं दानवेकाकांच्या स्मृतीला उजाळा मिळणाऱ्या या कार्यक्रमाला हजर राहण्याचा मी खूप प्रयत्न करत होतो. यावर्षी हा योग जुळून आला, हे माझं भाग्य आहे. दानवेकाकांची आणि माझी पहिली ओळख १९६४ किंवा १९६५ साली मुंबईला शिवाजी मंदिरात एका तालमीच्या ठिकाणी झाली. 'रायगड गातो शंभू गाथा' नावाचं नाटक दानवेकाका दिग्दर्शित करत होते. तोपर्यंत रंगभूमीत व्यावसायिक नट म्हणून माझा जन्मही झाला नव्हता. अनेकवेळा मी दानवेकाकांना भेटलो आहे. त्यांनी माझं काम पाहून वेळोवेळी शाबासकी दिली आहे. असा हा सत्शील कलावंत अन् शिस्तप्रिय दिग्दर्शक, मी अतिशय नवीन होतो तेव्हा मला लाभला होता."

कार्यक्रमाच्या शेवटी त्यांनी रंगमंचावर 'नकळत सारे घडले' या नाटकातील 'बटूमामा नेने' या भूमिकेचं स्वगत प्रेक्षकांना ऐकवलं. स्वत: न रडताही प्रेक्षकांच्या काळजाला हात घालण्याचं प्रभावी अभिनयाचं प्रात्यक्षिक त्यांनी दाखवलं. संध्याकाळच्या वेळी मारवा, पूरिया व पूरिया धनश्री यांसारखे राग ऐकताना, ऐकणाऱ्याच्या मनातील व्याकुळता अश्रूंच्या रूपानं बाहेर येते. नेमकं हेच सामर्थ्य विक्रम गोखलेंच्या अभिनयात आहे. जेव्हा त्यांचा अभिनय संपतो, तेव्हा रसिक त्या भावसमाधीतून बाहेर येतो आणि रिलॅक्स झालेला असतो. या त्यांच्या अभिनय सामर्थ्याची प्रचिती आम्हाला त्यादिवशी आली.

ते म्हणतात, "आज कला विश्वात, सांस्कृतिक विश्वात, सामाजिक जीवनविश्वात मी जो कोणी आणि जिथं काही आहे, तो मी, माझी खरोखरच तितकी योग्यता आहे म्हणून आहे,की भोवतालानं तिथं नेऊन ती ती लेबल्स मला लावली आहेत, म्हणून मी तसा आणि त्या तोऱ्यात मिरवतो आहे, याबाबत सर्वंकष विचार मी करतो. खूप भूमिका करून झाल्यात, अजूनही करतोच आहे. मात्र अभिनयाचा हा वसा असाच पुढं जायला हवा. आतापर्यंतच्या अनुभवातून नव्या पिढीला सर्वांगीण स्वरूपानं नाट्य प्रशिक्षण देण्याचं स्कूल मी सध्या चालवतो आहे."

त्यांनी होता होईतो नाटकात राहत, साधारण नाटकातल्याही शक्यता चाचपून बघत रंगभूमीशी नातं राखलं. त्यांच्या या इमानाला सलाम करत त्यांच्या आजवरच्या कामगिरीविषयी आपण रसिकांनी कृतज्ञ राहिलं पाहिजे.

चित्र-नाट्यसृष्टीचे तेजस्वी पर्व

जयशंकर दानवे

**'माणूस आपल्याबरोबर जे घेऊन फिरतो, ते त्याचं अस्तित्व असतं,
आणि त्याच्या माघारी जे चर्चिलं जातं, ते त्याचं व्यक्तिमत्त्व असतं,
व्यक्तिमत्त्व जर स्वच्छ आणि सुंदर असेल, तर त्याच्या अस्तित्वालासुद्धा
नेहमीच लोकांचा मुजरा असतो... आदराचा-मानाचा-अगदी मनापासून!'**

आयुष्यभर अभिनयकलेची जवळजवळ पाच तपं व्रतस्थपणे सेवा करून मराठी चित्र-नाट्य सृष्टीच्या कळसावर विराजमान झालेले, अभिजात शिष्य कलावंतांच्या मांदियाळीत पताका घेऊन पुढं असणारे, साक्षात नटराजाच्या नावानं नामांकित झालेले आणि रसिकांच्या हृदयसिंहासनावर राज्य करणाऱ्या अभिनेत्यांच्या परंपरेतील कलाकार म्हणजे नटश्रेष्ठ जयशंकर दानवे. हे सिने-नाट्य सृष्टीच्या अतिविशाल पटलावर आपली नाममुद्रा उमटवणाऱ्या कलावंतापैकी एक होत.

'खुदी को कर बुलंद इतना, की हर तहरीर से पहले, खुदा बंदेसे खुद पुछे की बता तेरी रजा क्या है।' अशी प्रचंड इच्छाशक्ती लाभलेले, सिने-नाट्य क्षेत्रात पाच तपं कार्यरत असणारे माझे वडील हे माझं प्रेरणास्थान. **'जगात येताना आपल्याकडे देह असतो, नाव नसतं. जग सोडताना मात्र नाव असतं, देह नसतो. मिळालेल्या देहाचं नावात रूपांतर करण्याचा हा जो प्रवास आहे, तो म्हणजे आयुष्य.'**

हे आयुष्य प्रगल्भ करणारी अनेक व्यक्तिमत्त्वं असतात, त्यातील एक होते माझे पप्पा.

**'गात गात जाईन मी, जाता जाता गाईन मी
मी गेल्यावर या दुनियेतील गीतामधुनी राहीन मी'**

अशी सार्थ आणि आर्त साद घालणारे कुसुमाग्रज म्हणजेच आपले वि. वा. शिरवाडकर यांनी अत्यंत सुंदर शब्दांमधून व्यक्त केलेले हे विचार एका कलाकारासाठी समर्पक वाटतात. कारण पाच तपं म्हणजे, जवळजवळ साठ वर्षं या कलाकारानं आपल्या नाटक-सिनेमाच्या

माध्यमातून कधी नायक, कधी खलनायक, तर कधी चरित्र अभिनेता रंगवलेला आहे. नाट्यदिग्दर्शक म्हणून तर ते सर्वांनाच परिचित आहेत. ते नाटकमंडळीत 'दानवे काका' म्हणून प्रसिद्ध होते. सिनेमा वा नाटकातले त्यांचे सीन किती आहेत, यापेक्षा तेवढ्याच स्पेसमध्ये ते जे अभिनय करायचे तो जबरदस्त असायचा. कलाकार म्हणून जीवन व्यतीत करणाऱ्या कलाकाराचं मोजमाप यापेक्षा अधिक कोणत्या शब्दात होईल? हे होतं एका अभिनेत्याच्या अभिनयाचं सामर्थ्य.

१ मार्च १९११ रोजी महाशिवरात्रीला या कलाकाराचा पुणे इथं जन्म झाला. म्हणूनच त्यांचं नाव शंकर ठेवलं होतं अन् पुढील काळात जयप्रभा स्टुडीओत भालजी पेंढारकरांच्या चित्रपटासाठी खलनायक आणि साहाय्यक दिग्दर्शक म्हणून काम सुरू करताना बाबांनीच त्यांचं नामकरण करून त्यांना 'जयशंकर' हे नाव बहाल केलं. तेव्हापासून याच नावानं ते प्रसिद्ध झाले. त्यांचा जन्म झाला त्यावेळचा समाज होता, सिनेमा-नाटकात काम करणं हे दरिद्री लक्षण मानणारा! अशावेळी अवघ्या बाराव्या वर्षी कलाकार होण्याचं ध्येय मनी बाळगून नाटकाच्या वेडापायी घरादारावर तुळशीपत्र ठेवणाऱ्या या कलाकारानं कलाक्षेत्र हेच आपलं घर मानलं आणि संघर्षमय जीवन जगत, कलाक्षेत्रात मुक्त विहार केला. या कलाकाराला लहानपणापासूनच सिनेमा-नाटकांचं इतकं वेड, की त्यासाठी १२ व्या वर्षी घरातून पळून जाऊन आर्य सुबोध नाटक मंडळीत सामील होण्याएवढं धैर्य त्यांच्यात होतं. पायांना खुणावणाऱ्या वाटा तर अनेक असतात; पण त्या वाटांमधली आपली प्राक्तनवाट कोणती असेल? कोणती वाट आपलीशी करायची? हे त्यांना लहान वयात कसं कळलं असेल, याचं आश्चर्य वाटतं. पण त्यांची प्राक्तनवाट तीच होती. त्यानंतर आपल्या अभिनयाची वाट त्यांना सापडली. या चंदेरी, सोनेरी दुनियेत नायक, खलनायक, चरित्र नायक आणि दिग्दर्शकाच्या भूमिकेतून त्यांनी रसिकांच्या काळजाला हात घातला. त्या काळी नाटक-सिनेमा म्हणजे धर्म म्हणून जगलेल्या मंडळींपैकी हा एक कलाकार.

'न मिला हैं न मिलेगा मुझे आराम कहीं
मैं मुसाफिर हूं मेरी सुबह कहीं शाम कहीं'

हे टायटल 'साँग ऑफ लाईफ' वाटावं अशाप्रकारे सातत्यानं कलेच्या प्रांतात मुशाफिरी करत सर्वांना आनंद देणारा हा कलावंत. मराठी चित्रपट-नाट्यसृष्टी अविरतपणे चिरंतन जगावी यासाठी व्रतस्थपणे जगणारा, 'निर्व्यसनी' हा दुर्मिळ गुण असणारा हा चौफेर कलावंत. नाटक ते मूकपट आणि मूकपट ते बोलपट असा अविरत साठ वर्षांचा त्यांचा कलाप्रवास पाहिल्यावर लक्षात येतं की, त्यांचं आयुष्य म्हणजे अविरत कष्ट, सततचा संघर्ष, अखंड परिश्रम, एकनिष्ठ गुरुसेवा आणि नाट्य-सिनेसृष्टीबाबतची अविचल श्रद्धा याची कहाणी आहे. हा कलाकार रंगभूमीच्या माध्यमातून रुपेरी पडद्यावर आला. प्रथम तो उर्दू, हिंदी, मराठी नाटकं बसवणाऱ्या आर्य सुबोध नाटक मंडळीत सामील झाला. आर्य सुबोध नाट्यसंस्थेच्या रंगभूमीवर हिंदी, उर्दू आणि मराठीतून प्रमुख नट म्हणून दर महिन्याला वेगवेगळी २० नाटकं तो सादर करू लागला. ही नाटकं होती पौराणिक, ऐतिहासिक आणि सामाजिक. या सर्व प्रकारच्या नाटकांत त्यानं

वेगवेगळ्या प्रकारच्या भूमिका चोख बजावल्या. त्यावेळी उर्दू-हिंदी भाषेवर प्रभुत्व असणारे ज्यू धर्माचे गुरु बेंजामिन हे त्याचे दिग्दर्शक होते. त्यांनी त्याला मुलगा मानलं, त्याला घडवलं. तिथंच तो लहानाचा मोठा झाला.

मग ही नाटकमंडळी हेच त्याचं घर बनलं. साभिनय नृत्य, दिग्दर्शन, नेपथ्य, रंगमंचीय व्यवस्था, मेकअप इतकंच नाही, तर ऐतिहासिक ड्रेपरी डिझाईन करून शिवणं इ. नाटकाच्या प्रत्येक डिपार्टमेंटचं शिक्षण घेतलेला हा कलावंत. तिथंच तो मनानं खंबीर आणि परिपक्व झाला. तारुण्यात पदार्पण करताच 'हॅम्लेट' या जगप्रसिद्ध नाटकाचे असंख्य प्रयोग या कलाकाराला सादर करता आले, ही एक भाग्याची गोष्ट होय. 'हॅम्लेट' या नाटकाचा उल्लेख झाल्याशिवाय त्यांचा कलात्मक नाट्य जीवनपट सुरूच होऊ शकत नाही. त्यांच्या एकूण नाट्यप्रवासात मैलाचा दगड ठरावा, असं या नाटकाचं कर्तृत्व आहे. या उर्दू नाटकात त्यांनी त्याकाळी हॅम्लेटसह त्याची आई, त्याची पत्नी अशी पात्रंही केसांचे विग बदलून मंचावर सादर केली. औरंगाबाद, हैदराबाद, मद्रास, नाशिक, बेळगाव अशा अनेक ठिकाणी प्रयोग करून त्यांनी उर्दू-हिंदी-मराठी नाटकांद्वारे रसिकांचं मनोरंजन केलं. या काळात हिंदी चित्रपटसृष्टी गाजवणाऱ्या 'सोहराब मोदी'सारख्या दिग्गज कलाकारालासुद्धा पहिला मेकअप करून त्यांनी अभिनयाचं मार्गदर्शन केलं.

जेव्हा सिनेमाचं युग आलं, तेव्हा हिंदी-उर्दू भाषेची शिदोरी घेऊन या कलाकाराचं संचित त्याला थेट शालिनी सिनेटोन, सरस्वती सिनेटोन आणि जयप्रभा स्टुडीओत घेऊन आलं. त्याकाळात कोल्हापूरचं कलावैभव असणारे बाबुराव पेंटर तसेच दिग्दर्शनातले 'दादा' दादासाहेब तोरणे, चित्रपटांचे मेरुमणी दिनकर द. पाटील यांचा सहवास त्यांना लाभला आणि त्यांनी दिगज्जांकडून मिळालेली अभिनयाची शिदोरी वाटायला सुरुवात केली. पुढं या कलाकाराला भालजी पेंढारकरांसारखं सावलीचं झाडही भेटलं. इथं ते भालजी पेंढारकरांचे साहाय्यक दिग्दर्शक व अभिजात खलनायक म्हणून नावारूपाला आले.

स्टुडीओत येणारा कलाकार प्रथम दानवेंच्या तालमीत तयार व्हायचा आणि मग भालजीबाबांसमोर उभा करायचा, असा त्या काळचा शिरस्ता होता. जयप्रभा स्टुडीओत त्यावेळी पहिल्या मजल्यावर तालीम हॉल होता. भालजीबाबांना कलाकारांना अभिनय शिकवण्यासाठी एका शिक्षकाची गरज होती, ती दानवेंच्याकरवी पूर्ण झाली. सगळ्या कलाकारांना मराठी, हिंदी-उर्दू भाषांचे उच्चार शिकवणं, शब्दांचे उतार-चढाव शिकवणं, अभिनय शिकवणं, रंगमंचावर कशा पद्धतीनं उभं राहायचं याचा सराव करून घेणं या सर्व गोष्टी दानवे करत. मुंबईहून खास आलेल्या नामांकित कलाकारांना हे फार जड जाई. पण त्या कलाकाराला आपली लोकप्रियता स्टुडीओबाहेर ठेवून भालजीबाबांचा उजवा हात असणाऱ्या जयशंकर दानवेंच्या शाब्दिक छडीचा आस्वाद घ्यावाच लागे. हे काम अवघड होतं; पण त्यांना करावंच लागे. कारण तालमीत त्यांना हयगय चालत नसे. त्यामुळं अनेक नामवंत कलाकारांचे ते पाथेय ठरले.

शोमॅन राजकपूरना मेकअप करून चिपळ्यांच्या तालावर अभिनय शिकवून त्यांनी

भालजींच्यापुढं उभा केला. त्यांच्या आग्रहावरूनच 'वाल्मिकी' चित्रपटात निळ्या डोळ्यांचा नारद राजकपूरनी साकारला. त्यामुळं अभिनयाचं शिक्षण देणारा राजकपूर यांचा हाच पहिला शिक्षक. १९४४ च्या 'वाल्मिकी' चित्रपटाच्यावेळी पृथ्वीराज कपूरसारख्या उर्दू, हिंदी कलाकारासोबत दानवेंची उठबस असे. अशावेळी केवळ १६ वर्षांच्या राजकपूरना दानवेंनी नारदाचा मेकअप, संवाद आणि अभिनय शिकवून भालजीबाबांसमोर उभं केलं, तेव्हा प्रत्यक्ष पृथ्वीराजसुद्धा आपल्या मुलाला ओळखू शकले नाहीत. ही रिअल फॅक्ट आहे, जी आता इतिहासजमा झाली आहे. पण सिनेसृष्टीला निळ्या डोळ्यांचा नारद देऊन त्या निमित्तानं भारतीय चित्रपटाच्या पडद्याला राजकपूर नावाचं सुंदर स्वप्न देण्यात दानवेंचंही योगदान आहे.

मराठीबरोबरच हिंदी चित्रपटसृष्टी गाजवणाऱ्या सुलोचनाबाईंना चालणं, बोलणं, उभारणं यापासून अभिनयाची ओळख करून देऊन स्वत: दिग्दर्शित केलेल्या 'करीन ती पूर्व' या नाटकातून रंगमंचावर पहिली संधी दिली. त्यानंतर 'जयभवानी' या स्वत: दिग्दर्शन केलेल्या चित्रपटाद्वारे अभिनेत्री म्हणून पहिली संधी देणारा हाच तो सुलोचनादीदींचा पहिला दिग्दर्शक. तसेच मराठी सृष्टीसोबत हिंदी चित्रपट सृष्टी गाजवणारे रमेश देव यांनाही प्रथम अभिनय शिकवणारा आणि 'ऐका हो ऐका' नाटकात गणपत पाटील यांना 'नाच्या' या व्यक्तिरेखेची पहिली ओळख करून देणारा हाच तो दिग्दर्शक. विक्रम गोखले यांच्यासारख्या अभिनय सम्राटाला १९६४-६५ साली 'रायगड गातो शंभू गाथा' नाटकासाठी हात धरून अभिनय शिकवणारा हाच तो सत्शील कलावंत अन् शिस्तप्रिय दिग्दर्शक. लहान वयात घराचं छत्र स्वतःहून दूर सारलेल्या या कलाकारानं आपल्या खलनायकी अभिनयाची आणि दिग्दर्शनाची एक वेगळी वाट स्वत: निर्माण केली अन् आपल्यासोबत इतर अनेक कलाकारांचा अभिनय प्रगल्भ करण्याचा वसा घेतला. कारण...

'सजगतेने पाहिलेलं स्वप्न विस्कटलं तरी विरत नाही
आणि कितीही अडसर पडले, तरी उजाडायचं थांबत नाही'

दिग्दर्शक म्हणून काम करताना आपल्या मधल्या कलाकाराला त्यांनी जागरूक ठेवलं आणि खलनायकी नाममुद्रा आपल्याच नावावर कोरली. स्वतःची कला पुढील काळात खलनायक म्हणून जवळजवळ ७० चित्रपटांत जोपासली.

सावकारी पाश, उषा, प्रतिभा, नागानंद, माझी आई, भगवा झेंडा, माझी लाडकी, राजा गोपीचंद, मीठभाकर, सुनबाई, सासुरवास, भाव तेथे देव, नायकिणीचा सज्जा, गाठ पडली ठका ठका, महाराणी येसूबाई, सांगू नगं कुणाला, ईश्वरी न्याय, फुलपाखरू, माय बहिणी, पाटलाचा पोर, फकीरा, सुभद्राहरण, संत कान्होपात्रा, जयभवानी, छत्रपती शिवाजी, स्वराज्याचा शिलेदार, शिवा रामोशी, मोहित्यांची मंजुळा, मराठा तितुका मेळवावा, रायगडचा राजबंदी, सुरंगा म्हनत्यात मला, मी दारू सोडली, शिलंगणाचे सोने, बहिर्जी नाईक, किती हसाल, थोरातांची कमळा, नवरदेव, नारद नारदी, गोरखनाथ, देवयानी, स्वराज्याच्या सीमेवर, वरदक्षिणा, कोर्टाची पायरी, धन्य ते संताजी धनाजी, झाला महार पंढरीनाथ, लाखात अशी देखणी, एक माती अनेक नाती, रंगू बाजारला जाते, डोंगरची मैना, सख्या सजणा, आम्ही

जातो अमुच्या गावा, गावची इज्जत, धनंजय, आंधळा मारतो डोळा, जावई माझा भला, प्रीत तुझी माझी अशा असंख्य चित्रपटांतून आपल्या खलनायकी अभिनयाचा ठसा उमटवणारा हा कलाकार. आज मूल्यमापनाचे निकष बदलले असले, तरी भूतकाळावर ठसा उमटवणारा तो यशस्वी कलाकार होता. तसेच हिंदी चित्रपटही त्यांनी केले. उदा. असिरे हवीस, वाल्मिकी, सच है, आवाज, अलख निरंजन, सुवर्णभूमी, जीना सिखो, छत्रपती शिवाजी, सोहाग, महारथी कर्ण इ.

चित्रपटाच्या सान्निध्यात राहूनही आपलं पहिलं प्रेम नाटक आहे, हे ते विसरले नाहीत आणि सिनेमाप्रमाणेच नाटक या माध्यमावरसुद्धा त्यांनी आपली पकड ठेवली. कोल्हापुरातील करवीर नाट्य मंडळ, करवीर नगर वाचन मंदिर, मेडिकल असोसिएशन, देवल क्लब, कोल्हापूर शुगर मिल, पद्माराजे गर्ल्स हायस्कूल, न्यू हायस्कूल, विवेकानंद कॉलेज अशा वेगवेगळ्या कितीतरी संस्थेच्या माध्यमातून नाट्यदिग्दर्शक म्हणून साठ वर्षांच्या कारकिर्दीत कालाचा संदेश, कायदेभंग, बंदा रुपाया, माणूस नावाचे बेट, राणीचा बाग, रायगडला जेव्हा जाग येते, बेबंदशाही, भाऊबंदकी, आग्र्याहून सुटका, सं. शारदा, शितू, सं. स्वयंवर, सं. सौभद्र, सं. संशयकल्लोळ, सं. मानापमान, सं. एकच प्याला, सं. महाश्वेता, पुण्यप्रभाव, जानकी, सं. मृच्छकटीक, झाशीची राणी, दुसरा पेशवा, तोतयाचे बंड, सं. जयदेव, लोकशाहीर प्रभाकर, खडाष्टक, पैंजणात गुंतला कविराज, हौसे नवसे गवसे, नवीन कल्पना, करीन ती पूर्व, भावबंधन, प्रेमसंन्यास, कीचकवध, बाजबहाद्दर, सुंदर मी होणार, ऐका हो ऐका, कांचनमृग, मी लता तू कल्पतरू, सूडानं चेतला वन्ही, वीज म्हणाली धरतीला, वरचा मजला रिकामा अशी जवळजवळ १३४ नाटकं आपल्या कारकिर्दीत अभिनीत व दिग्दर्शित केली आणि त्याचे असंख्य प्रयोगही केले.

या सिने-नाटकाद्वारे त्यांनी शिष्य परंपरा निर्माण केली. रमेश देव, जयश्री गडकर, पद्मा चव्हाण, सूर्यकांत, चंद्रकांत, शांता आपटे, शांता जोग, राजशेखर, बाळ धुरी अशा अनेक मान्यवरांचे पाथेय ठरलेले जयशंकर दानवे. अगदी रमेश देव यांनीसुद्धा ‘सर्जा’ चित्रपटाच्यावेळी अभिनय शिकवण्यासाठी पूजा पवार या नवीन नायिकेला दानवेंच्या घरी पाठवलं होतं. त्यावेळी स्वत:च्या वयाचं भान न ठेवता रमेश देवच्या सांगण्यावरून त्यांनी सर्जा चित्रपटासाठी या नवोदित अभिनेत्रीला घरी बोलावून तिला तयार करून घेतलं. त्यावेळी त्यांचं वय होतं ७५. तसेच प्रसिद्ध अभिनेत्री उषा नाईकला ती नवोदित असताना ‘पैंजणात गुंतला कविराज’ या नाटकासाठी तिला घरी बोलवून अभिनय शिकवला. यावरून त्यांच्या अभिनय शिक्षणाला दाद द्यावीशी वाटते.

या क्षेत्रात कलेशी इमान राखणारे आणि निर्व्यसनी शिक्षक म्हणून ते प्रसिद्ध होते. स्टुडीओच्या बॅनरचं नाव होत असल्यानं त्यावेळी दानवेंचं नाव गुलदस्त्यातच राहिलं. त्यांचं कार्यकर्तृत्व जगापुढं आलंच नाही. पण इसाक मुजावर, बापू वाटवे अशा मुरलेल्या समीक्षकांनी त्यांचं वेळोवेळी अभिनंदन केलं. कारण त्यावेळी जयप्रभा स्टुडीओ म्हणजे अभिनयाची सर्व अंगं शिकवणारी प्रशिक्षण शाळाच होती. **‘मैंने जो संग तराशा, वो खुदा हो बैठा’** मूर्ती

घडवल्यानंतर पूजा मूर्तीची होते, मूर्तीकाराची नाही. दिग्दर्शक म्हणून त्यांची अशीच अवस्था होती. अनेक कलाकार स्वहस्ते घडवून त्याचं श्रेय मात्र त्यांना मिळालं नाही. भालजीबाबांना मदत करताना आपला आर्थिक फायदा काय होतोय किंवा एखादा कलाकार आपण कष्टानं शिकवून तयार झाल्यावर तो आपलं नावही घेत नाही, याची त्यांना कधीच खंत वाटली नाही. कारण त्यांची भालजींच्यावर अतूट श्रद्धा होती. वर्षानुवर्षं चेहऱ्यावर मेकअप करूनसुद्धा बेगडी दिमाखाला न भुलणारा आणि स्वत:चा खरा चेहरा हरवू न देणारा हा कलाकार. ते म्हणत,

'मेरा चलन जमाने से निराला हैं,मैंने हर गम खुशी में ढाला हैं
लोग जिन हदसों से मरते हैं,मुझको उन हदसों ने पाला हैं'

त्याकाळी तंत्रज्ञान आजएवढं प्रगल्भ नसल्यानं आपण त्यांच्या नाटकांबद्दल फक्त ऐकू शकतो. पाहू शकत नाही. पण त्या काळातील त्यांची यशस्वीता नाकारू शकत नाही. शेवटी लोकांच्या हृदयात जिवंत असणं महत्त्वाचं. हिंदी-उर्दूवर प्रभुत्व असल्यानं पृथ्वीराज कपूरसारखा मित्र आग्रह करत असताना आणि हिंदी चित्रपटसृष्टी खुणावत असतानाही ते कोल्हापूर सोडून मुंबईच्या समुद्रात गेले नाहीत, ते केवळ भालजींच्यावरील निष्ठेपायी. आजकाल या निष्ठा मूर्खपणा म्हणून अव्हेरल्या जातात.

१९८५ साली कोल्हापुरात सूर्यकांत, चंद्रकांत यांसारखे कलाकार आणि दिग्दर्शक अनंत माने यांच्या अध्यक्षतेखाली या कलाकाराचा अमृतमहोत्सव संपन्न झाला. त्यावेळी १९२५ सालचे 'हॅम्लेट' नाटकाचे उर्दू संवाद त्यांनी त्या वयात रंगमंचावर खडान् खडा म्हणून दाखवले. त्यांचा तो आवेश, त्यांची ती शब्दफेक आणि उर्दू स्वगत ऐकून समोरचे प्रेक्षक भारावून गेले. नाटक-सिनेमा हा त्यांचा श्वास होता, ध्यास होता. हाच ठेवा त्यांच्यासाठी अनमोल होता. त्यांनी 'हिरवी चादर रुपेरी पडदा' या आत्मचरित्रात हे सर्व लिहून ठेवले होते.

स्वातंत्र्यवीर सावरकर, शाहू महाराज, पृथ्वीराज कपूर, बालगंधर्व या दिग्गजांनी त्यांच्या नाटकांची आणि अभिनयाची प्रशंसा केली होती. चित्रपट आणि नाटक या दोन्ही माध्यमांवर पकड असणारे ते कलावंत होते. आपल्या नजरेच्या धाकानं किंवा छद्मी हास्यानं समोरच्या माणसाला गार करणारा खलनायक त्यांनी रंगवला. ते नुसते नट राहिले नाहीत, तर त्यांनी टाकीचे घाव घालून कलाकार घडवण्याचं महत्त्वाचं कामही केलं, हे विसरून चालणार नाही. 'जयशंकर' हा पंचाक्षरी मंत्र बनावा, एवढी त्यांनी चित्रपट आणि नाट्यसृष्टीची सेवा केली. स्वत:चं ध्येय समोर ठेवून चालणाऱ्या या कलाकाराच्या समर्पणामुळं आज अनेक कलावंत नावारूपाला आलेले दिसतात. 'व्हेन आय गिव्ह, आय गिव्ह ऑल.' असा समर्पणाचा त्यांचा पिंड होता.

'कलाकार पारितोषिकांचा मानकरी झाला, की तुमचे श्रमही विसरतो. या बेईमान लोकांना तुम्ही मदत का करता?' असा प्रश्न विचाराताच त्यांनी उत्तर दिलं होतं की,

'मदतीसाठी पुढं केलेला हात हा प्रार्थनेसाठी जोडलेल्या दोन हातांपेक्षा केव्हाही श्रेष्ठ असतो.' यावरून त्या कलावंतातला चांगला माणूसही दृष्टीस पडतो.

कोल्हापूरच्या मातीतला जणू कोहिनूर हिराच! मराठी सिने-नाट्यसृष्टीच्या इतिहासातील

एक मानाचं पान. फुलांचं निर्माल्य झालं, तरी गाभाऱ्यातील परिमल विनम्रपणे शिवमुनीची स्तोत्रे सूक्ष्म रूपानं प्रसारित करत राहतो असं म्हणतात. त्याप्रमाणं कलाकार अनंतात विलीन झाला, तरी त्याच्या कलेचा आस्वाद रसिकांना अनंत काळापर्यंत मिळत राहतो.

'गंध विरेल,पाकळी गळेल

पण एक खूण मागे ठेवेल'

असं असतं कलाकाररूपी फुलाचं!

लहान वयात कलेची इवलीशी ज्योत त्यांच्या मनात प्रज्वलित झाली अन् ६० वर्षांचा अभिनय क्षेत्रातला प्रवास त्यांनी पूर्ण केला. अगदी समाधानानं, तृप्त मनानं. १९८६ पर्यंत दिग्दर्शनात कार्यरत राहून, आपल्याकडची अभिनयाची शिदोरी वाटून, आपलं संचित पूर्ण करून अगदी समाधानानं हा कलाकार सुस्थितीत ३ सप्टेंबर १९८६ रोजी अनंतात विलीन झाला.

या कलाकारानं लिहून ठेवलेलं त्याचं 'हिरवी चादर रुपेरी पडदा' हे आत्मचरित्र, ते गेल्यानंतर तेरा वर्षांनी म्हणजे १९९९ साली त्यांच्या लिखित साहित्यात सापडलं. त्यांचं कलाकर्तृत्व पाहून आम्ही भावंडांनी हा चरित्रग्रंथ प्रकाशित केला. त्या प्रकाशन समारंभात प्रसिद्ध लेखक शन्ना नवरे, साहित्यिका माधवी देसाई, दै. सकाळचे संपादक अनंत दीक्षित मंचावर होते. आपल्या भाषणात माधवीताई म्हणाल्या होत्या,

"दानवे जर मुंबईत गेले असते, तर प्राण यांची छुट्टी झाली असती अन् प्रेमचोप्रा जन्मालाच आला नसता. पण ते कोल्हापूरला राहिले, म्हणून असंख्य कलाकार घडवू शकले. एक काळ असा होता की, सिनेमा-नाटकात कलाकारांची जी फौज उभी होती, ती दानवेंच्या दिग्दर्शनातून तावूनसुलाखून बाहेर पडली होती. कोल्हापुरात नाटकांचा पाया बळकट करणारा हाच तो वटवृक्ष."

या कलाकाराकडं असणारे महत्त्वाचे गुण म्हणजे निष्ठा आणि या क्षेत्रात न आढळणारा गुण म्हणजे निर्व्यसनीपणा. म्हणूनच त्यांच्या मुलांच्या अभिमानास हा कलाकार पात्र ठरला. आम्ही भावंडांनी विचार केला की, अप्रसिद्धीच्या झोतात राहून या कलाकारानं किती कलाकारांचा शोध घेऊन त्यांना प्रसिद्धीच्या शिखरावर विराजमान केलं आहे, हे जगाला कळलंच पाहिजे. लोकांनी त्यांना श्रेय दिलं नाही, तरी आपण ते त्यांना मिळवून द्यायचं अन् या ध्यासापोटी आम्ही त्यांचे स्मृतीदिन करू लागलो.

दानवे परिवारामार्फत पुढील काळात १९८७ ते २०१० पर्यंत २५ वर्षं कोल्हापुरात त्यांचे स्मृतीदिन संपन्न झाले. त्यावेळी विक्रम गोखले, प्रभाकर पणशीकर, मोहन जोशींसारखे कलाकार तसेच शिरीष कणेकर, व. पु. काळे, द. मा. मिरासदार, रामदास फुटाणे, फ. मुं. शिंदे, श्याम भुर्के, सुधीर गाडगीळ यांसारख्या साहित्यिकांनी आपल्या कार्यक्रमाद्वारे त्यांच्या आठवणींची ज्योत तेवती ठेवण्याचा प्रयत्न केला.

त्यावेळी व. पु. काळे म्हणाले होते,

"दुधात केशर किती घालतात? एखादी काडी! पण संपूर्ण दुधाचा रंग बदलण्याची ताकद

आणि सुगंध देण्याची क्षमता त्या एका केशराच्या काडीत असते. तसं दानवेंचं चित्रपटात वा नाटकात काम केवढंही असो; पण या कलाकाराचं जेवढं दर्शन होईल, त्यावरून त्याच्या अभिनयाची चुणूक जाणवते."

मी त्यांच्या 'हिरवी चादर रुपेरी पडदा' या आत्मचरित्राचा आधार घेऊन 'कलायात्री' चरित्र ग्रंथातून हे सर्व नवीन पिढीपर्यंत पोहोचवण्याचं ठरवलं आणि हा चरित्रग्रंथ आम्ही परिवारातर्फे प्रकाशित केला. १ मार्च २०१० ला त्यांच्या जयंतीनिमित्त प्रसिद्ध ज्येष्ठ गीतकार जगदीश खेबूडकर आणि ज्येष्ठ निर्माते-दिग्दर्शक चंद्रकांत जोशी यांच्या उपस्थितीत 'कलायात्री' चरित्रग्रंथाचं प्रकाशन झालं. पुढील काळात महाराष्ट्र आणि महाराष्ट्राबाहेर या ग्रंथाला दहा पुरस्कार लाभले. २०१०-११ हे त्यांचं जन्मशताब्दी वर्ष कोल्हापुरातील १५ मान्यवर संस्थांनी साजरं केलं. त्यावेळी दरवर्षी सिने-नाट्यसृष्टीतील दिग्गजांना 'नटश्रेष्ठ जयशंकर दानवे कलायात्री पुरस्कार' देण्याची योजना समोर आली. त्यानुसार २०११ पासून ते २०२२ पर्यंत दिलीप प्रभावळकर, डॉ. मोहन आगाशे, सदाशिव अमरापूरकर, शरद पोंक्षे, अरुण नलावडे, सुबोध भावे, प्रशांत दामले, डॉ. गिरीश ओक, भरत जाधव, अविनाश व ऐश्वर्या नारकर, महेश कोठारे आणि सचिन खेडेकर अशा दिग्गज कलाकारांना या पुरस्कारानं सन्मानित केलं.

आज मला सांगायला अभिमान वाटतो की, हा आमचा 'कलायात्री पुरस्कार' सोहळा आज कोल्हापुरातील एक मोठा सांस्कृतिक कार्यक्रम म्हणून गणला जातो. त्यांच्या निर्व्यसनी आणि स्पष्ट स्वभावामुळं ते सिने-नाट्यक्षेत्रात कुठल्याही ग्रुपमध्ये सहभागी झाले नाहीत आणि म्हणूनच ते मागं राहिले. पण आज मला अभिमान वाटतो की, भले भले कलाकार त्यांची आठवण काढतात. त्यांचं कलाकर्तृत्व पाहून भारावतात आणि त्यांच्या नावे मिळणारा पुरस्कार स्वीकारताना त्यांची दिग्दर्शक म्हणून, कलाकार म्हणून उंची लक्षात घेऊन स्वत:ला धन्य समजतात.

रुपया-पैशात कलाकाराचं मोजमाप करणाऱ्या आजच्या व्यावहारिक जगात ते कदाचित अयशस्वी वाटतील; पण आजही त्यांचं स्मरण आपण करतो आहोत, त्यासाठी केवळ एक दिवसासाठी आपल्या प्रचंड व्यापातून आज कार्यरत असणारे कलाकार इथं येतात, हा सन्मान आहे एका दर्जेदार दिग्दर्शकाचा, खलनायकी अभिनयाच्या प्राविण्याचा अन् त्यांनी आजवर घडवलेल्या कलाकारांचाही.

आजही वेगवेगळ्या लेखांतून, जुन्या दस्तावेजातून त्यांच्याबद्दल सर्व वाचायला मिळते अन् पावलांच्या ठशावरून जसं सिंह रानात येऊन गेलेला आहे हे कळतं, तसं त्यांच्यासारखा कलाकार मराठी सिनेसृष्टीत आणि रंगमंचावर वावरून गेला आहे, आपली मुद्रा ठोकून गेला आहे, हे कळतं.

आता राहिल्यात त्यांच्या स्मृती. त्यांचे २५ वर्षं स्मृतीदिन संपन्न झाल्यानंतर त्यांच्या नावे कलायात्री पुरस्कार सुरू करूनही आता १२ वर्षं पूर्ण झाली. एखादं काम हाती घेतलं, की ते प्रतिष्ठापूर्वक, प्राणपणानं कसं पूर्ण करायचं, याचा धडा या कलाकारानं आपल्या परिवारालाही घालून दिला. म्हणूनच वडिलांची स्मृती जपण्याचं हे व्रत मी आणि राजदर्शन आजही

कोणाकडूनही आर्थिक अपेक्षा न करता स्वखर्चानं करत आहोत. कोल्हापूरकर म्हणतात की,

'या बहीण-भावाचा आदर्श घ्यावा. अहो, मोठमोठ्या संस्था काही वर्षांनी बंद पडतात; पण गेली ३६ वर्षं हे बहीण-भाऊ तेवढ्याच ऊर्जेनं काम करताना दिसतात, याचं सर्व श्रेय या नटश्रेष्ठाला जातं.'

यामागं निश्चितच माझ्या पप्पांचे आशीर्वाद आणि त्यांची सिनेमा, नाटकाविषयीची तळमळ आहे. गेल्या ६० वर्षांचं त्यांचं योगदान निश्चितपणे कारणीभूत आहे. म्हणूनच आजवर एवढे मोठे कलाकार फक्त फोनवरील निमंत्रणावरून एक दिवसासाठी कोल्हापूरच्या रसिकांना भेटतात. अशावेळी पप्पांच्याबद्दलचा एक कलाकार म्हणून आणि एक वडील म्हणून माझा अभिमान दुणावतो.

एकूणच चिरस्मरणी खलनायक, पडद्यावरील बदमाष, खलनायकांचा मेरुमणी, एक पूर्ण कलावंत, गर्भश्रीमंत गुरु, पडद्यामागील आचार्य, एका कलायात्रीचे योगदान, मिस्टर आगलावे, अभिनयकुशल जयशंकर दानवे. मराठी चित्रपटसृष्टीतील गाजलेला खलनायक, समर्थ अभिनयाची बोलकी साक्ष म्हणजे जयशंकर दानवे. खरोखरच चित्र-नाट्यसृष्टीचं तेजस्वी पर्व!

दिलीप प्रभावळकर

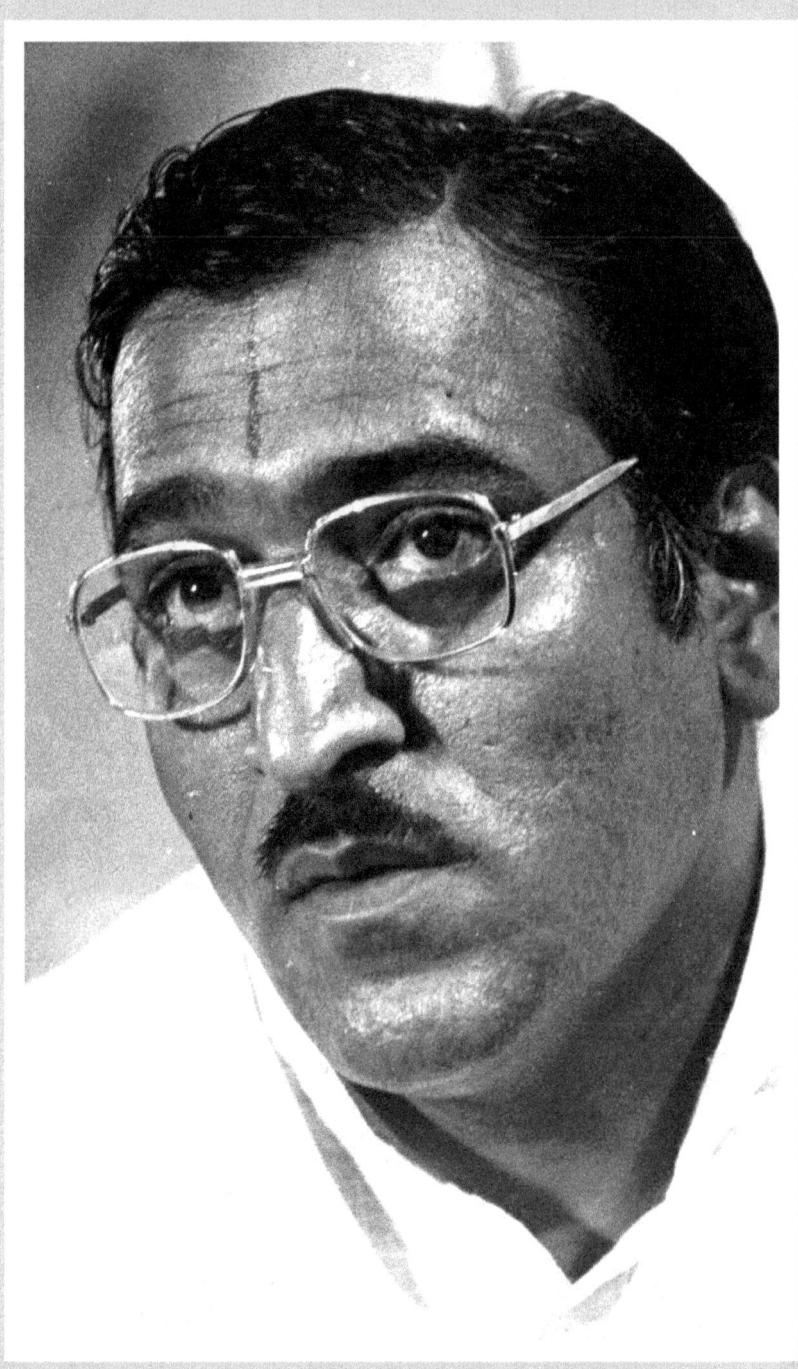

डॉ. मोहन आगाशे

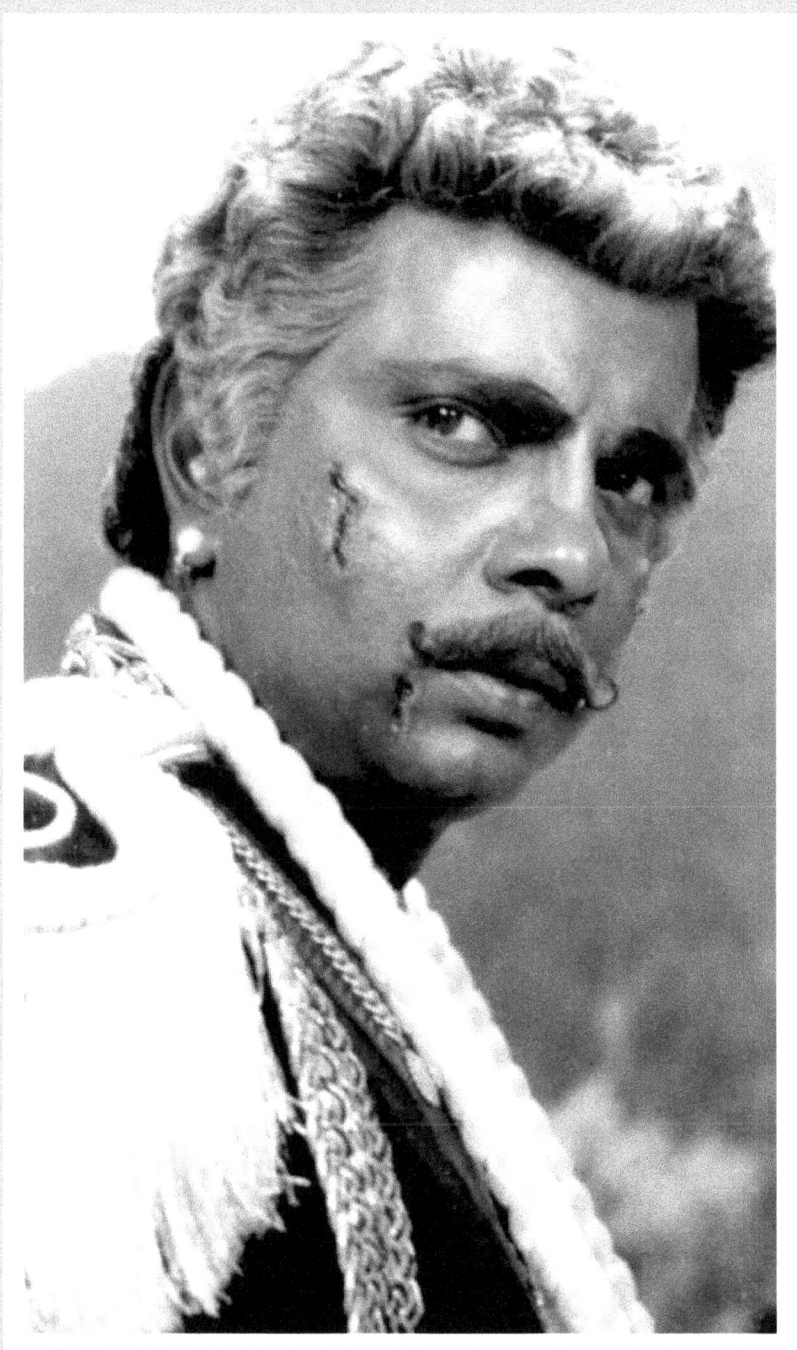

सदाशिव अमरापूरकर

शरद पोंक्षे

हरहुन्नरी अभिनेता

दिलीप प्रभावळकर

महाराष्ट्रातील सर्व रसिक दिलीप प्रभावळकर या सर्जनशील, गुणी कलावंताचं नाव आणि कर्तृत्व जाणून आहेत. आपल्या प्रदीर्घ नाट्य-चित्र कारकिर्दीत आणि दूरदर्शन मालिकात स्वतःच्या अभिनयाचा ठसा उमटवण्यात ते यशस्वी झालेले आहेत. अभिनयातील सहजता, नेमकेपणा, भूमिका निवडीतील चोखंदळपणा आणि नाविन्यपूर्ण भूमिकांचा स्वीकार तसेच स्वीकारलेल्या भूमिकांना न्याय देण्याची वृत्ती प्रभावळकर यांच्याकडं असलेली दिसते. अभिनय आणि लेखन या दोन्ही कलांनी मराठी नाट्य-चित्रपटक्षेत्रात आणि साहित्यक्षेत्रातही स्वतःच्या वैशिष्ट्यपूर्ण शैलीनिशी दिलीप प्रभावळकर यांनी आपलं बळकट स्थान निर्माण केलं आहे.

दिलीप भालचंद्र प्रभावळकर यांचा जन्म मुंबईत ४ ऑगस्ट १९४४ साली झाला. त्यांच्या आईचं नाव कमल होतं. वडील इंग्रजी आणि संस्कृत घेऊन एमए झाले होते. तसेच त्यांना साहित्य वाचनाची विलक्षण आवड होती. त्यांच्या जडणघडणीत त्यांच्या वडिलांचा फार मोठा वाटा आहे. त्यांची वाचनाची, खेळाची, कलेची, अभ्यासाची आवड वाढवण्यामागचं कारण म्हणजे त्यांचे वडील. १९४९ साली ते दादरला शारदाश्रम हौसिंग कॉलनीत राहायला आले. ह्या शारदाश्रमानंच त्यांना वाढवलं, घडवलं आणि फुलवलं. त्यांच्या तोंडाला पहिला रंग लागला, तो इथंच गणेशोत्सवात. वाचन, बॅडमिंटन, टेबल टेनिस, क्रिकेट ह्याचा श्रीगणेशादेखील इथंच झाला. नंतर शारदाश्रम बालक मंदिर, विद्यामंदिर, छबिलदास हायस्कूल आणि रुईया कॉलेज अशी शिक्षणाची वाटचाल झाली. शिक्षण बीएससी (केमिस्ट्री), एमएससी (बायो-फिजिक्स) फर्स्टक्लासमध्ये झालं आणि त्याचबरोबर होती डिप्लोमा इन रेडिएशन टेक्नोलॉजी. त्यांनी भाभा अनुसंशोधन केंद्रातून पदविका प्राप्त केल्यावर औषध कंपनीत अनेक वर्षं नोकरी केली. त्यानंतर व्हिडीओ प्रोडक्शन युनिटमध्ये भागीदार म्हणूनही काम पाहिलं. याच काळात त्यांनी छबिलदासमधून बालरंगभूमीवर आणि प्रायोगिक रंगभूमीवर काम करण्यास सुरुवात केली.

प्रभावळकर यांच्या अभिनयाचा प्रवास त्यानंतर व्यावसायिक रंगभूमी, दूरदर्शन मालिका आणि चित्रपट इथंपर्यंत पोहोचला.

'रंगायन' सारख्या प्रचंड दबदबा असलेल्या संस्थेत डॉ. श्रीराम लागू, विजया मेहता, अरविंद देशपांडे अशी मातब्बर मंडळी आघाडीवर होती. त्या संस्थेचे प्रभावळकर प्रेक्षक सभासद होते. १९६८-६९ साली 'रंगायन' राज्य नाट्यस्पर्धेसाठी विजय तेंडुलकरांचं 'लोभ असावा ही विनंती' नाटक बसवत असताना त्यात अलोईड फोर्सेसच्या सहा सैनिकांपैकी एकाचं काम करण्याची त्यांना संधी मिळाली. अरविंद देशपांडे यांनी ते नाटक बसवलं होतं. राज्यनाट्यस्पर्धेत त्या नाटकाला दुसरं पारितोषिक मिळालं होतं. तसंच रत्नाकर मतकरींच्या ग्रुपमध्ये त्यांनी एकूण १२ नाटकं केली. त्यापैकी इंद्राचं आसन, नारदाची शेंडी, अलबत्या गलबत्यासारखी सहा बालनाट्यं आणि सहा प्रौढांची नाटकं होती. त्यावेळी त्यांना वैविध्यपूर्ण भूमिका करायला मिळाल्या. दूरदर्शनच्या माध्यमाद्वारे 'गजरा' किंवा इतर नाटकांमधूनही त्यांनी अनेकविध भूमिका साकारल्या. काही नाटिका रत्नाकर मतकरी, सुरेश खरे यांनी लिहिल्या होत्या, तर काही त्यांनी स्वत:च लिहिल्या होत्या. तिथं विनोदी नाटिकांचे अनेक प्रकार केले. त्यापैकी काही प्रहसनं होती.

'चिमणराव' या मालिकेद्वारे प्रभावळकर यांनी छोट्या पडद्यावर पदार्पण केलं. पुणेरी पगडी घातलेले, खांद्यावरचं उपरणं सावरत डोळे टपोरे फिरवत बोलणारे चिमणराव म्हणजेच दिलीप प्रभावळकर. १९७७ साली 'चिमणराव गुंड्याभाऊ' या मालिकेतून ते सुपरहिट ठरले अन् त्यामुळं घराघरांत क्लिक झाले. या मालिकेतून त्यांना विलक्षण लोकप्रियता मिळाली. त्याचबरोबर त्यांनी इतरही अनेक विविधरंगी, एकाहून एक सरस आणि वैशिष्ट्यपूर्ण भूमिकांद्वारे लोकांची मनं जिंकली.

रंगभूमीवर 'चेटकी'पासून नातीगोती, एक झुंज वाऱ्याशी, कलम ३०२, गुरु, आरण्यक या गंभीर व्यक्तिरेखांपासून 'हसवा फसवी'मधील अफलातून भूमिकांपर्यंत त्यांच्या अनेक भूमिका लक्षवेधी ठरल्या.

१९८२ साली 'एक डाव भुताचा' या चित्रपटात दिलीप प्रभावळकर यांनी साध्या, भोळ्याभाबड्या, कोणत्याही राजकारणाचा प्रभाव नसणाऱ्या, अलिप्त पण संवेदनशील मनाच्या शिक्षकाची भूमिका साकारली. याच वेळी त्यांनी हेतुपुरस्सर अभिनय क्षेत्राची निवड केली आणि रंगभूमी, चित्रपट आणि दूरदर्शन मालिका यांतूनच चतुरस्र अभिनयानं आपला खास चाहतावर्ग बनवला. यानंतर 'चौकट राजा' या १९९१ च्या चित्रपटात वयाच्या ४१ व्या वर्षी सर्वसामान्य मुलांपेक्षा सर्वार्थानं भिन्न, पण विशेष मुलाची, म्हणजेच नंदूची भूमिका साकारून आपल्या अभिनयातलं वैशिष्ट्य दाखवून दिलं. अभिनेत्याचं वय आणि चित्रपटातील विशेष मुलाच्या भूमिकेच्या वयाचा बारकाईनं विचार केल्यास दिलीप प्रभावळकरांनी साकारलेल्या या भूमिकेतील वैशिष्ट्य चटकन जाणवते. 'चौकट राजा'मध्ये तर संगीतकार आनंद मोडक यांनी त्यांना 'असा कसा मी वेगळा' हे गाणं गायलाही लावलं. या भूमिकेसाठी त्यांना महाराष्ट्र राज्य सरकारचं 'सर्वोत्कृष्ट अभिनेता'चं पारितोषिक मिळालं.

'अगं बाई अरेच्चा' चित्रपटात त्यांनी संजय नार्वेकर यांच्या वडिलांची भूमिका केली. या भूमिकेसाठी त्यांच्या वाट्याला फारसे संवाद आले नसले, तरी अंगिक अभिनयाच्या जोरावर त्यांनी ही छोटीशी भूमिकाही संस्मरणीय केली. 'रात्र आरंभ' या चित्रपटातील दुभंग व्यक्तिमत्त्वही त्यांनी आपल्या अभिनयातून नेटकेपणानं मांडलं. 'पछाडलेला' या चित्रपटातील चौकटीत अडकलेला आणि आपल्या मुलाचं भलं करण्यासाठी वाईट वागणारा बाप असो, 'सरकारनामा' मधील राजकारणी असो किंवा 'मोरया'सारख्या चित्रपटातील संस्कृतीरक्षक सामान्य माणूस असो. त्यांच्या प्रत्येक भूमिकेला सहजपणाचं एक अंग असतं, ते अंग प्रत्येक भूमिकेतून सहजपणे अभिव्यक्त होतं.

दिलीपजींनी 'अलबत्या गलबत्या' या बालनाट्यात चेटकिणीची भूमिका केली. ती भूमिका करताना तसंच 'कलम ३०२' नाटकात पॅडींग लावून केलेल्या बेढब आणि बेरकी जमादार मानमोडेची भूमिका साकारताना आणि 'श्रीयुत गंगाधर टिपरे' मालिकेतला वृद्ध 'आबा' साकारताना त्यांना आपलं ट्रान्स्फर्मेशन झाल्याचा, आपण बदलल्याचा, पूर्ण कायापालट झाल्याचा अनुभव मिळाला. पुलंच्या 'एक झुंज वाऱ्याशी' नाटकातला नैतिक जबाबदारीचं भान असलेला, दुसऱ्याचं दुःख दूर करू बघणारा, बेधडकपणे राज्याच्या आरोग्यमंत्र्यांना थेट त्यांच्या केबिनमध्ये जाऊन भिडणारा, ध्येयानं झपाटलेला माणूस, जयवंत दळवींच्या 'नातीगोती' नाटकातला आपल्या मतीमंद मुलाच्या काळजीनं ग्रासलेला, त्याच्यासाठी पैसे साठवणारा बाप 'काटदरे', रत्नाकर मतकरींच्या 'घर तिघांचं हवं'मधला कलंदर, दिलदार, स्वच्छंदी, मनस्वी, दुर्व्यसनी अशा परस्परविरोधी रंगछटा असलेल्या स्वभाव वैशिष्ट्यांचा हुशार बॅरिस्टर 'डी.एन', डॉ. फणसळकरांच्या 'वा गुरु' नाटकात जीवघेण्या आजाराला हसतमुखानं सामोरं जाणाऱ्या विद्यार्थ्याला जगावं कसं, हे शिकवताना वेगळी जीवनदृष्टी देणारे व्हीलचेअरमधले 'सप्रे सर' या त्यांच्या काही वेगवेगळ्या भूमिका आहेत.

एक होता विदुषक, झपाटलेला, आपली माणसं, कथा दोन गणपतरावांची, सरकारनामा, रात्र आरंभ, सुंदर माझं घर, आधारस्तंभ, अगं बाई अरेच्चा, गोड गुपित, वळू, झिंक चिका झिंक, शाळा अशी त्यांची अभिनय कारकीर्द त्यानंतर बहरत राहिली. सरकारनामा, विदूषक, नागरिक, शिवा या चित्रपटांतून त्यांनी मुख्यमंत्रीपद भूषवलं. त्यांच्या भूमिकेचं वैशिष्ट्य म्हणजे, त्यांनी साकारलेल्या भूमिका पाहताना त्यात तोच तोचपणाचा प्रत्यय येत नाही. प्रत्येक भूमिका आधीच्या भूमिकेपेक्षा निराळी असते आणि त्या भूमिकेला अभिप्रेत असणारा अभिनयही निराळा असतो. या दृष्टीनं आपल्याला त्यांच्या चौकट राजा, सरकारनामा, रात्र आरंभ, देऊळ, नारबाची वाडी अशा विविध चित्रपटातील भूमिकांकडं पाहता येईल.

'हसवाफसवी' या बहुरूपी प्रयोगात दिलीप प्रभावळकर यांनी एकामागोमाग एक सहा भूमिका करून प्रेक्षकांना थक्क करून सोडलं. या सहाही व्यक्तिरेखा भिन्न आहेत. त्यांची वयं वेगळी आहेत. स्वभाव वैशिष्ट्य, शैली, लकबी, आवाजाची पट्टी, सगळंच वेगळं आहे. 'सबकुछ प्रभावळकर.' या मधील नाना कोंबडीवाला, बॉबी मॉड ते कृष्णराव हेरंबकर ही नाना पात्रं दिलीप प्रभावळकरांनी अनुभवताना, मराठी रसिकांनी त्यांच्या लेखन आणि अभिनय या दोन्ही

गोष्टींना भरभरून दाद देत डोक्यावरच घेतलं. एकापाठोपाठ एक सहा भिन्न व्यक्तिरेखा त्यांच्या अंतरंगानिशी खऱ्याखुऱ्या, जिवंत त्रिपरीमित करायच्या त्यांच्या प्रयत्नांमुळं त्या रसिकांच्या मनाला भावल्या. नाट्यगृहावर 'हाऊसफुल्ल'चे बोर्ड फुलांचे हार घालून झळकू लागले.

एकदा 'एक झुंज वाऱ्याशी'च्या पहिल्या प्रयोगाला दिलीपजी खूप अस्वस्थपणे फेऱ्या मारत होते. कारण या नाटकाची म्हणावी तशी तालीम झाली नव्हती. तरीपण त्यांना त्यांच्या या भूमिकेला 'बेस्ट अक्टर अवॉर्ड' मिळालं, तेव्हा त्यांना जवळ घेऊन त्यांची पाठ थोपटत पुलंनी त्यांना शाबासकी दिली होती. याविषयी ते म्हणतात,

"पुलंच्या 'बटाट्याची चाळ'चा खूप प्रभाव माझ्यावर पडला होता. ते नाटक मी अनेकदा जाऊन पाहिलं. ते पाहून मी झपाटून गेलो होतो. त्यातला मिश्कीलपणा, पुलंचा दर्जेदार विनोद, एका माणसानं असं अडीच-तीन तास प्रेक्षकांना खिळवून ठेवणं आणि मुख्य म्हणजे प्रेक्षकांचा रिसपॉन्स पाहून असंच स्वतःच्या व्यक्तिमत्त्वाहून अगदी वेगळीच व्यक्तिमत्त्वं सादर करून प्रेक्षकांना चकित करावं असं मी ठरवलं."

हसवाफसवीचं लेखन करताना सर्व पात्रांच्या स्वतंत्र प्रवेशाची संगती, जोडकाम, मधले सूत्रधारांचे संवाद वगैरे सर्व त्यांनी केले. यात सर्व प्रकारचा विनोद वापरायचा त्यांनी प्रयत्न केला. यात शाब्दिक कसरती आहेत, विसंगतीतून आलेला विनोद आहे, उपरोध आहे. यात प्रत्येक पात्राची हसण्याची पद्धतही मुद्दाम वेगळी ठेवलेली आहे. चिमणराव वरच्या पट्टीत हसतो. प्रिन्स आब राखून हसतो अन् हसता हसता एकदम थांबतो. नाना मुंजे आवाज न करता नुसताच दात दाखवून हसतो. दीप्तीचं हसणं बायकी खिदळल्यासारखं आहे. बॉबीच्या हसण्याच्या आवाजाची पट्टी बोलण्याच्या आवाजाच्या पट्टीपेक्षा एकदम खाली येते आणि कोणाचा तरी पचका केल्यासारखा तो हसतो, तर कृष्णरावांचं हसणं दंतहीन आणि चिरकं आहे. सहा संपूर्ण भिन्न व्यक्तिमत्त्वं उभी करायचा हा प्रयत्न होता. ही सगळी पात्रं अशी वेगळी विक्षिप्त आहेत. सर्व थरांतल्या, वयोगटांतल्या आणि प्रकृतीच्या प्रेक्षकांना गुंतवून ठेवेल, अख्ख्या कुटुंबाला निखळ करमणुकीनं दोन घटका रिझवेल असं काही देता यावं, हा त्यांचा हेतू होता. या प्रयोगांनी त्यांना प्रचंड आत्मविश्वास दिला.

सर्वसामान्य प्रेक्षकांपासून ते मान्यवरांपर्यंत साऱ्यांनी या प्रयोगाविषयी धन्योद्गार काढले. डॉ. श्रीराम लागू म्हणाले,

"अंगिक, वाचिक, आहार्य इत्यादी अभिनयाच्या सर्वांगाचं इतकं प्रत्ययकारी दर्शन प्रभावळकरांनी यामध्ये घडवलेलं आहे की, या नाट्यप्रयोगाचं बारकाईनं, सूक्ष्मतेनं अवलोकन करणं, म्हणजे अभिनयकलेसंबंधीचा एक वर्षभराचा अभ्यासक्रम पुरा करण्यासारखं आहे."

पु. ल. देशपांडे यांनी लिहिलं, "आधुनिक मराठी रंगभूमीवरील 'हसवाफसवी'चं स्थान अद्वितीय आहे आणि त्याचं संपूर्ण श्रेय त्या दिपवणाऱ्या नाट्यप्रयोगाचे लेखक, दिग्दर्शक आणि त्यातील सहा भूमिका करणाऱ्या दिलीप प्रभावळकरांचं आहे."

विजय तेंडुलकर यांनी तर खुल्या दिलानं सांगून टाकलं, "दिलीप प्रभावळकर तो दिलीप प्रभावळकरच! असा नट, असा सृजनशील कलावंत आणि अष्टपैलू माणूस माझ्या पाहण्यात

दुसरा नाही."

या नाटकाचे शेकडो प्रयोग केवळ महाराष्ट्रातच नव्हे, तर परदेशात आणि अमेरिकेतही यशस्वी झाले आहेत.

अभिनयाबरोबर लेखन क्षेत्रातही त्यांनी मुशाफिरी केली आहे. बालवाङ्मय, विनोदी लेखन, नाट्यलेखन असं विपुल लेखन त्यांनी केलं आहे. या लेखनासाठी त्यांना साहित्य पुरस्कारही प्राप्त झाले आहेत. 'अनुदिनी' या सदर लेखनावरच 'श्रीयुत गंगाधर टिपरे' ही दूरदर्शन मालिका आधारित होती. 'श्रीयुत गंगाधर टिपरे' ही त्यांची भूमिका घराघरात आदराचं स्थान मिळवून गेली, तर त्यांच्या 'बोक्या सातबंडे' या लेखनावर आधारित मालिका आणि चित्रपटही निघाले. कलावंताचा मुखवटा आणि व्यक्तिगत आयुष्यातील त्याचा खरा चेहरा यातील परस्परसंबंध जाणवून देणारा, 'मुखवटे आणि चेहरे' हा अनोखा विविध माध्यमी-एकपात्री प्रयोगही त्यांनी निर्माण केला. त्यांनी देशा-परदेशात याचे शेकडो प्रयोग केले आहेत.

त्यांनी अनेक मराठी चित्रपटांबरोबरच एन्काउंटर-द किलिंग, महात्मा गांधी, पहेली, लगे रहो मुन्नाभाई, सरकारराज, सी. कंपनी, सावरिया डॉट कॉम अशा अनेक हिंदी चित्रपटांतून अभिनय केला. 'लगे रहो मुन्नाभाई'तील त्यांनी साकारलेल्या गांधीजींच्या भूमिकेसाठी त्यांना राष्ट्रीय पारितोषिकही मिळालं. 'लगे रहो मुन्नाभाई'मधील गांधींची भूमिका सर्वात जास्त जबाबदारीची होती. गांधींच्या भूमिकेकरता त्यांना रोज दोन तास मेकअप करायला लागत असे. चष्म्याआड लुकलुकणारे मिश्कील डोळे, संवादाला केमिकल लोचा, भाईगिरी अशा शब्दांची फोडणी, रुपेरी पडद्यावर साकारणारा हा महात्मा काही वेगळाच होता. हा महात्मा पडद्यावर येण्याआधीचा, कॅमेऱ्यामागचा आणि कॅमेऱ्यापुढचा 'गांधीगिरी'चा हा विलक्षण प्रवास थक्क करणारा होता.

या प्रवासाबद्दल ते सांगतात. निर्माते विधू विनोद चोप्रा यांनी एकदा दिलीपजींना फोन केला आणि म्हणाले,

"यू आर अमेझिंग. चेहऱ्यात काहीतरी आहे. अँड युवर स्माईल लाइक चाइल्ड स्माइल. बापूजींच्या हसण्याची आठवण करून देणारं स्माइल."

दिलीपजींच्या मते राष्ट्रपित्याची भूमिका करणं हे सर्वस्वी भिन्न होतं. मग त्यांनी गांधीजींच्या वरची खूप पुस्तकं वाचली आणि त्यांना गांधीजींच्या व्यक्तिमत्त्वाविषयी, स्वभावाविषयी महत्त्वाच्या वाटणाऱ्या परिच्छेदांवर पेन्सिलने खुणा करत गेले. गांधीजींचा मेकअप करून घेणं, हे एक महाकठीण काम होतं. पहिल्या दिवशी गोटा केला, किंचित पुढं वळलेलं नाक लावलं. ब्राऊन रंगाचा मेकअप व्हायचा, मग सुरकुत्या, चेहऱ्यावर खोटे बनवलेले मोठे कान. त्यांना शिंकायला किंवा सर्दी व्हायला सक्त मनाई होती. चिकनबिकन खायला परवानगी नव्हती. आरशात स्वतःची बापूजींची प्रतिमा पाहून दचकायला होईल, म्हणून त्यांनी तेही सोडून दिलं.

फिल्म पूर्ण झाल्यावर एक ट्रायल शो झाला. त्यावेळी विधू विनोद चोप्रांनी संजय दत्तला त्यांची ओळख करून दिली,

"संजूबाबा, यह अपने बापूजी."

संजय दत्त बघतच राहिला. मग पुढं होऊन त्यानं प्रेमभरानं त्यांना मिठीच मारली. या चित्रपटानंतर देशभर गांधीगिरीची लाटच आली. 'युनो'मध्ये हा चित्रपट दाखवला गेला. पार्लमेंटमध्ये बोलताना 'खासदारांनी हा चित्रपट जरूर पाहावा' अशी शिफारस केली गेली. 'टेन्शन नहीं लेनेका। बापू है ना!' किंवा 'मेरे विचार किसी ना किसी के भेजे में केमिकल लोचा करते रहेंगे।' असं म्हणणारे बापूजी तुमच्या आमच्यातलेच वाटू लागले. असे हे लव्हेबल, मिश्कील, खट्याळ, निर्भय, प्रेमळ, करुणाशील गांधीजी तरूण पिढीला पटले.

त्यांचे हिंदीतले आवडते कलाकार अमिताभ बच्चन, नसिरुद्दीन शाह आणि ओम पुरी. त्यांनी 'पहेली' या हिंदी चित्रपटात अमिताभजींच्या बरोबर काम केले होते. परंतु 'सरकार राज' या चित्रपटात ते अमिताभचे पॉलिटीकल गुरु होते. ही भूमिका प्रेक्षकांना खूपच आवडली होती, कारण मराठी कलाकार एका सुपरस्टारच्या तोडीस तोड भूमिका करतोय, हे पाहून प्रेक्षक भारावले होते. दिलीप प्रभावळकरांनी दिग्दर्शक अजय फणसेकर यांच्या 'एन्काऊंटर' सिनेमातील 'पुनाप्पा' ही व्यक्तिरेखा साकारली. बेकायदेशीरपणे दारूचा धंदा करणाऱ्या एकेकाळच्या गुंडाची भूमिका त्यांनी वठवली होती. यात नसिरुद्दीन शाहबरोबरच्या सीन्समध्ये ॲक्टिंगबरोबरच रिएक्टिंगचंही आव्हान होतं.

त्यांचे आवडते लेखक पुलं, जयवंत दळवी, विजय तेंडुलकर. त्यांच्या आवडत्या हिंदीतील अभिनेत्री नूतन, वहिदा रेहमान, मधुबाला या आहेत.

दिलीप प्रभावळकरांच्या अभिनयशैलीचं वैशिष्ट्य म्हणजे ते भूमिका करत असताना भूमिकेचं त्रयस्थपणे अवलोकन आणि मूल्यमापनही करत असतात. भूमिकेसाठी रूप बदलायला त्यांना आवडतं. मिशा, दाढी, भुवया, विग, टक्कल, खोटे दात, चष्मे, नाक, कान, कातडीचा रंग यांचा तऱ्हेतऱ्हेने वापर करायला त्यांना आवडतं. उदाहरण द्यायचं झालं, तर 'एन्काऊंटर'मधील पुनाप्पाचा गेटअप, 'नारबाची वाडी'मधील कोकणी शेतकरी, गजेंद्र अहिरेच्या 'पोस्टकार्ड' चित्रपटातील वखारीत काम करणारा जख्ख म्हातारा अशा तऱ्हेचे कित्येक गेटअप दिलीपजींनी साकारले आहेत. त्यांना एकदा कुणीतरी प्रश्न विचारला,

"एकाच वेळी नाटक, मालिका, चित्रपट कसं करता? शिवाय तुमचं लेखनही सुरूच असतं. तर भूमिकांचं पाठांतर पण कसं करता?"

यावर ते म्हणाले, "मी प्रॅक्टीस काळापासून स्क्रिप्टच्या टचमध्ये असतो. नाटकाचे प्रयोग करत असताना, एरवीच्या मुक्त वेळातही नाटकाचे संवाद म्हणून बघणं, तेही स्वतःशीच, चालूच असतं. काही जण नाटककाराचे शब्दन् शब्द पाठ न करता गाभा लक्षात ठेवून मनानं वाक्य मांडतात, ते मला योग्य वाटत नाही. कारण तो नाटककार-संवादकाचा अपमान आहे. मला माझ्या नेहमीच्या व्यक्तिमत्त्वापेक्षा वेगळ्या व्यक्तिरेखा करायला मिळाल्या. उदा. 'चौकट राजा'मधील नंदू, 'झपाटलेला'मधील तात्या विंचू, आबा गंगाधर टिपरे, 'लगे रहो'मधील गांधी. मी जेव्हा अभिनय करतो, तेव्हा ती व्यक्तिरेखा, त्या व्यक्तिरेखेची वेगळी मानसिकता, स्वभाव आणि तिसरं म्हणजे तुम्ही ती व्यक्तिरेखा स्वतःकडेच समोरून बघत असता, या सर्व गोष्टींचा विचार करत असतो."

“८९ वर्षांचा हेरंबकर हा गायक नट अठरा नंबरचा चष्मा लावतो. तेव्हा मला दिसत नसतं; पण मी प्रेक्षकांतून स्वत:कडं बघत असतो आणि बोलतो. पण एक नक्की, अभिनेत्यानं पूर्णत: त्या भूमिकेत बुडून जाऊ नये, ती व्यक्तिरेखा तुम्हाला म्हणजेच नटाला स्पर्श करत असते. याचा अर्थ त्या व्यक्तिरेखेची सुखं-दु:खं तात्कालिक तुमची वाटतात, म्हणून तुम्ही ती साकारता. ‘नातीगोती’मधला मतीमंद मुलाचा बाप, ‘हसवाफसवी’तला कृष्णराव हेरंबकर साकारताना मला भोवतीचे वृद्ध आठवत. म्हातारपण कधी आलं, कळलंच नाही असं म्हणणारे वडील आठवत. अशा जिव्हाळ्याच्या माणसांची आठवण भूमिका साकारताना झाली, तर मात्र काही क्षण आपण अलिप्तता ठेवूच शकत नाही. त्यामुळं मला माझ्या आव्हानात्मक वाटलेल्या भूमिका म्हणजे चौकट राजा, चिमणराव, हसवाफसवीमधील हेरंबकर आणि नाना मुंजे या व्यक्तिरेखा. पण खरंच, माझी दणकट, छाप पाडणारी, हिरोची पर्सनॅलिटी नाही. माझा चेहरा ॲक्टरचा नाही. मवाळ, सौम्य आणि न्युट्रल आहे. माझा स्वभाव बराचसा संकोची आहे.”

एका वेगळ्या प्रकारचा आनंद त्यांना त्यांच्या लेखनानंही दिला आहे. स्वत:तल्या नटासाठी केलेलं लेखन- हसवाफसवी, चूकभूल द्यावी घ्यावी ही नाटकं आणि अनेक एकांकिका, प्रहसनं सोडली, तरी ‘अनुदिनी’ (श्रीयुत गंगाधर टिपरे मालिकेचं मूळ लेखन), गुगली, कागदी बाण, हसगत वगैरे सारखी पुस्तकं संपादक किंवा प्रकाशक यांनी त्यांच्यामागे तगादा लावल्यामुळं त्यांच्याकडून लिहून झाली. मुळात माणसांत अभिव्यक्तीची ऊर्मी असतेच. त्यांनी ‘बोक्या सातबंडे’ म्हणून २५ भागांची आकाशवाणीसाठी श्रुतीकांची मालिकाही लिहिली आणि त्यात कामही केलं.

प्रभावळकरांनी आपल्या आयुष्यात टीव्हीवर खूप जाहिराती केल्या. पिरॅमिड टीव्ही, जॉन्सन टाइल्स, डीएचएल कुरिअर, लेटेस्ट वंदना, सुमीत राघवनबरोबर प्रवीण लोणचे इ. जाहिराती केल्या.

प्रभावळकरांना इतर कलाकारांच्या कलाकृती खूप आवडतात. उदा. ‘बॅरिस्टर’मधील विक्रम गोखले, चंदकांत गोखले आणि विजयाबाई मेहता. पुलंची बटाट्याची चाळ, वाऱ्यावरची वरात, मो. ग. रांगणेकरांनी बसवलेलं ‘तो मी नव्हेच’ आणि थिएटर अकादमीचं घाशीराम कोतवाल ही त्यांची आवडती नाटकं.

कलाकाराचं आयुष्य कसं असतं पाहा. त्यांची आई कमलाबाई प्रभावळकर शेवटचा श्वास घेत होत्या, त्यावेळी दिलीपजी जोहान्सबर्ग येथे इंटरनॅशनल फिल्म असोसिएशनच्या समारंभात त्यांच्या ‘एन्काऊंटर’च्या नामांकनात होते. कार्यक्रम संपल्यावर, ‘कार्यक्रम बघितलात का?’ म्हणून त्यांनी फोनवर घरी चौकशी केली, तर त्यांना बातमी ऐकायला मिळाली आई गेल्याची. तसंच त्यांचे बाबा जेव्हा गेले, तेव्हाही हे नाटकाच्या दौऱ्यावरच होते. यशस्वी कलाकाराच्या मार्गात प्रसिद्धीचं झगमगतं वलय असलं, तरी त्या कलाकाराला होणाऱ्या आंतरिक वेदना कुणाला कशा कळणार? म्हणून म्हणतात, **‘जावे त्याच्या वंशा तेव्हा कळे!’**

नाट्य-चित्रपट क्षेत्रातील त्यांच्या कामगिरीबद्दल त्यांना अनेक वेळा ‘महाराष्ट्र राज्य’, ‘नाट्यदर्पण’, ‘नाट्य परिषद’ पुरस्कार प्राप्त झाले आहेत. १९९९ सालच्या ‘महिंद्र नटराज’

या प्रतिष्ठेच्या पुरस्काराचेही ते मानकरी ठरले आहेत. 'पुलोत्सव-बहुरूपी' पुरस्कारही त्यांना प्राप्त झाला आहे. हा लोकप्रिय अभिनेता जगभरच्या मराठी मंडळांत डोकावून आलेला आहे. जिथं शो केले, तिथल्या यजमान दाम्पत्यांना दिलीप प्रभावळकरांनी स्वहस्ताक्षरात पोच देऊन सर्वत्र आपली आठवण जागती ठेवलेली आहे. साहित्य आणि अभिनयात राष्ट्रीय पारितोषिक मिळवूनही कुठंही नव्यांना उपदेशात्मक उद्बोधन करण्याच्या फंदात ते पडले नाहीत. मित्रांच्या गप्पांत सहजतेनं सहभागी होत मजा आणणाऱ्या प्रभावळकरांविषयी रसिकांना नेहमीच प्रेम वाटलं आहे.

नटश्रेष्ठ जयशंकर दानवे यांच्या (माझे पप्पा) साठ वर्षांच्या कलातपस्येला मूर्त रूप देण्यासाठी आणि त्यांची स्मृती चिरंतन राहण्यासाठी आम्ही दानवे कुटुंबातर्फे स्वबळावर कोल्हापुरात त्यांच्या नावे १ मार्च २०११ साली 'कलायात्री पुरस्कार' सुरू केले. पुरस्काराचं स्वरूप होतं शाल, श्रीफळ, सन्मानपत्र आणि सन्मानचिन्ह. पहिल्या पुरस्काराचे मानकरी होते रंगकर्मी श्री. दिलीप प्रभावळकर.

त्यांनाच पहिला पुरस्कार प्रदान करण्याचा निर्धार केल्यानं आम्ही त्यांच्या स्वगृही पुण्याला पोहोचलो. छातीत धडधड होती की, एवढा मोठा कलाकार आणि आपण त्यांच्याशी कशा पद्धतीनं बोलावं? कारण आमचे वडील मोठे, पण आम्ही मात्र सर्वसामान्य. या ज्येष्ठ कलाकाराचा दरवाजा खटखटवतानासुद्धा काय होणार? कसं होणार? या काळजीत असतानाच त्यांच्या मिसेसनी दरवाजा उघडला अन् प्रश्नार्थक नजर टाकली. मी त्यांना म्हणाले की, "आम्ही त्यांना भेटायला आलो आहोत."

अनोळखी नजरेने पाहात त्या म्हणाल्या की, "आत्ता १० वाजता ते लिहायला बसले, की उठत नाहीत अन् फोनही घेत नाहीत."

मी आणि माझे बंधू राजदर्शन निराश झालो. तरीही धीर न सोडता राजू त्यांना म्हणाला,

"प्लीज फक्त त्यांना सांगता का की, कोल्हापूरहून जयशंकर दानवेंची मुलं तुम्हाला भेटायला आली आहेत."

त्यांचा चेहरा थोडा बदलला. त्या म्हणाल्या, "जरा थांबा हं!" आमच्या डोळ्यात चमक आली.

त्या आत गेल्या अन् लगेचच दिलीपजींना घेऊन बाहेर आल्या अन् त्यांनी घरात या अशी खूण केली. आम्ही त्यांना नमस्कार केला. ते छानसं निरागस हसले अन् म्हणाले,

"काय काम काढलंय?"

मी त्यांना पप्पांच्या प्रेमापोटी आम्ही स्वखर्चानं आत्तापर्यंत त्यांचे स्मृतीदिन कसे केले आणि आता पहिल्या पुरस्काराच्या कार्यक्रमाची आखणी केली आहे, हे सांगून त्यांना हा पहिला 'कलायात्री पुरस्कार' देण्याचा मानस सांगितला. तसेच त्यांची मुलाखत घेण्याची इच्छाही सांगितली. आम्ही पाहुण्यांचं ऊबदार स्वागत करतो; पण मानधन देऊ शकत नाही, याचीही त्यांना कल्पना दिली. ते छानसं हसले अन् पत्नीला म्हणाले,

"नलू! जा गं, मुलांना काहीतरी खायला घेऊन ये अन् चहा पण आण."

आम्ही नको नको म्हणत असतानाच त्यांनी आग्रहानं आम्हाला खाऊ घातलं. आम्ही आनंदानं त्यांचा निरोप घेतला अन् त्यानंतर १ मार्च २०११ रोजी आमचा पहिला **'नटश्रेष्ठ जयशंकर दानवे कलायात्री पुरस्कार'** हा सोहळा अत्यंत दिमाखात संपन्न झाला.

त्यावेळी पुरस्काराला उत्तर देताना त्यांनी भावोद्गार काढले, "हिंदी चित्रपट अभिनेते राजकपूर यांना नारदाची पहिली भूमिका देणाऱ्या जयशंकर दानवे या कलाकारानं हिंदी चित्रपटातील संधी नाकारली. यातून त्यांची मराठीवरची निष्ठा आणि या चित्रपटसृष्टीशी असलेलं नातं जाणवतं. अशा कलाकारासोबत काम करण्याची संधी मला मिळाली नाही, याची खंत माझ्या मनात राहील. त्यांच्या नावे दिल्या जाणाऱ्या पहिल्या पुरस्कारासाठी माझी निवड केली म्हणून मी स्वतःला भाग्यवान समजतो."

पुरस्कार वितरणानंतर कोल्हापूरचे रंगकर्मी आणि दिग्दर्शक श्री. भरत दैनी यांनी त्यांची मुलाखत घेतली. त्यांच्या प्रकट मुलाखतीत शेवटी प्रभावळकरांनी जाड भिंगाचा चष्मा आणि शाल ही साधनं वापरून 'हसवाफसवी'मधील कृष्णराव हेरंबकर या जुन्या जाणत्या ज्येष्ठ कलाकाराची भूमिका रंगमंचावर साकार केली आणि आमच्या रसिक प्रेक्षकांना परमोच्च आनंद मिळवून दिला.

दिलीप प्रभावळकर! नाटक, चित्रपट, दूरदर्शन, लेखन अशा विविध माध्यमांद्वारे आपला असा वेगळा ठसा उमटवणारं हरहुन्नरी व्यक्तिमत्त्व. दिलीप प्रभावळकर, एक अभ्यासू कलावंत, एक लेखक, एक प्रतिभावंत अष्टपैलू व्यक्तिमत्त्व! तसंच माणूस म्हणूनही किती थोर आहे, याची प्रचिती त्यांची कला बघितल्यावरच पटते. सर्वच क्षेत्रांत सर्वोच्च मान मिळवणाऱ्या या अभिनेत्याला आम्हा रसिकांचा मानाचा मुजरा!

बुद्धिमान अभिनेता

डॉ. मोहन आगाशे

‘**भारतातील बुद्धिमान नट**’ असा गौरव ‘सत्यजित रे’सारख्या दिग्गज दिग्दर्शकाकडून ज्यांनी आपल्या अभिनयाच्या जोरावर मिळवला, ते ज्येष्ठ अभिनेते म्हणजे डॉ. मोहन आगाशे.आपल्या अभिनयानं, त्यातील बारकाव्यांसह अभ्यासपूर्ण सादरीकरणानं प्रेक्षकांना खिळवून ठेवणारं एक उमदं आणि सगळ्यांना आपलंसं वाटणारं व्यक्तिमत्त्व म्हणून डॉ. मोहन आगाशे चित्रपटरसिकांना परिचित आहेत. त्यांनी आपल्या अभिनयानं मराठी-हिंदी चित्रपटसृष्टीत, तसेच नाट्यसृष्टीत आपलं दखल घेण्याजोगं नाव निश्चितच निर्माण केलेलं आहे. ‘घाशीराम कोतवाल’चं जबरदस्त वलय तीस वर्षं टिकवून ठेवलेले, फिल्म अँड टेलिव्हिजन इन्स्टिट्यूटचे माजी डायरेक्टर असलेले आणि या सर्वांबरोबरच आपल्या डॉक्टरकीशी इमान राखून असलेले डॉ. मोहन आगाशे.

२३ जुलै १९४७ साली यांचा जन्म पुणे जिल्ह्यातील भोर या गावी झाला. ‘माणसाच्या रूपानं मी पृथ्वीवर आलो, हाच खरा माझ्या आयुष्यातला पहिला टर्निंग पॉइंट’, असं ते म्हणतात. ते पुण्यात राहत होते. वडील मध्यमवर्गीय. नूतन मराठी विद्यालय ही त्यांची शाळा. शाळेत ते नकला करायचे. गणेश उत्सवात, नवरात्रात त्यांचा नकलांचा कार्यक्रम होत असे. ऐनवेळी काही कारणानं त्यांचा कार्यक्रम गाळला गेला, तर ते चक्क रडायचे अन् मग त्यांना सगळे ‘रड्या आगाशे’ म्हणून चिडवायचे. त्याच सुमारास सई परांजपे बालनाट्य बसवत असत. आगाशेंचं रेडिओवरचं ‘बालोद्यान’मधलं काम बघून सईंनी त्यांना बालनाट्यात घेतलं. तेव्हापासून ते नाटकात काम करू लागले. ते वक्तृत्व स्पर्धांमध्येसुद्धा भाग घ्यायचे. घरचे-दारचे सगळे कौतुक करायचे. साधारणत: असे अनेक गुण अंगी असणाऱ्या मुलांचं होतं काय, तर शाळेत, घरी खूप कौतुक होतं. पाहुण्यांसमोर ‘अमुकतमुक करून दाखव बरं’ असं सांगितलं जातं आणि एकदम ‘एसएससी’ला आल्यावर ‘हे सर्व मनोरंजन बंद करा आणि अभ्यासाकडं लक्ष द्या!’ असा सल्ला मिळतो. त्यांच्याही बाबतीत तसंच झालं.

ते अकरावीत असताना त्यांचे वडील आजारी होते. दवाखान्यातल्या वातावरणाचा ताण यायचा. त्या दिवसांनी त्यांना प्रथमच जबाबदारीची जाणीव दिली. तरीसुद्धा एसएससीच्या वर्षात त्यांनी खूप नाटकं केली, वक्तृत्व स्पर्धांमध्ये बक्षिसं मिळवली. खोखो, कबड्डी खेळले आणि शिवाय जबाबदारीनं अभ्यास करून त्यांनी १९६२ मध्ये एसएससीला ८० टक्के मार्क मिळवले. नॅशनल स्कॉलरशिप मिळाली. नंतर एसपी कॉलेजमध्ये गेले आणि हुशार मुलांनी डॉक्टर किंवा इंजिनीअर व्हावं, या प्रथेनुसार मोहन आगाशेंनी मेडिकल कॉलेजमध्ये प्रवेश घेतला. तिथं पहिल्याच वर्षी जब्बार पटेल भेटले. तेव्हा मेडिकल कॉलेजचं पुरुषोत्तम करंडक मिळवण्याबाबत खूपच नाव झालेलं होतं. जब्बारनी बसवलेल्या 'बळी', 'जनावर' या नाटकांना बक्षिसं मिळालेली होती. ते कॉलेजच्या पहिल्या वर्षाला होते, तेव्हा जब्बार इंटर्नशिप करत होते.

त्यांनी लहानपणातच सई परांजपे यांच्या बालनाट्यांमधून कामं करायला सुरुवात केली होती, तरी त्यांना अभिनयाची खरी ओळख झाली, ती महाविद्यालयीन जीवनात. याच काळात त्यांनी पुरुषोत्तम करंडक स्पर्धेत सहभागी होत 'प्रार्थना' आणि 'सरहद्द' या एकांकिका गाजवल्या. जब्बार पटेल भेटल्यामुळं एक गोष्ट त्यांच्या मनात पक्की झाली की, थिएटर करायचं. प्रोफेशनल शिक्षण घेतोय, म्हणजे बाकीच्या आवडीच्या गोष्टींवर पाणी सोडण्याची गरज नाही. दोन्ही समांतरपणे करता येतं. यातूनच त्यांना नाटकांमध्ये कामं करण्याची संधी मिळाली. १९५८ मध्ये त्यांनी राज्य नाट्यस्पर्धेतील 'डाकघर' या नाटकात काम केलं, तर प्रोग्रेसिव्ह ड्रॅमॅटिक असोसिएशनच्या माध्यमातून त्यांनी १९६८ मध्ये 'धन्य मी कृतार्थ मी' या नाटकात काम करायला सुरुवात केली. १९७० मध्ये 'अशी पाखरे येती' या नाटकाच्या वेळी दिग्दर्शक डॉ. जब्बार पटेल यांनी विजय तेंडुलकरलिखित 'घाशीराम कोतवाल'मधला 'नाना फडणवीस' मोहन आगाशे यांच्यामध्ये शोधला. जब्बार पटेल यांचा नाना फडणवीस या व्यक्तिरेखेचा हा शोध सार्थ होता. डॉ. मोहन आगाशे यांनी बुद्धिचतुर आणि कामातुर वृत्तीचा 'नाना फडणवीस' आपल्या अभिनयाचा आब राखत साकारून दाखवला. इतिहासातील व्यक्तिरेखा वर्तमानात साकार करताना लागणारी सजगता डॉ. मोहन आगाशे यांनी या नाटकात सातत्यानं सांभाळलेली होती.

'घाशीराम कोतवाल' या नाटकाच्या तालमी झाल्या. ते ग्रुपमध्ये नाचायचे. त्यामुळं त्यांना रिदमची चांगली जाण आली. 'घाशीराम'मधील नाना या भूमिकेसाठी त्यांनी मिशा वाढवल्या. दोन दशकं रंगमंचावरून नाना साकारला. २० वर्षं या भूमिकेशी संसार केला. ही भूमिका म्हणजे त्यांच्यासाठी कलाकुसर करण्याचं कशिदाकाम ठरलं. प्रत्येक वेळी प्रयोग करताना नवीन जागा सापडायची. नानाचा पाहण्याचा नवा लुक, पॉज घेण्याच्या वेगवेगळ्या शक्यता त्यांनी आजमवून पाहिल्या. वेगळा प्रयोग केलेलं 'घाशीराम', पुढं रंगभूमीवरचा एक ठळक टप्पा ठरला. या बलस्थानामुळंच त्यांना 'जैत रे जैत' चित्रपटातली भूमिकादेखील मिळाली. घाशीराममधील नानाच्या अफाट लोकप्रियतेमुळं नवे प्रयोग लोकांच्या पचनी पडू लागले. ८०० च्या आसपास प्रयोग झालेलं हे नाटक परदेशात होण्यामागं डॉ. आगाशेंचं योगदान महत्त्वपूर्ण

आहे. या नाटकाच्या परदेशी झालेल्या सर्व प्रयोगांची आखणी, बांधणी आणि आयोजन डॉ. आगाशे यांनी फार आस्थेनं आणि आत्मीयतेनं केली. हे सगळं करण्यामागं आपल्याला परदेशात जायला मिळावं, एवढा मर्यादित हेतू नव्हता. तर त्या निमित्तानं विविध देशांशी सांस्कृतिक संबंध प्रस्थापित करण्याचा तो प्रयत्न होता. पण नंतर सतत घाशीरामच्या तुलनेचा त्रास व्हायला लागला. त्यानंतर मिकी आणि मेमसाहेब, खेळिया, तीन पैशाचा तमाशा अशी अनेक नाटकं डॉक्टरांनी केली.

केवळ मार्क मिळाले, म्हणून मेडिकलला ते आले खरे; पण पुढच्या शाखा निवडीमागं मात्र निश्चित विचार होता. सर्जरी करायची का? तर नाही. अनियमित दवाखान्याच्या वेळा, मेडिकल प्रॅक्टीसमधलं अति झोकून देणं नको असल्यानं त्यांनी मानसोपचारतज्ज्ञ व्हायचं ठरवलं. १९७० साली बीजे वैद्यकीय महाविद्यालातून 'मेडिसिन आणि सर्जरी' या विषयात 'एमबीबीएस'ची परीक्षा त्यांनी उत्तीर्ण केली. १९७५ मध्ये त्यांनी मानसशास्त्रीय वैद्यकशास्त्रामध्ये 'डीपीएम' ही पदविका घेतली आणि १९७८ साली डॉक्टर ऑफ मेडिसिन इन सायकिएट्री (एमडी) ही पदव्युत्तर पदवी प्राप्त केली. त्यानंतर मनोविकृतीशास्त्र या विषयाचे प्राध्यापक म्हणून काम केलं. तसंच पुण्यातील ससून रुग्णालयात मानसोपचारतज्ज्ञ म्हणून आपल्या रुग्णांशी विश्वासाचं नातं निर्माण केलं.

मेडिकल शिकता-शिकता मोहन आगाशे सतत नाट्यवर्तुळात कार्यरत होते. १९७० मधल्या 'अशी पाखरे येती'मुळं आगाशे अख्खा महाराष्ट्र फिरले. त्या नाटकाचे जवळपास सव्वाशे प्रयोग झाले. त्याच सुमारास एक 'भिंत आणि वळणं' आणि दुसरं 'प्रलय' नावाचं नाटक त्यांच्याकडं आलं. तेव्हाच 'थिएटर अँड थेरपी'वरच्या अभ्यासासाठी 'होमी भाभा स्कॉलरशिप' मिळाली. मग तीन महिने ते बर्लिनला जाऊन राहिले. तिथं व्यावसायिक लोकांनी, लहान मुलांच्या प्रेक्षकगटाला डोळ्यांसमोर ठेवून केलेलं थिएटर बघून ते खूपच इंप्रेस झाले. ते बघून त्यांना वाटलं की, याप्रकारचं काम आपल्या इथं होणं अत्यंत महत्त्वाचं आहे. कारण जर्मनीचं सामाजिक जीवन जे पन्नास वर्षापूर्वी होतं, तसं आज आपल्याकडं होऊ लागलंय. एकत्र कुटुंबपद्धती नाहीशी होतेय, दोघंही पालक नोकरीनिमित्तानं घराबाहेर जास्त वेळ राहताहेत, कुटुंब छोटी झालीयेत. त्यामुळं मुलांशी-पालकांशी संवादाचा दुवा साधणारं नाटक इथं व्हायला हवंय. मुलं वाढवायची आपली पद्धत वेगळी आहे. संरक्षणात्मक आहे. आपण मुलांना आयुष्यातली कठोर सत्यं पचवायला मुळी शिकवतच नाही. त्यामुळं मुलं भावनिकरीत्या पालकांवर खूपच अवलंबून राहतात. मुलांना आणि पालकांनाही नवी दृष्टी देण्याची गरज त्यांना वाटली आणि त्या दृष्टीनं 'ग्रिप्स'ची नाट्यचळवळ त्यांना आवडली. त्यातून त्यांनी 'छान छोटे-वाईट मोठे'चा पहिला प्रयोग केला. लहान मुलांवर फोकस करून बालरंगभूमीवरच वेगळ्या प्रकारचं काम केलं.

मराठी आणि हिंदी चित्रपटसृष्टीत व्यग्र असतानाही डॉ. मोहन आगाशे यांनी बालरंगभूमीसाठी 'मॅक्समुल्लर भवन, ग्रिप्स थिएटर' यांच्या संयुक्त विद्यमाने अनेक कार्यशाळांचं आयोजन केलं. बालरंगभूमीकडं अभिनव दृष्टीनं पाहणाऱ्या आणि वेगळ्या पद्धतीनं मुलांची नाटकं

सादर करणाऱ्या 'ग्रिप्स' चळवळीचा परिचय त्यांनी भारतीय रंगभूमीला करून दिला. या चळवळीचे अग्रगण्य दिग्दर्शक वोल्फगांग कोल्नेडर यांना डॉ. आगाशे यांनी भारतात आणलं. या चळवळीमुळंच श्रीरंग गोडबोले आणि विभावरी देशपांडे या तरुण नाटककारांनी मुलांसाठी आणि तरुणांसाठी आपल्या मातीशी नातं सांगणारी नाटकं दिली. ही नाटकं मुलं, शिक्षक आणि पालक यांच्यापर्यंत पोहोचवण्याचा प्रयत्न डॉ. आगाशे यांनी या कार्यशाळांच्या माध्यमातून केला. ग्रिप्स थिएटरची नाटकं म्हणजे चीप करमणूक नव्हती, तर पौष्टिक मनोरंजन होतं.

आपल्या एकूणच नाट्यसृष्टीच्या कालखंडात त्यांनी तीन चोक तेरा, दिनूच्या सासूबाई राधाबाई, राजा नावाचा गुलाम, क्षण झाला वैरी, तीन पैशाचा तमाशा, बेगम बर्वे, सावर रे, वासांसी जीर्णानी या नाटकांमधून कामं केलेली आहेत. 'काटकोन त्रिकोण' या नाटकाचे त्यांनी जवळपास २५० च्या आसपास प्रयोग यशस्वीपणे केले. त्यांची सिनेमातली कामं मात्र नैसर्गिकरीत्या झाली. म्हणजे रंगभूमीवर काम करताहेत म्हटल्यावर सिनेमा क्षेत्रातल्या ओळखीच्या लोकांकडं सहजगत्या त्यांना कामं मिळाली. 'जन्म झालेलं बाळ जसं आपोआप मोठं होतं, तसा मी थिएटरकडून सिनेमात आपोआप गेलो. त्यासाठी विशेष परिश्रम करावे लागले नाहीत.' असं ते म्हणायचे.

नाटकाशी एकनिष्ठपणे बांधले गेलेल्या डॉ. आगाशेंनी चित्रपटसृष्टीत पाऊल ठेवलं, ते 'सामना' या १९७५ च्या डॉ. जब्बार पटेल दिग्दर्शित चित्रपटातून. यात त्यांनी 'मारुती कांबळे'ची छोटी, पण प्रभावी भूमिका पार पाडली. पण त्यांच्या अभिनय कारकिर्दीला झळाळी आली, ती १९७७ च्या 'जैत रे जैत' या चित्रपटातील आदिवासी 'नाग्या'मुळं. नाग्या या व्यक्तिरेखेला अभिप्रेत असणारा प्रवास डॉ. मोहन आगाशे यांनी सक्षमपणे साकारला आहे, तो त्यातल्या भाषिक वैशिष्ट्यांसह. नाग्याच्या भूमिकेमुळं सर्वसामान्य प्रेक्षकांच्या परिचयाच्या झालेल्या डॉ. आगाशे यांचा पुढचा महत्त्वाचा चित्रपट म्हणजे १९८० चा 'सिंहासन.' बुधाजीराव या राजकीय नेत्याची त्यांनी साकारलेली भूमिकाही वैशिष्ट्यपूर्ण होती.

'एक होता विदुषक' या १९९२ मधील चित्रपटामध्ये रगेल वृत्तीच्या हिम्मतराव इनामदाराची भूमिका त्यातील बारकाव्यांसह डॉ. आगाशे यांनी साकारली. या व्यक्तिरेखेच्या अंतर्गत वृत्तीतील रगेलपणा त्यांनी आपल्या डोळ्यांच्या हावभावातून व्यक्त केलेला आहे. पण हा रगेलपणा व्यक्त करणाऱ्या डॉ. आगाशे यांनी १९९६ मध्ये प्रदर्शित झालेल्या 'कथा दोन गणपतरावांची' या चित्रपटात मैत्रीच्या नात्यातील आपपरभावाचा आविष्कार आपल्या अंगिक अभिनयातून घडवला. आपल्या मित्रावर असणारं प्रेम भांडणातूनही व्यक्त करता येऊ शकतं, असा मैत्रीचा गाभा सांगणाऱ्या या चित्रपटानं डॉ. मोहन आगाशे आणि दिलीप प्रभावळकर यांच्या अभिनयानं कलात्मक उंची गाठली. त्यातूनच या चित्रपटाला अभिजात सौंदर्यमूल्य प्राप्त झालं.

व्यक्तिरेखेचे बारकावे, त्यांचा सूक्ष्म अभ्यास आणि तो करत करतच आपल्या अभिनयातून ते प्रेक्षकांपर्यंत पोहोचवण्याची तळमळ असणाऱ्या डॉ. आगाशे यांनी वैविध्यपूर्ण भूमिका केल्या. त्यापैकी एक महत्त्वाची भूमिका म्हणजे 'देवराई'मधील मानसोपचारतज्ज्ञाची. आपल्या वैयक्तिक आयुष्यात नेहमीच जी भूमिका डॉ. आगाशे पार पाडत आले, ती भूमिका या

चित्रपटातही त्यांनी यथोचितपणे पार पाडलेली आहे. तर 'काय द्याचं बोला' या चित्रपटात त्यांनी बजावलेली न्यायाधीशाची भूमिका साकारतानाही ते तितकेच तन्मय झालेले सहज दिसून येतात. 'वळू'मधला सरपंच, 'विहीर'मधील आजोबा, 'देऊळ'मधला आमदार, 'रिटा'मधील वडील या त्यांच्या व्यक्तिरेखा वैविध्यपूर्ण होत्या. 'कासव' तसेच 'अस्तु' या चित्रपटात त्यांना काम करायला फार आवडलं. नाट्य कार्यशाळा घेणारी नायिका आणि विस्मरण म्हणजेच अल्झायमर झालेले संस्कृतचे निवृत्त प्राध्यापक हे तिचे वडील असं ते कथानक होतं. अशा व्यक्तिरेखा रंगवण्यातच डॉ. मोहन आगाशे यांच्यामधलं अभिनयकौशल्य अधोरेखित होतं.

मराठी चित्रपटाबरोबरच त्यांनी निशांत, मंथन, भूमिका, आक्रोश, मशाल, मृत्युदंड, गंगाजल, अपहरण, रंग दे बसंती, अब तक छप्पन्न अशा अनेक हिंदी चित्रपटांतून आपल्या अभिनयाची मोहोर उमटवली आहे. त्यांचं 'अधे-अधुरे' हे हिंदी नाटकही खूप गाजलं. ते उत्पल दत्त या हिंदी कलाकाराच्या नाटकांशीही जुळले गेले होते. त्यांना स्वत:ला अमिताभ बच्चन, नसिरुद्दीन शाह, ओम पुरी, मोहन जोशी, दिलीप प्रभावळकर, चंद्रकांत काळे हे कलाकार आवडतात.

सत्यजित रे यांच्या 'सद्‌गती' या भारतातील पहिल्या टेलिफिल्ममध्ये डॉ. आगाशे यांनी स्मिता पाटील, ओम पुरी, गीता सिद्धार्थ या कलाकारांसमवेत काम केलं. डॉ. मोहन आगाशे यांनी छोट्या पडद्यावरही आपल्या अभिनयकौशल्यानं प्रेक्षकांच्या मनात स्थान मिळवलं. त्यांनी 'पिंपळपान' या मराठीतील कथा-कादंबऱ्यांवर आधारित असणाऱ्या कार्यक्रमातील 'ऑक्टोपस' या श्री. ना. पेंडसे लिखित कादंबरीतील 'लालजी' सही-सही रंगवला होता, तर 'अग्निहोत्र', 'गुंतता हृदय हे', 'रुद्रम' या मालिकांमध्येही त्यांनी साकारलेल्या भूमिका प्रेक्षकांच्या कायम स्मरणात राहिल्या.

ते म्हणतात, "भूमिका करण्याची एक गंमत असते. कलाकाराला त्या भूमिकेचा आत्मा सापडावा लागतो. हा आत्मा सापडला, तर त्याच्या हातून ती भूमिका चांगली होते. एवढंच नव्हे, तर त्या भूमिकेचं सोनं होतं. मग त्या कलाकाराला आणि रसिकांनाही त्यातून आनंद मिळतो. माणूस आणि नट यांच्यामध्ये पुसटशी, पण रसिकांना न दिसणारी अशी एक रेषा आहे. 'देअर इज वन लाइन.' नाटकाचा प्रयोग सुरू होण्यापूर्वी विंगेमध्ये उभा असताना मी मोहन आगाशे असतो. ही रेषा ओलांडून मी रंगमंचावर प्रवेश करतो, तेव्हा मी त्या त्या पात्रांचा असतो. विंगेतून रंगमंचावर येतानाचा हा क्षण कमी वेळाचा असतो; पण रंगमंच कलाकाराला ते बेअरिंग सांभाळणं महत्त्वाचं असतं. कॅमेऱ्यामध्ये 'माणूस ते कलाकार' हा बदल त्वरित होऊ शकतो. मोहन आगाशे हा माणूस कलाकार म्हणून लगेच स्विच ओव्हर होऊ शकतो; पण रंगमंचावर काम करताना या रेषेचं भान ठेवायला लागतं आणि त्यानुसार आपल्यामध्ये बदल घडवावा लागतो. एखाद्याकडं पाहून प्रेम व्यक्त करता येते आणि न पाहतादेखील प्रेम व्यक्त होऊ शकतं. प्रेम व्यक्त करण्यासाठी दुसऱ्या व्यक्तीला स्पर्शच करावा लागतो असं नाही. अभिनयाचंही काही अंशी असंच आहे. एक माणूस म्हणून अस्तित्वाच्या विविध पातळ्या अनुभवायच्या असतील, तर त्यासाठी मनाची श्रीमंती असावी लागते."

पुढं ते असंही म्हणतात, "वैयक्तिक आयुष्यातून आलेले अनुभव व्यावसायिक आयुष्यात

वापरायचे. एका अर्थानं हे 'नॉन रिफंडेबल लोन'च आहे. वैयक्तिक जीवनातील अनुभवांचं संचित म्हणजे 'रुपी' हे रंगमंचावरील अभिनयाच्या 'बँके'मध्ये ठेवायचे आणि रसिकांना आनंद द्यायचा असतो. अभिनयाचा फील घेणं वेगळं आणि अभिनयामध्ये वेडं होणं वेगळं. कलाकार म्हणून भूमिका करताना त्या व्यक्तिरेखेचा 'फील' रसिकांना दिला पाहिजे, असं मी मानतो. नाटक संपलं आणि रंगमंचावरून बाहेर आला, की कलाकार हा कलाकार राहत नाही. तोदेखील अन्य लोकांप्रमाणं सर्वसामान्य माणूसच असतो. अभिनय केव्हा करायचा आणि जीवन केव्हा जगायचं, हे कलाकाराला समजलं पाहिजे. हा एक प्रकारचा 'ॲनास्थेशिया'च आहे. भूल उतरायला वेळ लागतो, तसं कलाकाराला 'भूल'मधून बाहेर पडून माणूस व्हायला वेळ हा लागतोच. या गोष्टींचा त्याच्या वैयक्तिक आयुष्यात परिणाम होत असतो. त्यामुळं कलाकारांमध्ये मानसिक आजाराचं प्रमाण अधिक आहे. 'भानावर येणं' त्याच्यासाठी कठीण असतं. २४ तास आपण कलाकार आहोत, असंच त्याला वाटू लागलं, तर ते त्याच्यासाठी अधिक धोकादायक ठरू शकतं."

ही त्यांची मतं मानसोपचारतज्ज्ञ म्हणून अगदीच योग्य वाटतात.

मलेरिया, देवी इ. रोगांचं निर्मूलन, अंधत्व, वंध्यत्व उपचार वगैरे राष्ट्रीय आरोग्य कार्यक्रम असतात. तसंच 'मानसिक आरोग्य टिकवा' ह्या कार्यक्रमाचा सरकारनं राष्ट्रीय आरोग्याचा कार्यक्रम म्हणून स्वीकार केला. मग तो राबवायचा कसा? तर पुढची १० वर्षं आगाशेंनी संपूर्णपणे त्याच्या मागं लागून, हेलपाटे घालून, महाराष्ट्र आरोग्य संस्थेची स्थापना केली. या संस्थेचे ते पहिले संचालक-प्राध्यापक होते. त्यासाठी त्यांनी ११३ पानी प्रोजेक्ट रिपोर्ट करून महाराष्ट्र सरकारला सादर केला होता. ते नेहमी थिएटर आणि मेडीकल अशा दोन पायांवर सतत उभे असायचे. कधी या पायावर वजन जास्त, तर कधी दुसऱ्या. 'एमडी' झाल्यावर १९७८ ते १९८८ त्यांनी थिएटर, सिनेमा सगळं केलं. बरोबरीनं नोकरीही केली. १९८८ ते १९९८ या वर्षांत या संस्थेच्या उभारणीवर भर दिला. मध्येच 'एफटीआयआय'च्या संचालकपदी काम केलं.

वैद्यकीय सेवा, चित्रपट-नाटक या क्षेत्राशी जवळून संबंध असणाऱ्या डॉ. मोहन आगाशे यांनी १९९३ मध्ये झालेल्या लातूरच्या भूकंपग्रस्तांसाठी राबवलेला ५ वर्षांचा प्रकल्प त्यांच्या सामाजिक बांधिलकीची जाणीव व्यक्त करणारा आहे. या प्रकल्पांतर्गत त्यांनी १००० कुटुंबाचं पुनर्वसन केलेलं आहे. नैसर्गिक आघातानं मानसिक खच्चीकरण झालेल्या व्यक्तींचं मानसिक पुनर्वसन करण्यात डॉ. मोहन आगाशे यांचं मोलाचं योगदान आहे. तसंच ते एप्रिल १९९७ ते एप्रिल २००२ या काळात 'फिल्म अँड टेलिव्हीजन इन्स्टिट्यूट ऑफ इंडिया' या संस्थेचे संचालक म्हणून कार्यरत होते. मनोचिकित्सकाच्या रूपात डॉ. आगाशे भारत, ब्रिटन तसेच अमेरिकेतही प्रसिद्ध आहेत.

डॉ. मोहन आगाशे यांना सांस्कृतिक प्रकल्पांसाठी जर्मन सरकारनं २००२ मध्ये 'क्रॉस ऑफ ऑर्डरर मेरीट' आणि मार्च २००४ मध्ये 'गटे' पदकानं सन्मानित केलं. १९९० च्या जानेवारी महिन्यात त्यांना भारतीय सरकारतर्फे 'पद्मश्री' देऊन गौरवण्यात आलं. याशिवाय १९९१ मध्ये

नंदिकर पुरस्कार, १९९६ मध्ये संगीत नाटक अकादमी तसेच 'त्रिमूर्ती' या हिंदी चित्रपटासाठी 'बेस्ट व्हिलन' म्हणून आणि १९९८ साली 'पुणे प्राईड' असे विशेष पुरस्कार त्यांना मिळालेले आहेत. आजही नाट्य, चित्रपट क्षेत्रातील अनेक सन्माननीय पदं भूषवत अभिनयक्षेत्रात त्यांचं काम सुरू आहे. २०१२ साली बारामती येथे झालेल्या ९३ व्या नाट्यसंमेलनाच्या अध्यक्षपदी त्यांची बिनविरोध निवड झाली.

या ज्येष्ठ आणि श्रेष्ठ कलाकाराला भेटण्याची मलाही संधी चालून आली. **'नटश्रेष्ठ जयशंकर दानवे कलायात्री पुरस्कार'** डॉ. मोहन आगाशेंना देण्याचं आम्ही ठरवलं. मग त्यांचा पत्ता मिळवून आम्ही पुणे इथं त्यांच्या घरी भेटायला गेलो. एवढा मोठा कलाकार, पण आम्ही नटश्रेष्ठ जयशंकर दानवेंची मुलं आहोत, हे समजल्यावर त्यांनी आमचं स्वागत अगदी घरच्याप्रमाणं केलं. हे कलाकार खरंच मोठ्या मनाचे असतात पाहा! त्यांनी एका क्षणात पुरस्कार घेण्यासाठी होकार दिला. सिनेमा, सिरीयल, नाटक या सर्व क्षेत्रांत व्यस्त असणाऱ्या या कलाकाराचं एका दिवसासाठी कोल्हापूरला येणंसुद्धा खूप अवघड होतं. पण ते अगदी आनंदानं आले. कलायात्री पुरस्काराचा दुसरा समारंभ संपन्न झाला १ मार्च २०१२ रोजी. पप्पांबद्दलच्या त्यांच्या प्रेमाची प्रचिती तेव्हा आली, जेव्हा त्यांनी रंगमंचावर त्यांच्याबद्दल गौरवोदगार काढले की,

"दानवेंसारख्या कलावंतानं पल्लेदार संवाद आणि जबरदस्त पाठांतरानं अभिनय समृद्ध केला. अभिनय कौशल्याची देणगी देऊन अनेक कलावंत घडवले. त्यांच्या नावे मिळालेला पुरस्कार बळ वाढवणारा आहे."

त्यानंतर त्यांनी प्रदीर्घ प्रकट मुलाखतही दिली. मुलाखतकार होत्या आकाशवाणी कोल्हापूरच्या ज्येष्ठ निवेदिका श्रीमती नीना मेस्त्री-नाईक.

डॉ. मोहन आगाशे यांच्यासारखा अभिनेता म्हणजे एक पाठशाळाच आहे. जिथं नवीन पिढीचे कलाकार कलेचं शिक्षण घेऊ शकतात. अशा प्रकारे एक कलाकर म्हणून सामाजिक भान जपणाऱ्या डॉ. मोहन आगाशे यांना रसिकांतर्फे मानाचा मुजरा करावासा वाटतो.

बेरकी खलनायक

सदाशिव अमरापूरकर

ज्यांच्या अभिनयानं आपण अवाक् होतो, कधी कधी भीती आणि रागही येतो, ज्यांच्या वेगवेगळ्या भूमिका कलाक्षेत्रातल्या लोकांना कायम आव्हान वाटतात, ते अतिशय हुशार आणि अभ्यासू कलाकार, तसेच डोळ्यात असणारा बेरकीपणा, सावळा रंग आणि कुत्सित हसू यांमुळं ज्यांचा पडद्यावरचा वावर कायम प्रभावित करतो, असे सदाशिव अमरापूरकर. सदाशिव अमरापूरकारांचा अभिनय पाहिला, तर लक्षात येतात त्यांचे अनेक खलनायकी कंगोरे! शब्दाशब्दांतून व्यक्त होणारा, उच्चारातून व्यक्त होणारा कुत्सितपणा, चेहऱ्यावरील एकेका इरसाल छटेतून ते केवढ्या प्रभावीपणे दाखवत! पण या कलाकारानं यशाच्या आकाशात झेप घेऊनही मातीशी असणारं नातं कधीच तुटू दिलं नाही. म्हणूनच आजही हा कलाकार तलावातील चांदण्याप्रमाणं अखंड चमचमत आहे.

ज्येष्ठ नाट्य-चित्रपट अभिनेते आणि खलनायक म्हणून सर्वपरिचित असणारे, तसेच आपल्या वैविध्यपूर्ण भूमिकांसाठी आणि त्यातील आत्मीय सादरीकरणामुळं आणि विशिष्ट लकबीतील संवादफेकीमुळं सर्वसामान्य प्रेक्षकांच्या कायम लक्षात राहिलेले एक महत्त्वाचे अभिनेते म्हणजे सदाशिव अमरापूरकर. नाटक, चित्रपट, दूरदर्शन या तिन्ही माध्यमांवर पकड असणारं अमरापूरकरांचं व्यक्तिमत्त्व. त्यांचा जन्म अहमदनगर इथं ११ मे १९५० रोजी सुसंस्कृत ब्राह्मणाच्या घरी झाला. त्यांच्या आईचं नाव रमाबाई होतं,तर वडिलांचं नाव द. ना. तथा दादा अमरापूरकर. हे अहमदनगर शहरातील यशस्वी, प्रतिष्ठित, व्यावसायिक, तसेच स्वातंत्र्यसैनिक आणि समाजकार्यकर्ते होते. त्यांनी अनाथ मुलांसाठी संस्था काढली, ग्रामीण भागात शाळा काढली. हे सामाजिक भान घेऊनच, त्या संस्कारात सदाशिव अमरापूरकर मोठे झाले. त्या काळात म्युनिसिपालटीचे कौन्सिलर म्हणूनही त्यांचे वडील निवडून आले होते. त्यानंतर त्यांचे पणजोबा नगरला आले. खेड्यापाड्यातलं जीवन, त्यांच्या समस्या, नगर जिल्ह्यातला कायम सतावणारा अवकर्षणाचा प्रश्न हे सर्व कळत्या वयापासून पाहण्यात त्यांचं बालपण गेलं.

सदाशिव अमरापूरकर यांचं शालेय आणि महाविद्यालयीन शिक्षण अहमदनगर इथं आणि पदव्युत्तर शिक्षण पुणे विद्यापीठात झालं.

महाविद्यालयीन शिक्षण घेत असताना त्यांना नाटकाचं इतकं भयंकर वेड लागलं की, घरी वडिलांसोबत त्यांचे सतत खटके उडू लागले. त्यांच्या भविष्याच्या काळजीनं एकदा वडिलांनी त्यांना घरात कोंडून ठेवलं. तेव्हा त्यांनी ओरडून ओरडून घर डोक्यावर घेतलं होतं आणि 'काहीही झालं, तरी मी नाटक सोडणार नाही' असा वडिलांना दमही दिला होता. अखेर वडिलांनी त्यांचा नाद सोडला.

त्यांचा अभिनय प्रवास सुरू झाला, तो खऱ्या अर्थानं शालेय जीवनापासूनच. पण त्यांच्या अभिनयाला प्रगल्भता आली ती महाविद्यालयीन जीवनातच. नगर कॉलेजमध्ये गेल्यावर त्यांना वाचनाची आवड निर्माण झाली. ते कलाशाखेचे पदवीधर झाले. हिंदी, इंग्रजी असं सर्व साहित्य त्यांनी वाचलं. बुद्ध साहित्य, कुराण, गीता, महाभारत या धर्मग्रंथांचा त्यांचा अभ्यास अचंबित करणारा होता. या काळात त्यांनी युवक महोत्सवांमध्ये अनेक नाटकं, एकपात्री नाटकंही सादर केली. त्यासाठी त्यांना अनेक पारितोषिकंही मिळाली. अभिनयाबरोबरच त्यांनी कथाकथनांमध्ये सहभागी होत, ते क्षेत्रही पादाक्रांत केलं.

सदाशिव अमरापूरकर १९७६ साली मुंबईला आले आणि रंगभूमीवरून पुढं चित्रपटाचा सारा मोठा पडदा त्यांनी व्यापून टाकला. व्यावसायिक नाटक केलं, की बरे पैसे मिळतात हे कळताच त्यांनी नाटकं करायला सुरुवात केली. पुढील काळात लग्न, मुलंबाळं झाली, तरी त्यांची नाटकावरची निष्ठा तसूभरही कमी झाली नाही. त्यांची पत्नी 'एलआयसी'मध्ये नोकरीला होती. तिचा त्यांना सपोर्ट मिळाला आणि नाट्य वर्तुळात एक सशक्त अभिनेता म्हणून त्यांची ओळख निर्माण झाली. प्रायोगिक आणि व्यावसायिक नाटकांत त्यांनी कामं करण्यास सुरुवात केली. त्यावेळेस छिन्न, यात्रिक, कन्यादान, मी कुमार, सूर्याची पिल्ले, अकस्मात, हॅन्ड्सअप, बखर एका राजाची यांसारख्या नाटकांचं दिग्दर्शन करून त्यात अभिनयही केला आणि आपल्या कामाचा ठसा मराठी रंगभूमीवर सक्षमपणे उमटवला. त्यांनी केलेल्या या नाटकांच्या दिग्दर्शनालाही उत्तम प्रतिसाद मिळाला. त्यांची मराठी नाटकं- काही स्वप्नं विकायचीत, छिन्न, ज्याचा त्याचा विठोबा, यात्रिक, लग्नाची बेडी, हवा अंधारा कवडसा. अमरापूरकरांनी दिग्दर्शित केलेली नाटकं- कन्यादान, किमयागार ('किमयागार' नाटकाचं नाट्यलेखन. हे नाटक हेलन केलर आणि तिची शिक्षिका यांच्या जीवनावर आहे.)

रंगभूमीवरील कारकीर्द गाजत असतानाच त्यांना १९७१ च्या नचिकेत आणि जयू पटवर्धन दिग्दर्शित '२१ जून १८९७' या मराठी चित्रपटात काम करण्याची संधी मिळाली. ती त्यांनी स्वीकारली आणि त्या संधीचं सोनं केलं. या चित्रपटात त्यांनी साकारलेली लोकमान्य टिळकांची भूमिका त्यांच्या अभिनय कारकिर्दीला कलाटणी देऊन गेली. त्यानंतर त्यांना अनेक मराठी चित्रपटांमध्ये कामं मिळाली. झेड पी, पैंजण, दोघी, वास्तुपुरुष, सख्खा भाऊ पक्का वैरी, तांबव्याचा विष्णू बाळा, आघात, आमरस, सावरखेड एक गाव, खिचडी, आई पाहिजे, जन्मठेप, झुंज, एकाकी, खतरनाक, तहान, कुंकू झाले वैरी, कदाचित, गाव तसं चांगलं, होऊ दे जरासा

उशीर, आर आर आबा अशा अनेक मराठी चित्रपटांमधून सदाशिव अमरापूरकर सातत्यानं प्रेक्षकांच्या समोर आले; पण ते प्रेक्षकांच्या लक्षात राहिले ते खलनायक म्हणूनच.

खलनायक साकारण्यासाठी लागणारा दुष्ट प्रवृत्तीचा अभिनय अमरापूरकर आपल्या अंगिक अभिनयातून यथार्थपणे सादर करत होते. अर्थात यामागं त्यांचा या विषयावर असलेला अभ्यास जाणवतो. हा अभ्यास त्यांनी 'अभिनयाचे सहा पाठ' या ग्रंथात शब्दबद्ध केलेला आहे. आजही अभिनयाचं शिक्षण घेणारे विद्यार्थी आणि शिक्षक यांना हा ग्रंथ मार्गदर्शक ठरतो. 'सदाशिव अमरापूरकर म्हणजे खलनायक' असं समीकरण झालं असलं, तरी त्यांनी वेगळ्या धाटणीच्या भूमिकाही केलेल्या आहेत. 'कदाचित' या अश्विनी भावेनिर्मित चित्रपटातील त्यांची भूमिका सुहृद पित्याची आहे. लहान मुलीच्या साक्षीवर विश्वास ठेवून न्यायालयानं दिलेली शिक्षा संपवून आलेल्या बापाबद्दलचा गैरसमज चित्रपट संपताना दूर होतो; पण बाप असणाऱ्या या मनस्वी कलाकारानं शेवटच्या दृश्यात खऱ्या अर्थानं हरलेल्या बापाचा अभिनय तत्कालीन भावनेशी समरस होऊन तन्मयतेनं रंगवला. या व्यक्तिरेखेला अभिप्रेत असणारं सुहृदपण सदाशिव अमरापूरकर यांनी नेटकेपणानं आणि नेमकेपणानं व्यक्त केलं. २०१२ मध्ये प्रदर्शित झालेल्या 'होऊ दे जरासा उशीर' या चित्रपटातही त्यांनी भूमिका केली. हा चित्रपट ऑस्करसाठी गेला होता. तसेच चित्रपटाचा १०० वर्षांचा इतिहास उलगडून दाखवणाऱ्या 'बॉम्बे टॉकीज' या चित्रपटातही अमरापूरकर यांना अभिनय करण्याची संधी मिळाली. मराठीप्रमाणे हिंदी चित्रपटसृष्टीतही अमरापूरकर ओळखले जातात, ते खलनायकी भूमिकांसाठी.

प्रसिद्ध हिंदी फोटोग्राफर आणि दिग्दर्शक गोविंद निहलानी यांनी अमरापूरकरांचं १९८१-८२ मधलं 'हॅन्ड्सअप' हे मराठी नाटक पाहिलं अन् ते प्रभावित झाले आणि त्यांनी त्यांना १९८३ मध्ये 'अर्ध्य सत्य' चित्रपटासाठी प्रमुख खलनायक म्हणून हिंदी चित्रपटात पहिला ब्रेक दिला. या चित्रपटात त्यांच्या भूमिकेचा कालावधी लहान असला, तरी त्यांचं फार कौतुक झालं आणि १९८४ साली सर्वोत्कृष्ट साहाय्यक अभिनेता म्हणून त्यांना 'फिल्मफेअर पुरस्कार' मिळाला होता. या रोलचा खूप गाजावाजा झाला. त्यांच्या पहिल्या नाटकातला पहिला रोल आणि पहिल्या चित्रपटातला पहिला रोल, हे दोन्ही खलनायकी रोल होते. या संदर्भात बोलताना विजय तेंडुलकर त्यांना म्हणाले,

"ही तुझ्या डोळ्यांची जादू आहे. तुझ्या डोळ्यात असलेला बेरकीपणा इतर कुणाच्याही डोळ्यात नाही."

या त्यांच्या कौतुकामुळंच त्यांनी पुढं आपली खलनायकी अभिनयशैली अजूनच बहरवली. हिंदी चित्रपटसृष्टीत पाऊल ठेवता ठेवता खलनायकी भूमिकेसाठी फिल्मफेअर ॲवॉर्ड पटकावणारे अमरापूरकर, विनोदी ढंगातील असणाऱ्या भूमिकाही तितक्याच ताकदीनं उभ्या करू लागले. याचा प्रत्यय इश्क, आंखे, कुली नं १ यांसारख्या चित्रपटांवरून येतो. टारझन- दि वंडर कार, हम साथ साथ है, एलान-ए-जंग, हुकुमत, आखरी रास्ता, रिश्ते, छोटे सरकार, गुप्त, मोहरा, बुलंदी असे जवळजवळ ३५० हिंदी चित्रपट आहेत या कलाकाराचे! कुठल्या कुठल्या चित्रपटांची नावं घ्यायची?

१९९१ च्या 'सडक' चित्रपटातील अमरापूरकरांचा महाराणीचा रोल प्रथम संजय दत्तला ऑफर केला होता; पण सुदैवानं दिग्दर्शक महेश भट्ट यांनी तो रोल अमरापूरकरांना दिला अन् आपण सर्वजण जाणतो, की या महाराणीच्या पात्राच्या नुसत्या पडद्यावरील वावरानं भल्याभल्यांच्या काळजात धडकी भरली. केसाची बट तोंडात घेऊन, लहरीपणानं संवाद फेकणं ही या पात्राची खासियत प्रेक्षकांच्या मनात कायम लक्षात राहिली. हे पात्र तंतोतंत साकार करण्यासाठी त्यांनी कोळीवाड्यातील एका तृतीयपंथियाचा अभ्यास केला होता. त्यानंतर या पात्राची नक्कल कोणीही इतक्या ताकदीनं करू शकलं नाही, म्हणूनच अमरापूरकरांच्या या एका रोलसाठी फिल्मफेअरला नवीन कॅटीगरी बनवावी लागली. त्या कॅटीगिरीचं नाव होतं 'बेस्ट ॲक्टर इन अ व्हिलिनीअस रोल.' या रोलमुळं अमरापूरकर दीर्घकाळ चर्चेत राहिले. त्यांना पाहण्यासाठी 'सडक' पाहायला प्रेक्षकांची गर्दी होत होती. हा चित्रपट यशस्वी ठरला अन् अमरापूरकर ठरले लोकप्रिय खलनायक.

त्यांनी अमिताभ बच्चन, धर्मेंद्र, राजकुमार अशा हिंदी दिग्गज कलाकारांसोबत हिंदी सिनेसृष्टी गाजवली. १९८७ सालच्या 'हुकुमत'मधील धर्मेंद्रसोबत त्यांनी मुख्य खलनायक साकारला. हा चित्रपट 'ब्लॉक बस्टर' ठरला. पुढं धर्मेंद्रसोबत अमरापूरकरांनी जवळजवळ ११ चित्रपट केले, म्हणून धर्मेंद्र त्यांना 'लकी चार्म' म्हणत. त्यांचा 'हुकुमत' चित्रपटातील व्हिलन हा 'मोगॅम्बो'पेक्षाही भाव खाऊन गेला. तसेच इतर चित्रपटातील त्यांच्या भूमिकाही लक्षणीय होत्या.

नाटक, हिंदी-मराठी चित्रपटसृष्टी गाजवणाऱ्या सदाशिव अमरापूरकर यांनी दूरदर्शन मालिकांमध्ये काम करून प्रेक्षकांना आपल्या अभिनयाचं दर्शन घडवलं होतं. भारत एक खोज, राज से स्वराज्य, शोभा सोमनाथ की, सीआयडी, गुब्बारे या मालिकांमध्ये त्यांनी काम केलंच; पण त्याचबरोबरीनं त्यांनी भाकरी आणि फूल, कुलवधू या मराठी मालिकांतही काम केलेलं आहे. अमरापूरकरांनी श्याम बेनेगल यांच्या 'डिस्कव्हरी ऑफ इंडिया' या दूरचित्रवाणी मालिकेत महात्मा फुले यांची भूमिका केली होती. वैविध्यपूर्ण भूमिका करण्याचा त्यांचा हातखंडा असल्यानं आणि अभिनयाची उत्तम जाण असल्यानं एक उत्तम अभिनेता म्हणून त्यांच्याकडं पाहिलं जातं. खरंतर उत्तम विनोदी टायमिंग ही त्यांची खासियत होती; पण खलनायकी भूमिकांकडं ते वळले. उत्तम खलनायक साकारणारे अमरापूरकर यांचा अंदाज प्रेक्षकांना प्रचंड आवडायचा. त्यांच्यातला खलनायकी भूमिकेचा दरारा वेगळाच असे. त्यांनी हिंदी, मराठी बरोबरच बंगाली, हरियाणवी, ओरिया अशा पाच भाषांतील चित्रपट केले. १९८०-९० हा अमरापूरकरांच्या आयुष्यातला नाट्य-सिनेकारकीर्दीचा सुवर्णकाळ म्हणावा लागेल.

रंगमंच, मोठा पडदा यावर सहजपणे वावरणाऱ्या या अभिनेत्याकडं असलेलं लेखनकौशल्य त्यांनी लिहिलेल्या 'किमयागार' या हेलन केलरच्या जीवनावर आधारलेल्या नाटकातून व्यक्त होतं. अपंग असणारी हेलन केलर आणि तिची शिक्षिका असणारी एना सुलेवन यांच्या नातेसंबंधावर आधारलेल्या या नाटकातील घटना-प्रसंगाच्या मांडणीतून सदाशिव अमरापूरकर

यांच्या ठायी असणारी संवेदनशीलता दृग्गोचर होते, तर 'पैंजण' या चित्रपटाची पटकथा लिहून त्यांनी पटकथा लिखाणातलं आपलं कौशल्यही दाखवून दिलं आहे.

त्यांच्या जीवनाच्या प्रत्येक वळणावर त्यांना अशा व्यक्ती भेटत गेल्या, ज्यांनी त्यांना निश्चित दिशा दाखवली. नाटककार विजय तेंडुलकर यांनी समाजाकडं, व्यक्तींकडं बघण्याचा दृष्टिकोन दिला. डॉ. लागू यांनी शास्त्रीय दृष्टिकोन दिला, चिकित्सक वृत्ती दिली. त्यांना वाटत असे की, प्रत्येकानं सामाजिक कामासांठी आपल्या आयुष्याची काही वर्षं दिली पाहिजेत. हे त्यांचं विधान ऐकून तात्यासाहेब शिरवाडकरांनी त्यांना एक नवा दृष्टिकोन दिला की, माणूस जर आपापल्या क्षेत्रात तल्लीनपणे, प्रामाणिकपणे काम करत असेल, तर तो समाजाचंच काम करत असतो. त्यामुळं समाजासाठी काही करायचं, म्हणून आपण आपल्या हातातलं काम सोडायची गरज नसते.

ते एक कलाकार म्हणूनच फक्त आपल्याला माहीत आहेत. पण असं नाही, तर त्यांनी समाजाची बांधिलकी मानून अनेक समाजकार्यांसाठी मदतनिधी देऊन आपलं उत्तम नागरिकाचं कर्तव्य पार पाडलं आहे. कलाकार म्हणून घडताना आणि समाजकार्य करताना त्यांना किती आणि कसा संघर्ष करावा लागला असेल! कारण संघर्ष हा शब्द केवळ लिहायचा राहत नाही, तर तो झेलायचा निखारा असतो.

सदाशिव अमरापूरकर यांची आणखी एक महत्त्वाची ओळख म्हणजे सामाजिक कार्यकर्त्याची! ते जितके श्रेष्ठ अभिनेते होते, तितकेच संवदेनशील असे तळमळीचे सामाजिक कार्यकर्तेही होते. आपल्या व्यग्र दिनक्रमातून आपलं ग्लॅमर बाजूला ठेवून ते सामाजिक जाणिवा जपत आले. 'लग्नाची बेडी' या नाटकाचे अमेरिका, कॅनडा इथं असंख्य प्रयोग करून त्यांनी स्वत:, डॉ. लागू, निळू फुले यांच्यासमवेत साठ लाखांचा निधी उभा करून सामाजिक कृतज्ञता ट्रस्ट उभारलं. ज्याच्या व्याजातून दरवर्षी सामाजिक कार्यकर्त्यांना दरमहा पैसे मिळतात. नगरच्या ऐतिहासिक वस्तुसंग्रहालयाला निधी उभा करून त्यांनी पुनरुज्जीवन दिलं.

उपजत असलेल्या सामाजिक बांधिलकीच्या भावनेतून त्यांनी सामाजिक कृतज्ञता निधी उभारण्यात मोलाचं योगदान दिलं, तर नर्मदा बचाव आंदोलनात सक्रीयपणे सहभागी होत समाजाप्रती असणारी ऋणाची भावना व्यक्त केली. समाजपरिवर्तनासाठी आवश्यक असणारी प्रबोधनाची गरज लक्षात घेऊन त्यांनी सामाजिक विषयांवर गावोगावी व्याख्यानं देण्यास प्रारंभ केला. केंद्र सरकारविरोधात अनधिकृत झोपडपट्ट्यांचा प्रश्न मिटवण्याचा, तसेच झोपडवासियांचा फक्त मतपेढी म्हणून सरकारनं वापर करू नये, म्हणून अथक प्रयत्न केले. अडलेल्या कलावंतांना सहकार्याचा हात देणं असो, वा सेवाभावी संस्थांना आर्थिक मदत असो, प्रत्येक ठिकाणी दिलेल्या मदतीचा गाजावाजा न करता ते आधारवड झाले. सोनेरी-चंदेरी कारकीर्द लाभलेल्या एखाद्या कलाकाराचं असं सामाजिक योगदान अभिमानास्पद आहे. साहित्य आणि सामाजिक विषयांवरचा त्यांचा अभ्यास लक्षात घेऊनच त्यांना चर्चेकरता प्रसारमाध्यमांकडून नेहमी बोलावणं येत असे.

हिंदी-मराठी चित्रपटांमध्ये काम करणाऱ्या सदाशिव अमरापूरकर यांना फिल्मफेअर,

क्रिटिक अवॉर्ड, पॉप्युलॅरिटी अवॉर्ड, सर्वोत्तम चरित्र अभिनेता पुरस्कार अशा अनेक पुरस्कारांनी सन्मानित करण्यात आलेलं आहे. लेखक, अभिनय, सामाजिक चळवळी यांमध्ये सक्रीय असणारं चतुरस्र व्यक्तिमत्त्व म्हणून सदाशिव अमरापूरकर यांच्याकडं पाहिलं जातं.

माझे वडील जयशंकर दानवे अमरापूरकरांच्या आधीच्या पिढीतले दर्जेदार सिने-नाट्य खलनायक. आम्ही कार्यक्रमाच्या माध्यमातून पप्पांचं १९८७ पासून स्मरण करत आलो आहोत. खरंतर २००४ साली मी अमरापूरकर सरांना या संदर्भात पत्र पाठवलं आणि त्यांनी स्वहस्ताक्षरात उत्तरही दिलं होतं. तेव्हापासून आम्ही आमच्या कार्यक्रमात त्यांची प्रतिक्षा करत होतो. अखेर तो क्षण आला. तिसरा **'नटश्रेष्ठ जयशंकर दानवे कलायात्री पुरस्कार'** २०१३ साली सदाशिव अमरापूरकर यांना प्रदान करण्यात आला. मी फोननं त्यांच्याशी संवाद साधला, तेव्हा हा योग जुळून येतानाही असंख्य अडचणी आल्या होत्या. कार्यक्रमाच्या महिनाभर आधीच अमरापूरकरांचा एक छोटासा अपघात झाला अन् 'रीड की हड्डी डॅमेज' झाल्यानं डॉक्टरांनी त्यांना एक महिन्याची संपूर्ण विश्रांती सांगितली. पण तत्पूर्वी आम्हाला त्यांची तारीख मिळाल्यानं आम्ही कार्यक्रमाच्या जय्यत तयारीत होतो. अखेर त्यांच्या पत्नीला निमंत्रण देऊन त्यांचा कलायात्री पुरस्कार सुपुर्द करायचा असं आम्ही ठरवलं आणि मागच्या पिढीतील खलनायक म्हणून जयशंकर दानवे अन् आजच्या पिढीतील खलनायक म्हणून सदाशिव अमरापूरकर यांच्या अनेक चित्रपटातील खलनायकी अभिनयाचे कंगोरे दर्शवणारी चित्रफित तयार केली. या कलाकाराचे किती आभार मानावेत! केवळ आम्ही मुलांनी आखलेल्या या कार्यक्रमाची इज्जत राखण्यासाठी अमरापूरकर स्वतःची गाडी न घेता एक केअरटेकर सोबत घेऊन चक्क रेल्वेनं मुंबई ते कोल्हापूर असा रात्रभरचा प्रवास करून कार्यक्रमाला आवर्जून उपस्थित राहिले. खरंच! समारंभाचं हे औचित्य साधणं एक माणुसकीचा भाग आहे, विवेकाचा भाग आहे.

पुरस्कार वितरणानंतर ज्येष्ठ निवेदिका श्रीमती सीमा जोशी यांनी त्यांची मुलाखत घेतली. कार्यक्रमात ३ तासांची मनसोक्त मुलाखत देऊन रसिक प्रेक्षकांना त्यांनी मालामाल करून टाकलं आणि पुन्हा त्याच रात्री रेल्वेनं मुंबईला गेले आणि त्यांनी इतिकर्तव्यता पूर्ण केली. हे त्यांच्या माणुसकीचं दर्शन शब्दात मांडायला माझ्याकडं अक्षरशः शब्द अपुरे आहेत.

'अनुभवानं मोठं होणं हीच माझ्या अभिनयाची शिदोरी आहे. अनुभवानंच मला समृद्ध केलं. जयशंकर दानवेंच्या खलनायकी अभिनयातून खलनायक कसा रंगवावा, याची मला प्रेरणा मिळाली.' असं मत त्यांनी कार्यक्रमाच्यावेळी व्यक्त केलं. या कार्यक्रमात स्वतःची आणि माझ्या पप्पांची चित्रफित पाहून त्यांनी आम्हाला कौतुकाची थाप दिली आणि 'अशाप्रकारे खलनायक म्हणून माझं स्वागत कधीही झालं नाही' अशी कबुलीही दिली. 'माझ्या आयुष्यातील उत्तरकाळ लोकांची दुःखं दूर करण्यात जावा', अशी भावोत्कट इच्छाही त्यांनी मुलाखतीत व्यक्त केली. पण अमरापूरकर यांच्या जीवनातील कोल्हापुरात संपन्न झालेला हा अखेरचा पुरस्कार ठरला. कारण ३ नोव्हेंबर २०१४ रोजी या कलाकाराला देवाज्ञा झाली. पण ते आपल्या अभिनय कौशल्यानं रसिकांच्या स्मरणात राहिले आहेत हे मात्र खरं!

कसदार अभिनेता

शरद पोंक्षे

'सूर्याची ऊबदार प्रखरता, वाऱ्याचा वेग, खडकालाही हेवा वाटेल अशी कठोरता आणि साक्षात बृहस्पतीनंही शिष्यत्व पत्करावं, अशी बुद्धीची प्रगल्भता या साऱ्यांनी मिळून बनलेला मानवी आकार, म्हणजे स्वातंत्र्यवीर विनायक दामोदर सावरकर!'

अशी सावरकरांची विचारसरणी ऐकून प्रगल्भ हिंदुत्ववादी बनलेले आणि आपल्या तडफदार भाषणानं जनसमुदायावर छाप टाकणारे रंगकर्मी म्हणजे शरद पोंक्षे. हे मराठी चित्रपट, नाटक, दूरचित्रवाणी माध्यमातील अभिनेते आहेत. मराठी चित्रपट क्षेत्रातील एक प्रतिभावंत कलाकार, विनोदी, गंभीर नायक आणि खलनायक तसेच अतिशय संवेदनात्मक, अशा सर्व तऱ्हेच्या भूमिका यशस्वीरीत्या साकारणारे, सुपारीच्या खांडाचंही व्यसन नसलेले अभिनेते म्हणून त्यांना ओळखलं जातं. नाट्यसृष्टी बरोबरच चित्रपटसृष्टीतही शरद पोंक्षे यांनी आपल्या अभिनयाचा ठसा उमटवला आहे.

शरद पोंक्षे यांचं मूळ गाव रत्नागिरी जिल्ह्यातील आंबव. पण त्यांचं सहावीपर्यंत शिक्षण त्यांच्या आजोळी म्हणजे मिरजला झालं. त्यानंतर त्यांचं कुटुंब मुंबईत आल्यावर भायंदर येथील अभिनव विद्या मंदिर या शाळेत त्यांचं पुढील शालेय शिक्षण झालं. शाळेत शिकत असतानाच त्यांनी एकांकिका स्पर्धेत भाग घेण्यास सुरुवात केली आणि त्यांच्यात अभिनयाची बीजं रुजू लागली. त्यांचं पहिलं नाटक 'हंगर स्ट्राईक.' तेव्हापासून त्यांचा नाट्यक्षेत्रातला प्रवास सुरू झाला. 'खरं बोल आणि खरं वाग', ही शिकवण त्यांच्या आई-वडिलांनी त्यांना दिली. 'बाहेर जे काही करशील, मग ते चुकीचं असलं, तरी आम्हाला खरं सांग', हे त्यांनी लहानपणापासून शरद पोंक्षेंना सांगितलं. त्यामुळं प्रत्येक गोष्ट घरी येऊन आई-वडिलांना सांगायची, ही चांगली सवय पोंक्षेंना लागली. ही सवय त्यांना महत्त्वाची वाटते. त्याचा त्यांना आयुष्यात फायदाही झाला. त्यांच्या आई-वडिलांनी शिक्षणाबाबत, करिअरबाबत कुठलीही जबरदस्ती कधीच केली नाही. ते दहावी पास झाल्यानंतर त्यांना पुढं शिकायची इच्छा नव्हती. त्यांचे वडील त्यांना म्हणाले की, 'अकरावीला प्रवेश घेऊन

कॉलेजात जाऊन बघ.' त्यामुळं फक्त एक वर्ष त्यांनी कॉलेजचं तोंड पाहिलं.

त्यावेळी गोरेगावला एक एकांकिका स्पर्धा होती. तिथं त्यांच्या एकांकिकेचा प्रयोग होता. आदल्या दिवशी परीक्षेचा निकाल लागला आणि ते नापास झाले. त्याच दिवशी नाटक असल्यानं एकांकिकेच्या ग्रुपमधील मुलं त्यांच्या चाळीतील घराच्या दारावरून सारख्या फेऱ्या मारू लागली. फेऱ्या मारून ती त्यांच्या घरातल्या वातावरणाचा अंदाज घेत होती. चार-पाच फेऱ्या मारल्यानंतर वडिलांनी ते पाहिलं. त्यातल्या एकाला बोलावलं आणि विचारलं,

'काय रे, फेऱ्या का मारत आहात? काही अंदाज घेत आहात का?'

असा प्रश्न ऐकल्यावर ती मुलं एकदम गडबडली. तरीही वडिलांनी पुन्हा विचारल्यावर ती घाबरत म्हणाली,

'आमची एकांकिका आहे आणि आता शरद नापास झाल्यावर आमची स्पर्धा होणार की नाही, तो आता येईल की नाही, याचा अंदाज आम्ही घेत होतो.'

ते ऐकल्यावर वडील म्हणाले, 'तो येणार नाही, असं कोणी सांगितलं? मी तसं काही म्हणालो का? नापास होण्याचा आणि नाटकात काम न करण्याचा काय संबंध?' मग शरदकडं बघून ते म्हणाले, 'जा रे, असं बसून काय होणार आहे?'

त्यांनी जा म्हटल्यावर आपण नापास झालो आहोत, याचा काही मागमूसही त्यांच्या चेहऱ्यावर राहिला नाही. अगदी उड्या मारत ते बाहेर गेले. त्यानंतर सर्वांनी रात्रभर एकांकिकेची मस्तपैकी तालीम केली आणि दुसऱ्या दिवशी एकांकिका सादर केली. खरंतर घरात मुलगा नापास झालाय म्हटल्यावर केवढा गोंधळ माजला असता! नाटक तर दूरच, मित्रही बंद झाले असते. 'आधी अभ्यास करा, पास व्हा आणि मग नाटक वगैरे करा', असं फर्मान निघालं असतं; पण त्यांच्याकडं तसं नव्हतं. हे जे बाळकडू मिळालं, तेच शरदजींनी आपल्या मुलांच्या बाबतीत पुढील काळात पाळलं.

इयत्ता बारावीनंतर त्यांनी तीन वर्षांचा डिप्लोमा अभ्यासक्रम केला. डिप्लोमा अभ्यासक्रमानंतर ते बेस्टमध्ये नोकरीत रुजू झाले. त्यांचा ओढा अभिनयाकडं होता. त्यांची ही आवड सांभाळून करता येईल, अशी नोकरी त्यांना हवी होती. त्यांचे वडील 'बीईएसटी'मध्ये होते. बेस्टनं खूप मोठे कलावंत निर्माण केले होते. वडील म्हणाले की, 'बेस्टमध्ये अपरेंटीसशिप करतोस का?' ते लगेच 'हो' म्हणाले.

त्याच सुमारास राज कपूरच्या जवळजवळ सर्वच चित्रपटांचं आर्ट डिरेक्शन ज्यांनी केलं होतं, त्यांच्या हाताखाली शरदजींना असिस्टंट आर्ट डिरेक्टर म्हणून काम करण्याची संधी मिळाली. त्यांनी गिरीश घाणेकरांचा 'रंगत-संगत' चित्रपट, दत्ता केशवांचा 'दे टाळी', 'धमाल बाबल्या गणप्याची', 'होळी रे होळी' नावाची एक मालिका यासाठी असिस्टंट डायरेक्टर म्हणून काम केलं. त्यांची चित्रकला आणि अक्षर चांगलं होतं. याचा त्यांना खूप फायदा झाला. हे सर्व करताना १९८९ साल उजाडलं आणि त्याच दरम्यान त्यांना बेस्टमधून कायमस्वरूपी नोकरीसाठी बोलावणं आलं.

बेस्टमध्ये त्यांना श्री. प्र. ल. मयेकरांसारखे लेखक भेटले. मग अरुण नलावडेंसारखे कलाकार भेटले. विविध एकांकिकांमध्ये भाग घ्यायला सुरुवात झाली. व्यावसायिक नाटकांमध्ये ते छोटे-

छोटे पाच ते दहा मिनिटांचे रोल करायला लागले. तेव्हा रु. ६० पर्यंत मानधन मिळायचं. सन १९८८ मध्ये 'दे टाळी' या चित्रपटात त्यांनी छोटीशी भूमिका केली आणि त्यांचं चित्रपटसृष्टीत पदार्पण झालं. १९८९ ला 'वरून सगळे सारखे' या व्यावसायिक नाटकातील भूमिकेद्वारे त्यांचा व्यावसायिक रंगमंचावर प्रवेश झाला. 'दामिनी' या आठ वर्षं तुफान चाललेल्या दूरचित्रवाणीवरील मालिकेतील त्यांची पत्रकाराची भूमिका लक्षवेधी ठरली अन् अभिनेता म्हणून त्यांची खरी ओळख निर्माण झाली.

नाट्यसृष्टी हा एक मोठा वटवृक्ष आहे. ज्याला कोणीही गॉडफादर नसतो, त्या कलाकाराला त्याच्या एखाद्या पारंबीला लटकावंच लागतं. अशाच एका पारंबीला ते लटकले. ती पारंबी श्री. विनय आपटे यांनी वर खेचली आणि त्यांनी श्रीमती विजया वाड (निशिगंधा वाड यांच्या आई) यांनी लिहिलेलं 'तिची कहाणी' हे नाटक केलं. मतिमंद मुली वयात आल्यावर घरात काय काय होतं, याचं चित्रण त्यात केलं होतं. त्यात त्यांनी एका हिंदू घरातल्या नोकराची भूमिका केली होती. तो नोकर त्या मतिमंद मुलीच्या बरोबर कोकणातून आलेला असतो. पण तो असतो मुसलमान! खरं म्हणजे भूमिका हिंदू नोकराचीच होती; पण भूमिका करताना त्यात आव्हान असावं, म्हणून त्या नोकराचं पात्र दिग्दर्शक कामत यांनी मुसलमान दाखवलं होतं. आता कोकणातले मुसलमान आपली भाषा कशी बोलतात, ते फार महत्त्वाचं होतं. शरदजींचा एक काका 'आरबीआय'मध्ये होता. त्याचा मित्र होता मुसलमान. परंतु त्याची बायको कोकणातली मुसलमान. मग त्यांनी त्या माणसाला गाठलं. त्याच्या बायकोकडून ती भाषा शिकण्यासाठी त्याला विनंती केली. त्याच्या बायकोला आधी नाटक म्हणजे काय, इथपासून सांगावं लागलं. मग त्यांचं नाटक काय आहे, त्यात त्यांची भूमिका काय आहे, हे सर्व सांगितलं. ते एक मराठी वाक्य बोलायचे, मग ती ज्या पद्धतीनं ते वाक्य बोलायची, ते वाक्य ते लिहून घेत. अशा तऱ्हेनं त्यांनी संपूर्ण नाटकातील त्यांची भूमिकाच लिहून काढली. मग त्या भाषेत बोलण्याचा सराव केला आणि परिणाम म्हणजे त्या भूमिकेची खूप प्रशंसा झाली.

त्यांच्या नाट्य कारकिर्दीत महत्त्वाचा टप्पा म्हणजे 'मी नथुराम गोडसे बोलतोय' हे नाटक. या नाटकाच्या वेळचे त्यांचे अनुभव रोमहर्षक आहेत. या नाटकाच्या निमित्तानं त्यांना प्रेक्षकांकडून वेळोवेळी अभिनयाची पावतीही मिळाली आहे. नथुरामच्या निषेधार्थ निदर्शनं होत असतानाही हे चॅलेंज स्वीकारून ते या नाटकांचे प्रयोग करत राहिले. नथुराम गोडसेंच्या भूमिकेसाठी ती भूमिका कोण करू शकेल याचा जेव्हा शोध चालू होता, तेव्हा नाटकाचे निर्माते श्री. उदय धुरत शरदजींना एकदा म्हणाले,

"विनय आपटेंना जाऊन भेट आणि नशीब आजमाव."

नंतर एक दिवस पूर्वनियोजित कार्यक्रमानुसार श्री. विनय आपटे यांच्यासमोर त्यांनी नाटकाचं थोडं वाचन केलं. त्यांचं वाचन अगदी व्यवस्थित झालं आणि त्यांना नथुरामची भूमिका मिळाली. त्यांनी नथुराम गोडसे या भूमिकेचा अभ्यास केला. श्री. गोपाळ गोडसे (नथुरामांचे बंधू) यांनाही भेटले. जुनी वृत्तपत्रं वाचली. त्यानंतर सत्तावीस दिवस त्यांनी तालीम केली आणि अठ्ठाविसाव्या दिवशी नाटकाचा पहिला प्रयोग शिवाजी मंदिरला, १० जुलै १९९८ ला पार पडला. अतिशय उत्कृष्ट प्रयोग झाला.

शिवाजी मंदिरला लागोपाठ दोन दिवसात चार प्रयोग झाले. नाटक चालू असताना मध्येच थांबायचं, कारण लोक वंदे मातरमच्या घोषणा द्यायचे. स्वातंत्र्यवीर सावरकरांचा जयजयकार करायचे. सर्व कलाकार मग तेवढा वेळ थांबायचे, नंतर पुन्हा प्रयोग चालू करायचे. नेपथ्यकार श्री. प्रविण मुळ्ये यांनी संपूर्ण प्रयोगासाठी ग्रीक नेपथ्य वापरलं होतं. शरदजी या नाटकात सतत दोन ते अडीच तास व्यासपीठावर असायचे. या नाटकाच्या आधी त्यांनी पाच ते दहा मिनिटांच्या किंवा त्याहून थोड्या मोठया भूमिका केल्या होत्या. तरीही त्यांना टेन्शन आलं नाही.

या नाटकाचे प्रयोग चालू असताना लोकांमध्ये घोषणाबाजी चालायची, लोक स्टेजवर येऊन गोंधळ घालायचे, प्रयोग थांबायचा. पुन्हा लोक शांत झाल्यावर परत तो प्रयोग सुरू व्हायचा, असं बऱ्याचदा व्हायचं. एकदा चंद्रपूरला प्रयोग असताना संकष्टी चतुर्थी होती. ते नेहमीच उपवासाच्या दिवशी सर्व प्रयोग आटोपल्यावरच उपवास सोडतात. पण त्या दिवशी अडथळे आल्यामुळं प्रयोग लांबायला लागला. मग प्रयोगाला विरोध करणारे आणि पाठिंबा देणारे यांच्यात जुंपली. असं करत रात्री नऊ वाजता सुरू झालेला प्रयोग सकाळी साडेसहाला संपला आणि त्यांनी सकाळी पावणे सातला उपवास सोडला. एकदा कोल्हापूरला असाच एक तणावपूर्ण प्रसंग घडला होता. त्यावेळी त्यांनी प्रेक्षकांना सांगितलं,

“आम्ही कुठल्याही विचाराचा प्रचार करायला आलेलो नाही. आम्ही एक कला सादर करायला आलो आहोत.” हे सर्व बोलूनच ते प्रयोगासाठी पुन्हा उभे राहिले.

नाटकाला विरोध होऊ लागल्यानं न्यायालयीन लढाई लढावी लागली. उच्च न्यायालयानं, सर्वोच्च न्यायालयानं नाटकाच्या बाजूनं निकाल दिला. त्यानंतरही नाटकाची बस जाळणं, धमक्या असे प्रकार सुरू होते. अशा विरोधाला झुगारून नाटकाचे प्रयोग सुरू होते. एक हजार प्रयोगाचं लक्ष्य ठेवण्यात आलं होतं; पण त्याआधीच जानेवारी २०१६ मध्ये ८१७ प्रयोगांनंतर नाटकावर पडदा पडला. आंदोलनं, धमक्या आणि न्यायालयीन लढाई अशा प्रखर विरोधानंतरही रसिकांच्या गर्दीनं हाऊसफुल्ल ठरलेल्या या नाटकाला अंतर्गत वादाचा फटका बसला. नाटक हजाराचा टप्पा गाठत असल्यानं विद्यार्थ्यांसाठी सवलतीच्या दरात हे प्रयोग व्हावेत आणि नथुरामची भूमिका पोहोचावी, असा शरद पोंक्षे यांचा विचार होता; पण निर्मात्यांना हे मान्य नसल्यानं त्यांनी नाटकाचे प्रयोग बंद केले.

या नाटकातील आणि अन्य माध्यमांतील यशामुळं त्यांनी अभिनयावर लक्ष एकवटण्याचा निर्णय घेतला. या नाटकानं ते एकदम ‘ए’ ग्रेड कलाकारांच्या पंक्तीत जाऊन बसले होते. पण मग छोटी कामं यायचीच बंद झाली. त्यांनी इ. स. २००० साली बेस्टमधील नोकरी सोडली. त्यानंतर अशी वेळ आली होती की, त्यांच्या आठ मालिका एकाच वेळी चालू होत्या, चार अल्फावर, तर चार सह्याद्रीवर. दुपारी साडेतीनला टीव्ही लावला, की संध्याकाळी पाच वाजेपर्यंत शरद पोंक्षेच दिसायचे. ‘वादळवाट’ या दूरदर्शन मालिकेतील त्यांची खंडागळेची भूमिका खूप गाजली. नथुरामनंतर पुण्याच्या एका संस्थेकडून त्यांच्याकडं सावरकरांवरील नाटकात सावरकरांची भूमिका करावी, अशी मागणी आली. पण त्यांनी त्याला साफ नकार दिला. ‘त्यांच्यात आणि माझ्या दिसण्यात जराही साम्य नाही. मग उगाचच अशा भूमिका करण्यात अर्थ नाही’, असं त्यांनी

सांगितलं. मध्यंतरीच्या काळात, प्रभाकर पणशीकरांच्या 'इथे ओशाळला मृत्यू' या नाटकात त्यांनी संभाजींची भूमिका केली. त्याचे तब्बल आठ प्रयोग गोव्यात झाले.

प्रा. वसंत कानेटकर यांच्या लेखणीच्या सर्वोत्तम आविष्कारापैकी एक अभिजात नाट्यकृती म्हणून 'हिमालयाची सावली' या नाटकाकडं पाहिलं जातं. या नाटकाच्या नावातच हे नाटक, घरादाराची तमा न बाळगता समाजहितासाठी आयुष्यभर तन-मन-धन अर्पण करून राबत असलेल्या 'गुंडो गोविंद भानू' यांचं महान कार्य आणि त्यांचं खडतर जीवन अधोरेखित करणारं आहे. समाजमन बदलण्याच्या ध्येयानं पछाडलेल्या नानासाहेब या व्यक्तिरेखेला रंगमंचावर उभं करण्याचं काम शरद पोंक्षेंनी केलं. या संदर्भात ते म्हणतात,

"मला काही गोष्टी परमेश्वरानं उपजतच दिलेल्या आहेत. मी अत्यंत प्रांजळपणानं सांगतो, आजवर 'नथुराम गोडसे'मधला नथुराम केला, 'लहानपण देगा देवा'मधला अनंत उत्पात केला, 'त्या तिघांची गोष्ट' केलं, 'बेईमान' नाटक केलं. खूप छान नाटकं केली. प्रत्येक वेळी ते कॅरेक्टर वाचलं, की रंगभूषा, वेषभूषा, केशभूषेसह ती व्यक्तिरेखा माझ्या नजरेपुढं स्वच्छपणे दिसायला लागते. ही व्यक्तिरेखा उठेल कशी, बसेल कशी वगैरे तपशिलासह दिसायला लागतं अन् मी ती भूमिका तशी उभी करायचा प्रयत्न करतो."

या नाट्यसृष्टीत काम करताना ते संपूर्ण महाराष्ट्रभर फिरले. अनेक प्रकारची माणसं बघितली. भूमिका वाचतानाच पात्र कसं वठवायचं आहे, हे त्यांच्या ध्यानात येतं. मग काम करणंच सोपं होऊन जातं. म्हणून त्यांनी वठवलेलं प्रत्येक पात्र वेगळं वाटतं. भूमिकेत वेगळेपणा वाटतो. खंडागळे बघताना आपल्याला नथुराम आठवणार नाही आणि नथुराम बघताना खंडागळे आठवणार नाही. याला त्यांची बऱ्याच वर्षांपासूनची मेहनत कारणीभूत आहे. त्यांची आई आणि पत्नी यांची त्यांना लाखमोलाची साथ लाभली, म्हणूनच ते एकाग्रतेनं काम करू शकले. अभिनयाचा कोणीही गॉडफादर नसताना या क्षेत्रात ते स्थिरावले. 'दामिनी' मालिकेतील सरळमार्गी उदय कारखानीस, 'वादळवाट'मधील देवराज खंडागळे हा पत्रकार, 'कुंकू'मधील कपटी परशुराम किल्लेदार, 'अग्निहोत्र'मधील महादेव, 'उंच माझा झोका'मधील गोविंदराव रानडे, 'दुर्वा'मधील आण्णा पाटील अशा विविध ढंगी मालिकेतील भूमिका त्यांनी साकारल्या.

'उंच माझा झोका'तील त्यांची गोविंदराव रानडेंची व्यक्तिरेखा इतकी वेधक होती की, या ऐतिहासिक भूमिकेच्या मृत्यूची तारीख निश्चित असूनही त्यांचा जीव वाचावा म्हणून सिद्धिविनायक देवाकडं साकडं घालणारे रसिक त्यांनी अनुभवलेत. या गोष्टीचा एक कलाकार म्हणून त्यांना निश्चितच अभिमान आहे. याशिवाय असे हे कन्यादान, जय मल्हार, वहिनीसाहेब, आई माझी काळूबाई, राधा ही बावरी, ठिपक्यांची रांगोळी अशा अनेक मराठी मालिका, तसेच हिंदी मालिकेतदेखील सजन रे झूठ मत बोलो, बावरा दिल अशा आजवर त्यांनी जवळजवळ ७० ते ८० मालिकांमधून अभिनय केला.

त्यांच्या बऱ्याचशा मालिका संपल्या; पण त्यांच्या भूमिका अजरामर झाल्या. त्यांना 'वादळवाट'मधील देवराज खंडागळेच्या भूमिकेसाठी उत्कृष्ट खलनायकाचा झी पुरस्कार सलग तीन वर्षं मिळाला. 'भैरोबा' या 'साम टीव्ही'वरील मालिकेतील भूमिकेनं सर्वोत्कृष्ट अभिनयाचा

पुरस्कार मिळाला. वाई इथं 'वीर जीवा महाले' पुरस्कारासारखे अनेक पुरस्कार त्यांना लाभले आहेत.

त्यांची कोणतीही भूमिका दुसऱ्या भूमिकेशी मिळतीजुळती वाटत नाही. या सर्व भूमिका सभोवताली जगात वावरणाऱ्या व्यक्तिरेखांवर आधारित असतात. 'आपण फक्त आपले कान आणि डोळे नीट उघडे ठेवावे लागतात, तरच अनेक गोष्टी टिपता येतात', असं त्यांचं प्रामाणिक मत. कोणतीही भूमिका साकारताना ती व्यक्तिरेखा त्यांच्या डोळ्यासमोर वावरू लागते अन् ते तिला फॉलो करतात, अशी उपजत अभिनयाची देणगी त्यांना लाभली आहे.

'जातिवंत अभिनेत्याला कोणी एक गुरु असूच शकत नाही. संपूर्ण जगच त्याला गुरुस्वरूप असतं.स्वतःची ओळख जगाला पटवत नाही, तोपर्यंत कलाकारानं शिकत रहावं. कधीही तत्कालीन सुखाचा विचार करू नये आणि स्वतःशी प्रामाणिक राहून कलेच्या जोरावर भविष्याचा वेध घ्यावा', असे त्यांचे विचार नव्या पिढीतील कलाकारांना नक्कीच प्रेरणादायी ठरणारे आहेत.

काचेचा चंद्र, गंध निशिगंधाचा, गांधी आंबेडकर, झाले मोकळे आकाश, नटसम्राट, नांदी, बॅरिस्टर, लहानपण देगा देवा, बेईमान, हे राम नथुराम, हिमालयाची सावली यांसारखी जवळजवळ २७ पेक्षाही अधिक व्यावसायिक नाटकं त्यांनी केली आणि ही त्यांची नाटकंही अतिशय गाजली. 'एका क्षणात' या नाटकाचं दिग्दर्शनही त्यांनी केलंय. हे राम, एक पल का प्यार, ब्लॅक फ्रायडे असे अनेक हिंदी चित्रपट, तर व्हॉट अबाऊट सावरकर, संदूक, तप्तपदी, तुकाराम, मोकळा श्वास, अचानक, धुडगूस, बंध प्रेमाचे, वासुदेव बळवंत फडके, गाढवाचं लग्न असे अनेक मराठी चित्रपटही त्यांनी केलेत.

कॅन्सरच्या यशस्वी शस्त्रक्रियेनंतर, त्या रोगातून बाहेर पडल्यावर शरद पोंक्षे आजही व्याख्यानं देतात. गणपती बाप्पावरील श्रद्धा आणि सावरकरांच्या विचाराद्वारे मिळालेली प्रेरणा हीच त्यांच्या यशाची गुरुकिल्ली. सावरकर हा त्यांच्या अनेक व्याख्यानांचा विषय असतो. २९ फेब्रुवारी २०२० रोजी त्यांनी फर्ग्युसन कॉलेजमधील 'मी सावरकर' या वक्तृत्व स्पर्धेच्या बक्षीस समारंभात भाषण केलं. रिपब्लिकन पक्षाच्या कार्यकर्त्यांनी व्याख्यान बंद पाडायचा अयशस्वी प्रयत्न करून पाहिला; पण बहुसंख्य विद्यार्थ्यांच्या आग्रहास्तव पोलीस बंदोबस्तात ते भाषण झालं. २६ डिसेंबर २०१९ रोजी निगडी प्राधिकरणात 'आम्ही सर्व सावरकर' या कार्यक्रमात 'सावरकर विचारदर्शन' या विषयावर भाषण झालं. २२ जानेवारी २०२० रोजी पोंक्षे यांचं पुण्यात धर्म गर्जना संस्थेतर्फे आयोजित कार्यक्रमात 'राष्ट्रभक्त सावरकर' या विषयावर व्याख्यान झालं. ०२ मार्च २०२० रोजी पोंक्षे यांनी याच विषयावर कोल्हापुरात व्याख्यान दिलं. पिंपरी-पुणे येथील समर्थ प्रॉडक्शन आणि मातृमंदिर या संस्थांनी १० फेब्रुवारी २०२० रोजी आयोजित केलेल्या स्वरगंधर्व संगीत महोत्सवामध्ये शरद पोंक्षे यांनी 'स्वातंत्र्यवीर सावरकर' या विषयावर व्याख्यान दिलं. शरद पोंक्षे हे राष्ट्रीय स्वयंसेवक संघाच्या संस्कारात वाढले आणि त्याचा त्यांना अभिमान आहे. म्हणूनच सावरकरांना ते आदर्श मानतात.

त्यांना वक्तृत्वाची जाण आहे, म्हणूनच त्यांनी सामाजिक बांधिलकी म्हणून 'सावरकर विचारदर्शन आणि हिंदू राष्ट्रवाद' या विषयाची ४०० च्या वर व्याख्यानं दिलीत. त्यांचा आवाज

हा सर्वसामान्य जनतेपर्यंत पोहोचणारा अन् मनाला थेट भिडणारा आहे. समोरच्या रसिकाला रिझवण्याची क्षमता त्यांच्या संवादफेकीत आणि आवाजात आहे. हिंदू हा केवळ धर्म नाही, तर संस्कृती आहे, जगण्याची पद्धत आहे, शैली आहे. अशी त्यांची ठाम वैचारिक बैठक आहे. त्यांची राष्ट्रगीतावरची व्याख्यानंही खूप गाजली आहेत. 'जन गण मन' ऐवजी 'वंदे मातरम्' हे भारतीय राष्ट्रगीत का झालं नाही, याचा शोध घेताना त्यांनी खूप अभ्यासपूर्ण विवेचन केलं आहे. जोरदार फॉर्ममध्ये असलेल्या 'दुर्वा' या स्टार प्रवाहाच्या मालिकेतील कै. विनय आपटेंची आण्णा पाटील ही व्यक्तिरेखा त्यांनी केवळ गुरुदक्षिणा म्हणून स्वीकारली. हा त्यांच्या मनाचा मोठेपणा रसिकांना भावणारा आहे. चित्रपट, मालिका आणि नाटकांतून अत्यंत कार्यमग्न असलेल्या शरद पोंक्षेंनी आपला साधेपणा अजूनही जपलेला आहे. याचं सारं श्रेय त्यांच्या हसऱ्या, खिलाडू वृत्तीला जातं. 'प्रेक्षकांची दाद हाच सर्वांत मोठा सन्मान' असं ते मानतात. महाराष्ट्रात नाटक या कलेचा सांस्कृतिक दर्जा ज्या प्रामाणिक कलाकारांनी टिकवला आहे, त्यात त्यांचं नाव अग्रक्रमानं घेतलं जातं.

नाटक आणि चित्रपट या दोन माध्यमांतील फरक सांगताना ते म्हणतात,

"दोन्ही क्षेत्रातील तांत्रिक बाबींची कलाकाराला संपूर्ण माहिती असायला हवी, तर अभिनय करणं सोपं होऊ शकतं. मालिका किंवा चित्रपट यामध्ये कॅमेरा कुठल्या प्रकारे आपला अभिनय टिपत आहे ते महत्त्वाचं. ते समजलं, तर अभिनय करणं अतिशय सोपं जातं. बऱ्याचदा कलाकार चित्रपट किंवा मालिका माध्यमात अगदी जीव तोडून काम करतो. अभिनय एक व्यवसाय आहे, धंदा आहे. त्याकडं तशा वृत्तीनं बघायला पाहिजे. आपल्या मराठी कलाकारांना सेटल होईपर्यंत, जम बसेपर्यंत चाळीशी उजाडते. मग नायकाच्या भूमिका कोण देणार? मग आपले कलाकार चरित्र भूमिका करतात. पण आता परिस्थिती बदलली आहे. मराठी कलाकाराला हिंदी चित्रपटसृष्टीत भरपूर मान मिळतो. हिंदी कलाकार मराठी कलाकारांबरोबर काम करताना भरपूर काळजी घेतात, कारण मराठी थिएटर आर्टिस्ट अभिनय चांगलाच करतो, हे त्यांना माहीत असतं. मोहन जोशी, विक्रम गोखले, प्रसाद ओक यांच्याशी माझं सगळ्यात मस्त टयुनिंग जमतं." असं ते म्हणतात.

जाहिरात क्षेत्रातही ते चमकले आहेत. त्या क्षेत्राबद्दल ते म्हणतात,

"जाहिरातींचं क्षेत्र एकदम मस्त आहे. त्यात पैसाही चांगलाच आहे. दुसरीकडं महिनाभर काम करून जे मिळतं, ते या क्षेत्रात एका दिवसात मिळतं. तीस ते साठ सेकंदांची जाहिरात असते. त्यात वेळेत काय सांगायचं आहे, ते अतिशय काळजीपूर्वक सांगावं लागतं. दिग्दर्शकाचा अभ्यास अफलातून लागतो. जाहिरातीत एक संपूर्ण कथा साठ सेकंदात मांडावी लागते." त्यांनी क्रोसिन, रिंगगार्ड इत्यादी बऱ्याच जाहिरातींचं काम केलं आहे.

"पालक या शब्दाची आपण फोड केली, तर 'पालन-पोषण करणारा' असा त्याचा अर्थ होतो; पण पालन-पोषण करणारा पालक नसतो, तर 'संस्कार करणारा आणि घडवणारा पालक असतो.' वयानं मोठं झालो, तरी आपणही विद्यार्थिदशेतच असतो, हे समजणं फार गरजेचं आहे. त्यासाठी आपल्यातला 'मी' काढला पाहिजे, तोच तर आपली वाट लावत असतो. तो काढण्यासाठी वाचन वाढवावं लागतं, विचारांच्या कक्षा रुंदावाव्या लागतात. तसंच नाटक हे केवळ मनोरंजनाचं नसावं. त्यातून प्रेक्षकांना चांगला संदेश जावा. मनोरंजनासोबत प्रबोधनचाही अंगीकार नाटकात असावा,

रंगभूमीवर अनेक प्रकारची स्थित्यंतरं येतात अन् जातात. मात्र चांगली नाटकं प्रेक्षकांच्या स्मरणात राहतात." असं त्यांचं स्पष्ट मत.

अभिनेते शरद पोंक्षे यांनी आता प्लॅनेट मराठी ओटीटीवर पदार्पण केलं आहे. 'बाप बीप बाप' या वेबसिरीजमधून शरद पोंक्षे वडिलांच्या भूमिकेत आहेत. बहुधा खलनायक किंवा गंभीर भूमिकांमधून दिसणारे शरद पोंक्षे या सिरीजमधून विनोदी छटा असलेली भूमिका साकारत आहेत. ते ओटीटी प्लॅटफॉर्म आणि मालिका यांच्यात मोठा फरक असल्याचं सांगतात.

"ओटीटीमध्ये सुरुवातीपासून शेवटपर्यंतची गोष्ट माहिती असते. इथं कॅरेक्टरचा प्रवासही माहिती असतो. मालिकांमध्ये उद्याचं काय, तेही माहिती नसतं. ओटीटी म्हणजे एका मोठ्या सिनेमासारखं आहे. ओटीटीवर मोजके भाग असतात. गोष्ट जिथं संपते, तिथंच ओटीटीची मालिका संपते. उगाच आवडते, म्हणून पाणी घालून मोठं करत नाही. मालिकांसारखे फाटे फुटत जात नाहीत. त्यामुळं करायला जास्त मजा येते."

नटश्रेष्ठ जयशंकर दानवे यांच्या नावे दिला जाणारा चौथा 'कलायात्री पुरस्कार' शरद पोक्षेंना प्रदान करावा, यासाठी त्यांच्याशी संपर्क साधताना लक्षात आलं की, पुरस्कार सोहळ्याच्या माध्यमातून एका कलाकाराला मानवंदना देणं ही कलायात्री पुरस्कारामागची भावना त्यांच्यापर्यंत पोहोचली. १ मार्च २०१४ रोजी **'नटश्रेष्ठ जयशंकर दानवे कलायात्री पुरस्कार'** आम्ही त्यांना प्रदान केला. पुरस्कार दिल्यानंतर सत्काराला उत्तर देताना ते म्हणाले,

"आजच्या ग्लॅमरच्या दुनियेत तांब्याला सोन्याचा भाव दिला जातो; पण सोन्याला सोन्याचा भाव मिळत नाही. सिने-नाट्यसृष्टीत वशिलेबाजी, पुरस्कारामागं राजकारण आणि विविध शोमधील भपकेबाजपणा, खऱ्या कलावंताना डावलणं, अशा प्रवृत्ती असताना कलासक्त दानवे परिवाराकडून खऱ्या कलावंताचा शोध घेऊन जो हा पुरस्कार दिला जातो, ही माझ्या कामाच्या शाबासकीची थाप आहे. भविष्यकालीन वाटचालीत जबाबदारीचं भान जागवणारा हा पुरस्कार आहे. दानवेंसारख्या थोर कलावंताच्या नावे मिळालेला हा पुरस्कार मला अनेक पुरस्कार मिळवून देणारा सन्मान आहे."

त्यानंतर ज्येष्ठ लेखक, दिग्दर्शक श्री. विद्यासागर अध्यापक यांनी घेतलेल्या मुलाखतीत शरद पोंक्षेंनी सावरकरांची स्वगतं आपल्या पल्लेदार पट्टीच्या संवादात खडान् खडा सादर केली अन् प्रेक्षकांची मनं जिंकली.

धीरगंभीर आवाज, भारदस्त व्यक्तिमत्त्व आणि त्याला साजेसा अभिनय या जोरावर त्यांनी या कलाक्षेत्रात स्वत:चं स्थान निर्माण केलंय. केवळ डोळ्यांमधून संवाद साधत असलेला हा मुरलेला कलाकार आहे. शब्देवीण संवादू म्हणतात, तोच अनुभव शरद पोंक्षे रसिकांना देतात. कर्करोगासारख्या दुर्धर आजारावर मात करून, केमोचे डझनभर डोस घेऊन, अभिनय करायला वर्ष-सव्वा वर्षात उभं राहणं ही कठीण नव्हे, तर अशक्य वाटावी अशी बाब आहे. मात्र हा कलाकार सगळं सहन करून परत उभा राहिला. अभिनेता जन्माला यावा लागतो, असं म्हणतात ते खरं आहे. अशा खऱ्या मनाच्या आणि खऱ्या कसदार कलावंताला आम्हा चोखंदळ रसिकांकडून मनापासून सलाम!

अरुण नलावडे

सुबोध भावे

प्रशांत दामले

डॉ. गिरीश ओक

अभ्यासू कलाकार

अरुण नलावडे

आपल्या भोवतालचं निरीक्षण हा ज्यांच्या अभिनयाचा आणि दिग्दर्शनाचा गाभा आहे, असे अभ्यासू कलावंत म्हणजे अरुण नलावडे. अभ्यास पूर्ण झाल्यानंतरच ते आपल्या अभिनयाला वा कलाकृतीला न्याय देतात. मराठीचा श्वास ठरलेल्या 'श्वास' या चित्रपटाला ऑस्करच्या माध्यमातून आंतरराष्ट्रीय पातळीवर पोहोचवणारे ज्येष्ठ कलाकार अरुण नलावडे. श्वास चित्रपटाच्या निर्मितीतून समाजातील २२ संस्थांना मदत करणारे आणि राज्य शासनाला ३५ लाख रुपये देऊन सामाजिक भान जपणारे अरुण नलावडे. खूप पिकल्याशिवाय गोडवा यायला माणूस कोकणातला असावा, असं काही नाही. पिकल्या वयातल्या कोणत्याही माणसात हा गोडवा उतरतोच, याचं उत्तम उदाहरण म्हणजे ज्यांची काल्पनिक पात्रं नेहमीच वास्तवातील जिवंत वाटतात, असे कलाकार अरुण नलावडे.

कणखर वडील, प्रेमळ काका किंवा हसवणारे आजोबा! कोणतीही भूमिका समरसून करणारे ज्येष्ठ अभिनेते अरुण नलावडे प्रेक्षकांचे आवडते आहेत. अरुण जनार्दन नलावडे यांचा जन्म १६ ऑगस्ट १९६३ रोजी मुंबईत झाला. त्यांचे वडील जनार्दन हे भारतीय नौदलामध्ये कामाला होते. तसेच ते कामगार चळवळीमध्ये कार्यरत होते. माटुंग्याच्या हायस्कूलमध्ये अरुण यांचं प्राथमिक शिक्षण झालं, तर माध्यमिक शिक्षणासाठी त्यांनी गिरगावातील युनियन हायस्कूलमध्ये प्रवेश घेतला. घरच्या आर्थिक अडचणींमुळं त्यांची आई गावी गेल्यावर अरुण यांना मामाच्या घरी रहावं लागलं. त्यांच्या मामा आणि काका यांना हिंदी-इंग्रजी चित्रपट पाहण्याचं वेड असल्यामुळं अरुण यांनाही त्यांच्या जोडीनं चित्रपट पाहायला मिळत. चित्रपटासंदर्भात मामांशी साधलेला संवाद, चित्रपटाच्या तंत्राचं बारकाईनं केलेलं निरीक्षण, पाहिलेल्या चित्रपटांचं साभिनय केलेलं कथन आणि उत्कृष्ट वक्तृत्व यामुळं बालपणातच चित्रपटासंदर्भातले त्यांचे आराखडे निश्चित झाले.

युनियन हायस्कूलमध्ये पाचवीच्या वर्गात शिकत असतानाच त्यांना स्नेहसंमेलनात 'पंडित रविभूषण' या नाटकाचा प्रॉम्पटर म्हणून काम करण्याची संधी मिळाली. पण आयत्या वेळी

नाटकाचा नायक आजारी पडल्यामुळं अरुण यांनी नाटकात नायकाची भूमिका केली. त्यावेळी त्यांच्या अभिनयाचं कौतुक झालं. यामुळं त्यांचा अभिनय करण्याचा आत्मविश्वास वाढला. आठवीत असताना दादर येथील छबिलदास शाळेतही अरुण यांनी स्नेहसंमेलनासाठी छोट्या नाटिका बसवल्या. त्यासाठी लेखन आणि दिग्दर्शनही केलं. बोरीवली येथील गोखले एज्युकेशन शाळेत नववीत असताना त्यांनी त्यांचा मित्र प्रदीप कबरे यांच्या सहकार्यानं 'कला शलाका' नावाची संस्था स्थापन करून हंगर स्ट्राईक, सन अँड सँड, क्यू, उकिरडा, कोण हसलं या एकांकिका केल्या. त्यात त्यांना सर्वोत्कृष्ट अभिनेत्याची, दिग्दर्शनाची पारितोषिकं मिळाली.

लहानपणी त्यांचे आजोबा त्यांना संघाच्या कार्यक्रमात न्यायचे. तिथली शिस्त आणि विचारांनी ते घडले. म्हणूनच कदाचित भूमिकेच्या मागणीनुसार त्यांना भूमिका वठवता येते. 'प्रत्येकाला असं बालपण मिळायला हवं, जिथं त्याची वैचारिक बैठक निर्माण होईल. मुलांना नुसतं पुस्तकी किडे बनवण्याऐवजी बालपणापासूनच मुलांना मोकळं आणि पोषक वातावरण दिलं पाहिजे. आत्ताच्या शिक्षणपद्धतीलाही दिशा मिळायला हवी', असं त्यांना त्यामुळंच वाटतं. प्रत्येक कलाकार अचानक कोणती भूमिका करू शकत नाही. त्यांच्या मते, 'नटाच्या आयुष्यातील भूमिकांची बैठक, ही अगोदरच तयार होते.'

'एसएससी'ची परीक्षा उत्तीर्ण झाल्यानंतर त्यांनी मुंबईच्या रुपारेल कॉलेजात प्रवेश घेतला. त्याकाळात मुंबईत आघाडीच्या प्रबोधन, नानासाहेब फाटक, नाट्यदर्पण यांसारख्या एकांकिका स्पर्धांमध्ये त्यांनी बक्षिसं पटकावली. १९७४ मध्ये अरुण यांना 'बीईएसटी'मधून नोकरीसाठी बोलावणं आल्यामुळं त्यांनी शिक्षण अर्धवट सोडलं आणि कौटुंबिक जबाबदाऱ्यांमुळं तीन वर्षांच्या मोटार मेकॅनिकच्या प्रशिक्षणासाठी बीईएसटीत रुजू झाले. त्यांची आणि त्यांच्या पत्नी अंजलीची भेट १९८३ मध्ये झाली. बेस्टच्या नाटकात काम करण्यासाठी आलेल्या बाहेरच्या कलाकारांतून त्या आल्या होत्या. बेस्टची १२-१३ वर्षांची नोकरी करत असतानाच त्यांच्या पत्नीनं त्यांना एकाक्षणी सांगितलं की, ती नोकरी करेल आणि त्यांनी नाटक करावं. म्हणजे पूर्ण वेळ त्यांना नाटक करता येईल. अशा तऱ्हेनं त्यांना पत्नीची साथ लाभली आणि त्यांनी कधीच मागं वळून पाहिलं नाही.

याच काळात बेस्टमध्ये बंद पडलेली एकांकिका स्पर्धा नव्यानं सुरू झाली आणि पहिल्याच वर्षी उत्कृष्ट अभिनेत्याचं आणि दिग्दर्शकाचं पारितोषिक त्यांनी पटकावलं. चौदा वर्षांच्या आपल्या कार्यकाळात त्यांनी सहकारी आणि लेखक प्र. ल. मयेकर यांच्या नाट्यसंहितांचं दिग्दर्शन केलं. दोन वेळा राज्यनाट्य स्पर्धेत कमी उंचीमुळं नाकारलं गेल्यावर त्यांनी प्र. ल. मयेकर आणि अविनाश नारकर यांच्यासह बाहेरून राज्यनाट्य स्पर्धेत उतरण्याचा निर्णय घेतला. या स्पर्धेसाठी त्यांनी 'अथं मनूस जगन हं' या नावाचं नाटक केलं. हे नाटक यशस्वी झाल्यावर डॉ. लागूंनी त्यानंतर या नाटकाचे ५० प्रयोग केले.

अरुण नलावडे यांच्यावर डॉ. श्रीराम लागू यांच्या कार्यपद्धतीचा प्रभाव पडला आणि नेमकं त्याच वेळी त्यांना श्रीराम लागूंसोबत 'नटसम्राट'मध्ये आप्पा बेलवलकरांच्या जावयाची भूमिका करायला मिळाली. ही भूमिका छोटी असली, तरी त्यांनी ती अत्यंत प्रत्ययकारी पद्धतीनं साकारली. यानंतर नलावडे यांना व्यावसायिक रंगभूमीवरील 'वासूची सासू' या नाटकातील 'बंड्या'ची भूमिका

मिळाली. त्यांची ही भूमिका लहान असली, तरी त्यातल्या दारुड्याचा विनोदी भाव त्यांनी तंतोतंत अभिव्यक्त केला. दारू प्यायल्यावर शुद्ध येणारी, पण वास्तवात विरोधाभास निर्माण करणारी ही विनोदी भूमिकाही त्यांच्या अभिनयकौशल्यामुळं लक्षात राहिली. या नाटकानंतर हौशी रंगभूमीशी असणारं नलावडे यांचं नातं कमी झालं आणइ त्यांची व्यावसायिक वाटचाल सुरू झाली.

त्याच दरम्यान अरुण यांची मच्छिंद्र कांबळी यांच्याशी ओळख झाली आणि मच्छिंद्र यांनी त्यांना दिग्दर्शनासाठी 'पांडगो इलोरे बा इलो' हे नाटक दिलं. या नाटकाचे १५० प्रयोग करण्याचा विक्रम त्यांनी केला. याबरोबरीनंच त्यांनी पाहुणा, रानभूल, रातराणी यांसारख्या नाटकांचं दिग्दर्शन करून त्यात अभिनयही केला, तर 'गंमतजंमत' या नाटकात त्यांनी एकूण तेरा भूमिका साकारल्या. त्यातील प्रत्येक भूमिका जीवनाविषयीचं तत्त्वज्ञान मांडणारी होती. आवाजात बदल करून, डोळ्यांचे लुक्स आणि पोशाखाचा वापर करून वेगवेगळ्या भूमिका त्यांनी साकार केल्या. पु. ल. देशपांडे यांच्या साहित्यावर आधारित त्यांचा एकपात्री दृश्य चित्रमय कार्यक्रम 'गुण गाईन आवडी' रसिकांनी नावाजला. वाऱ्यावरची वरात, व्यक्ती आणि वल्ली, चार दिवस प्रेमाचे यांसारख्या नाटकांचं दिग्दर्शन करून त्यात अभिनयही केला. त्यांचं निर्मिती सावंतबरोबरचं 'श्री बाई समर्थ' हे नाटकही खूप गाजलं.

कलावैभवच्या मोहन तोंडवळकरांनी नलावडे यांना 'कार्टी श्रीदेवी' या वसंत सबनीसलिखित नाटकाचं दिग्दर्शन करण्याची संधी दिली. यानंतर मात्र त्यांनी चित्रपटसृष्टीकडं आपला मोहरा वळवला. त्यांनी स्पंदन, तिचा बाप त्याचा बाप, गोजिरी, काय द्याचं बोला, अकल्पित, क्षण, साडे माडे तीन, पहिलं पाऊल, तहान, गोविंदा, तानी, रेशम गाठ, अखेरचा पुरावा, समर संघर्ष, रास्ता रोको, ही पोरगी कोणाची, हिरवा चुडा, घाट प्रतिघाट, पाश, फकीरा, नक्षत्र, आघात, अर्जुन, रिंगण, स्वातंत्र्याची ऐशीतैशी, लागली पैज, महासत्ता, हर हर महादेव, अजिंक्य, स्वराज्य, मराठी पाऊल पडते, सामर्थ्य, मेड इन महाराष्ट्र, ब्लॅक बोर्ड, कॅरी ऑन मराठा, श्यामची शाळा, पुणे व्हाया बिहार, ऑनलाइन बिनलाइन, संदूक, तिचा बाप त्याचा बाप, कॅम्पस कट्टा, ड्राय डे, अंड्याचा फंडा, मुंबई आपली आहे, अनुमती, टोपी घाला रे, अरे देवा, वेड लागी जीवा, गोष्ट लग्नानंतरची, चश्मे बहाद्दूर, क्षण अशा असंख्य मराठी चित्रपटातून काम केलं आहे.

'श्री सिद्धिविनायक महिमा' या चित्रपटाचं दिग्दर्शनही त्यांनी प्रभावीपणे केलं. 'ही पोरगी कोणाची' ह्या टेस्टट्यूब बेबी अशा वेगळ्या धाटणीच्या विषयावर आधारित, गिरीश मोहिते यांनी दिग्दर्शित केलेल्या चित्रपटात हवालदाराची भूमिका त्यांनी साकारली. संवेदनशील मनाचा हा हवालदार प्रेक्षकांच्या मनात घर करून राहिला. कोणत्याही स्वार्थाची अपेक्षा न ठेवणारा, सोज्ज्वळ मनाचा, माणुसकी बाळगणारा आणि मदत करणारा पोलीस, या नात्यानं आपला हा नैतिक अधिकार आहे, असा मानणारा हा भाबडा हवालदार बाप नसणाऱ्या मुलीचा स्वीकार प्रांजळपणे करण्यास तयार होतो, हा परंपरेला विरोध करणारा विचार नलावडे यांनी प्रेक्षकांसमोर ठेवला. कलाकृतीची अभ्यासपूर्ण निवड, त्यावर केलेलं दिग्दर्शकीय काम आणि भूमिका साकार करण्यापूर्वी भूमिकेचा केलेला अभ्यास या सर्वांमुळं अरुण नलावडे यांचे चित्रपट निश्चितपणे यशस्वी ठरतात.

अरुण नलावडे हे नाव घेतलं की, डोळ्यासमोर उभं राहतं ते साधंसुधं व्यक्तिमत्त्व. त्यांनी भूमिकाही आपल्या व्यक्तिमत्त्वाला साजेशा अशाच केल्या. 'कॅरी ऑन मराठा'मध्ये अरुण नलावडे यांनी ग्रे शेड असलेली भूमिका साकारली आहे. ते पहिल्यांदा अशा वेगळ्या भूमिकेत आणि लूकमध्ये पाहायला मिळाले. सिनेमातला त्यांचा लूक त्यांच्या भूमिकेला साजेसा असा होता. आपल्या अभिनयानं त्यांनी अगदी साध्या भूमिकाही जिवंत केल्या. त्यांच्या चाहत्यांनी त्यांच्या या भूमिकेवरही प्रेम केलं.

अरुण नलावडे स्वत: दिग्दर्शित केलेल्या नाटक-चित्रपटांमध्ये काम करत असताना त्या त्या संहितेचं वाचन करून कथानकातील सर्व पात्रं, त्यांच्या मनोभूमिका समजून घेतात. दिग्दर्शन आणि अभिनयासाठी लागणारा हा सर्व मनोव्यापार आणि अभ्यास पूर्ण झाल्यावरच ते आपल्या कामातून कलाकृतीला न्याय देतात. म्हणूनच त्यांच्या सर्व भूमिका संवेदनशीलपणे प्रेक्षकांपुढं येतात. त्यांची प्रत्येक भूमिका प्रेक्षकांना नवा विचार देऊन जाते आणि त्या भूमिकेचे बारकावेही मांडते. आपल्या आजूबाजूला वावरणारी माणसंच कलाकृतीत दिसतात, त्यांचाच आविष्कार कलाकृतीतून होत असतो, या साहित्य आणि समाज यांच्यातील अन्योन्य संबंधाचं भान अरुण नलावडे यांच्याकडं आहे.

'श्वास' या चित्रपटातील अभिनय आणि या चित्रपटाची सहनिर्मिती हे घडलं त्यांच्या ५० व्या वर्षी. या चित्रपटातील केशवराव विचारेंची भूमिका गावातल्या सर्वसामान्य माणसाची हतबलता दाखवत असतानाही, आपल्या नातवाच्या आजारापणातील हळवेपणही दाखवून जाते. तसेच अडचणीच्या काळात आवश्यक असणारा कणखरपणाही दृग्गोचर करते. आपल्या भोवतालचं निरीक्षण हा अभिनयाचा आणि दिग्दर्शनाचा गाभा आहे, असं मानणाऱ्या अरुण यांनी या चित्रपटात कोकणातील वृद्धाची भूमिका जशीच्या तशी वठवली आहे. त्यांच्या अभिनयातील सच्चेपणा आणि सहजता हे गुण त्यांनी भूमिकेच्या आणि व्यक्तिरेखेच्या बारकाईनं केलेल्या अभ्यासात आढळतात. 'श्वास'सारखा चित्रपट चालणार नाही, अशी चर्चा चित्रपटसृष्टीत चालू असतानाही अरुण नलावडे आणि त्यांच्या सहकाऱ्यांनी नेटानं हा चित्रपट पूर्ण केला आणि तो ऑस्करसाठी गेला हे विशेष! ते म्हणतात,

"श्वास चित्रपटातली भूमिका मी स्वीकारली; पण मी एकदम अभिनय करू लागलो, असं झालं नाही. भूमिकेची गरज म्हणून मी आजोबांच्या खास लकबी लक्षात ठेवल्या. ही भूमिका करू नको, असं मला अनेकांनी सुचवलं; पण सिनेमाच्या दिग्दर्शकानं मात्र अरूणच आजोबा होणार असं ठाम सांगितलं."

'एक धागा सुखाचा' ही त्यांची पहिली दूरदर्शन मालिका आणि दुसरी मालिका 'वादळवाट.' त्यानंतर आभाळमाया, गहिरे पाणी, अवघाची संसार, माझ्या नवऱ्याची बायको, नाती गोती, सारीपाट हा संसाराचा, काळोख, स्वप्नांच्या पलीकडले, मन उडू उडू या मालिकेत कामं केलेली आहेत. 'जिगरबाज' या मालिकेचा विषय चांगला होता. यात समाजात जागृती निर्माण करणारी अशी 'डॉ. मेश्राम' ही व्यक्तिरेखा होती. संकट आलं, तरी न डगमगणारी अशी ती व्यक्ती होती. त्यांनी सोनी मराठी वाहिनीवरील 'भेटी लागी जीवा' या मालिकेतून अल्पावधीत प्रेक्षकांच्या हृदयात

स्थान मिळवलं. त्यांनी रंगवलेला 'तात्या' हे या मालिकेचं एक वैशिष्ट्य होतं. त्यांनी साकारलेले तात्या म्हणजे जागोजागी भारुडाचे कार्यक्रम करणाऱ्या अवलियाच्या वाणीत ऐकू येणाऱ्या ओव्या आणि त्या ओव्यांभोवती गुंफलेलं आयुष्य. डीजे-रिमिक्सच्या काळात गवळण, भारूड, भजन, कीर्तनासारखे शब्द कानावर पडणं दुर्मिळ. मात्र 'भेटी लागी जीवा' या मालिकेच्या निमित्तानं हे शब्द प्रेक्षकांना खूपच भावले. केवळ भारूड किंवा कीर्तनच नाही, तर अरुण नलावडे म्हणजेच तात्यांना दिलेले संवादही तितक्याच ताकदीचे होते. 'का रे दुरावा' मालिकेतूनसुद्धा ते घराघरात पोहोचले.

ते म्हणतात, "प्रत्येक कलाकारानं वेगवेगळ्या भूमिका आवर्जून करायला हव्यात; पण रंगभूमीशी असलेली नाळ जोडलेली असावी. मी वयाच्या विसाव्या वर्षीच रंगभूमीवर आजोबा साकारला होता. दुसरा पेशवा हे नाटक करताना मी ८० वर्षांचा म्हातारा झालो होतो. त्या पहिल्याच भूमिकेनं मला पुरस्कार मिळवून दिला. अशा भूमिका अवघडच असतात. अशा भूमिकांची पार्श्वभूमी अगोदरच तयार असते. सिनेमा, मालिकांमध्ये मी खूप उशिरा आलो. तत्पूर्वी मी हौशी आणि व्यावसायिक रंगभूमी गाजवली. मलाही नाटकानं शिकवलं. म्हणूनच अशा भूमिकांना मी कधीच घाबरलो नाही. माझ्या जीवनात रंगभूमी अतिशय महत्त्वाची आहे. नाटकानंच मला शिस्त लावली. अभिनयासोबत आजूबाजूची परिस्थिती मला समजत होती. यातून सामाजिक बांधिलकी आणि संघटनकौशल्य शिकता आलं. आज मी वेगवेगळ्या भूमिका करत असलो, तरी त्याचं मूळ नाटकच आहे. सिनेमा, मालिका आणि नाटक यामध्ये मी नाटकाचीच निवड करीन. मी कितीही मोठ्या आणि वेगळ्या भूमिका करत असलो, तरी नाटकाशिवाय मला करमत नाही. सिनेमा किंवा मालिकांनी अभिनेत्याला भलेही प्रसिद्धी मिळत असेल; पण नाटकच नटाचं आयुष्य ठरवतं, हे माझं ठाम मत आहे. नाटकास वगळून अभिनय, म्हणजे बैठकच संपली. मला रंगभूमीनं खूप काही दिलं आहे. ते ऋण फेडण्याकरता मी आर्वजून नाटकाला वेळ देतो. रंगभूमीवरच माझ्यातला अभिनेता जिवंत होतो."

मालिका हा टीआरपीवर चालणारा दिशाहीन खेळ असतो. त्याबद्दल ते म्हणतात,

"वाहिन्यांची गणितं वेगळी असतात. ग्रामीण आणि शहरी प्रेक्षक असं वर्गीकरण केलं जातं. विशिष्ट भागांत विशिष्ट मालिका बघण्याची कारणं वेगळी असतात. असे सगळे निकष लावले जातात. त्यामुळं कोणतीही वाहिनी या सगळ्याचा व्यावसायिकदृष्ट्या विचार करते. पण टीआरपीमुळं दर्जात्मक मालिका चिरडली जाऊ नये, इतकीच माफक अपेक्षा असते. यातलं कथानक ठरलेलं नसतं. दुसऱ्या दिवशी काय शूट होणार, हे आज कळतं. प्रेक्षकांच्या मागणीनुसार बदल होतात. क्रिएटीव्ह टीम हे बदल करते. कोणीतरी एका विशिष्ट भागात सर्वेक्षण करून तिथल्या प्रेक्षकांच्या आवडी नमूद करतात आणि त्यानुसार मालिका तयार होतात. तरीही सिनेमा किंवा मालिकांमध्ये उदयोन्मुख कलाकार येत आहेत आणि चांगलं कामही करत आहेत; पण हे कलाकार याच माध्यमात गुरफटून जातात. त्यामुळं नवी पिढी कायम असुरक्षित असते. ही भूमिका गेली, तर काय करू, मला कोणी ओळखेल का, या क्षेत्रात मी कसा टिकणार? असे अनेक प्रश्न घेऊन ते या क्षेत्रात येतात आणि काम करतात. मालिका, सिनेमा प्रसिद्धी जरूर मिळवून देते; पण ते सगळं तात्पुरतं असतं. तुम्हाला चांगल्या-वाईट प्रत्येक प्रकारच्या भूमिका येणार; पण त्यातलं

काय निवडायचं, ते आपणच ठरवायला हवं.”

मराठी सिनेमांमध्ये आजकाल खरंच वेगळे विषय हाताळले जात आहेत. पण पुन्हा प्रेक्षकांची रुचीही विशिष्ट विषयांपुरतीच मर्यादित आहे. ‘कोर्ट’ चित्रपटाचा विषय अतिशय उत्कृष्ट असूनही चित्रपटाला व्यावसायिक यश मिळालं नाही. ही निर्मिती सामान्यांपर्यंत पोहोचलीच नाही. त्यामुळं प्रेक्षकांनीही विषयातलं नाविन्य जोपासून त्यास दाद देणं गरजेचं ठरतं, असं त्यांना वाटतं. तरुण कलाकारांबरोबर ते नेहमीच काम करत आले आहेत. या पिढीची ऊर्जा त्यांना आवडते. फक्त या पिढीनं वेग थोडा कमी करून प्रत्येक पायरीचा आनंद घ्यायला हवा. तरच नट म्हणून त्यांचं आयुष्य अधिक समृद्ध होईल. नटाला रंगभूमीची पार्श्वभूमी असावी, कारण तिथं भाषा आणि शब्दांचं महत्त्व समजतं, क्षमता वाढीस लागते आणि कामामध्ये शिस्त येते. याच पायऱ्या महत्त्वाच्या आहेत, असं त्यांना वाटतं.

वेब सीरिज या नव्या माध्यमाबद्दल ते म्हणतात, “हा एक विलक्षण प्रकार आहे. मी दोन-तीन वेब सीरिजमध्ये काम केलंय. पण या माध्यमावर बंधन असणं अत्यंत आवश्यक आहे. त्यातील काही दृश्यांना आणि भाषेला लगाम असणं गरजेचं आहे. कारण सीरिजमधून जे दाखवलं जातंय, ते बघून असं वाटू लागलंय, की समाजात चांगलं, पवित्र असं काही आहे की नाही? की ते कोणाला दाखवायचंच नाहीय? ही एकच गोष्ट मला खटकते.”

दिग्दर्शकाच्या खुर्चीत बसावं ही महत्त्वाकांक्षा प्रत्येक रंगकर्मीला असतेच. खूप कमी जण या स्वप्नांचा पाठलाग करत ‘कॅप्टन ऑफ द शिप’ होतात. हरहुन्नरी नलावडे यांनी केवळ अभिनयापुरतं सीमित न राहता दिग्दर्शनातही आपली वेगळी ओळख निर्माण केली. ते विविधांगी भूमिका निभावल्यानंतर दिग्दर्शनाकडं वळले. त्यांच्या दिग्दर्शनाचा अनोखा पैलू ‘शरयु आर्ट प्रॉडक्शन’ निर्मित ‘ताटवा’ या मराठी चित्रपटातून पाहायला मिळाला. विषयात नाविन्य असल्यानं त्यांनी या चित्रपटाच्या दिग्दर्शनासोबत यात शिल्पकाराची वेगळी भूमिका साकारली. त्यामुळं ते प्रेक्षकांना अभिनेता आणि दिग्दर्शक अशा दुहेरी भूमिकेत दिसले. या चित्रपटाची कथा समाजातील विषमतेवर भाष्य करत पाथरवट समाजातील होतकरू मुलीचा जीवनप्रवास रेखाटणारी होती. या मुलीला शिल्पकलेचं प्रशिक्षण देणाऱ्या शिल्पकाराच्या भूमिकेत अरुण नलावडे दिसले. ‘ताटवा म्हणजे कुंपण भेदून जाणे.’ शीर्षकाप्रमाणं या चित्रपटात पाथरवट समाजातील मुलगी तिच्या हुशारीनं पुढं जात समाजासाठी आदर्श निर्माण करते. मनाशी ठरवलं, तर एखादी व्यक्ती आकाशाला गवसणी घालू शकते, असा प्रेरणादायी संदेश या चित्रपटातून देण्यात आला होता. व्यक्तिरेखा छोटी असो वा मोठी, भूमिकेत वेगळेपण आणून ती लक्षवेधी करण्यात अरुण यांची ख्याती आहे. आपल्या सशक्त अभिनयानं प्रेक्षकांचं मनोरंजन करणाऱ्या नलावडे यांनी या चित्रपटातून दिग्दर्शकाच्या भूमिकेतही पदार्पण केलं.

आपल्या ‘श्वास’ चित्रपटानं त्यांनी राष्ट्रपती पारितोषिक तसेच सुवर्णकमळ पारितोषिकासह राज्यपुरस्कारही मिळवले. नाट्यदर्पण, अल्फा अवॉर्ड, अ. भा. नाट्य परिषदेची पारितोषिकं, म. टा. सन्मान, झी गौरव, महाराष्ट्र राज्य पुरस्कार अशा अनेक पुरस्कारांनी ते सन्मानित झाले. चंद्रकांत मांडरे पुरस्कार, नानासाहेब फाटक पुरस्कार, दादासाहेब फाळके पुरस्कार तसेच

१ मार्च २०१५ साली पाचवा **'नटश्रेष्ठ जयशंकर दानवे कलायात्री पुरस्कार'** आम्ही रंगकर्मी अरुण नलावडेंना प्रदान केला. त्यावेळी पुरस्काराला उत्तर देताना,

"माणसाच्या निधनानंतर अठ्ठावीस मिनिटांनी त्याचं विस्मरण होणाऱ्या सध्याच्या काळात दानवे परिवार वडिलांच्या स्मृती सातत्यानं जपत आहेत, ही गोष्ट गौरवास्पद आहे. कलाकाराची वेळेवर दखल घेतली गेली, तरच त्याचं चीज होतं. पण नाट्यपरिषद वा अखिल भारतीय मराठी चित्रपट महामंडळानं दानवेंसारख्या अष्टपैलू कलाकाराची दखल घेतली नाही, हा त्यांचा दोष आहे. हा पुरस्कार मला बळ देणारा आहे. मी आज यशाची पायरी आणखीन वर चढलो आहे."

असं त्यांनी प्रांजळपणे कबूल केलं. पुरस्कार वितरणानंतर कमला कॉलेजच्या मराठी विभागाचे प्रमुख प्रा. डॉ. सुजय पाटील सर यांनी मुलाखत घेतली. मुलाखतीच्या दरम्यान मैलाचा दगड ठरलेल्या श्वास चित्रपटाच्या राष्ट्रीय पारितोषिक आणि पुढं ऑस्करपर्यंतच्या रंजक प्रवासातील अनेक पदर त्यांनी उलगडले. 'तानी'मधील रिक्षा-सायकलवाला साकारताना आलेल्या रंजक अनुभवांची शिदोरीही त्यांनी रसिकांत वाटली. मुलाखतीच्या अखेरीस पु. ल. देशपांडे यांच्या 'वाऱ्यावरची वरात'मधील 'साक्ष' हा एकपात्री रंगमंचीय अविष्कार करून त्यांनी रसिकांचं मनोरंजन केलं.

त्यानंतर त्यांना २०१६ चा राज्य शासनाचा 'चित्रपती व्ही. शांताराम विशेष योगदान' पुरस्कारही लाभला आहे. त्यावेळी सत्काराला उत्तर देताना ते म्हणाले,

"पुरस्कार तुम्हाला मोठे करत नाहीत, तर ते तुम्हाला भानावर ठेवतात. ते तुम्हाला चिमटा काढतात. बघ, अजून तुझ्यात हिंमत आहे, अजून तुला खूप पुढं जायचंय. अजून खूप काही करायचंय, मोठी मजल मारायची आहे. मला सामाजिक जाणिवा जाग्या करणारेच चित्रपट करायचे आहेत. राज्य सरकारतर्फे मराठी चित्रपटांना जी मदत केली जाते, तो प्रकार बंद करायला हवा. तशी खिरापत वाटण्याऐवजी सरकारनं उत्कृष्ट दहा सिनेमे निवडून ते प्रेक्षकांपर्यंत पोहोचवायला हवेत. कारण असे सिनेमे बनवणाऱ्या निर्मात्यांची आपली कलाकृती मोठ्या प्रमाणावर प्रदर्शित करण्याची ताकदच नसते. आर्थिक क्षमता नसल्यामुळं चांगले सिनेमे बाजूला पडतात. असे सिनेमे वेचून काढायला हवेत. त्यामुळं चांगले चित्रपट करणाऱ्यांची उमेद वाढेल आणि प्रेक्षकांना आणखी काहीतरी सकस पाहायला मिळेल."

समाज आणि उगवती पिढी कोणाकडून तरी स्फूर्ती घेऊन काम करते, म्हणूनच कलाकृतींची अभ्यासपूर्ण निवड, त्यावर दिग्दर्शकीय काम आणि भूमिकांचा सखोल अभ्यास करून चित्रपट, नाटक वा मालिकांतून आदर्श व्यक्तिरेखा सर्वांसमोर ठेवून अरुण नलावडेंनी आपल्या व्यक्तिरेखेतून आदर्श उभा केला. त्यांचा आजवरचा प्रवास अनंत अडचणींचा होता; पण अडचणी विसरून काम करत राहणं आणि यशाची एकेक पायरी वर चढणं, ही त्यांची सकारात्मक भूमिकाच त्यांना यशोशिखरावर नेणारी ठरली. आजही सिनेमा-नाटक आणि मालिकांतून विविध व्यक्तिरेखा साकारून ते रसिकांचं मनोरंजन करत आहेत, याबद्दल रसिक त्यांचे आभारी आहेत.

अष्टपैलू अभिनेता

सुबोध भावे

सु रेख व्यक्तिमत्त्व
बो लका अभिनय
ध डाडीचे दिग्दर्शक
भा वनाशील स्वभाव
वे गवगळ्या व्यक्तिरेखा साकारणारे... सुबोध भावे.

मराठी चित्रपट क्षेत्रात अविस्मरणीय ठराव्यात, अशा व्यक्तिरेखा साकारून यशस्वी प्रवास करणारे अभिनेते आणि दिग्दर्शक सुबोध भावे. मराठी रंगभूमी आणि चित्रपटसृष्टीतील एक चतुरस्र अभिनेता म्हणून ख्याती असणारे आणि कट्यार नाटक ते बालगंधर्व, लोकमान्य टिळक आणि डॉ. काशिनाथ घाणेकर अशी व्यक्तिमत्त्वं चित्रपटातून साकारणारे सुबोध भावे. अशा विविध भूमिका साकारणारे एक मनस्वी तसेच प्रचंड प्रगल्भ व्यासंगी कलाकार अशीही त्यांची महत्त्वाची ओळख आहे.

कला आणि विद्या यांना वाव देणाऱ्या पुण्यासारख्या शहरात ९ नोव्हेंबर १९७५ रोजी सुबोध भावेंचा जन्म झाला आणि तिथंच त्यांचं बालपण गेलं. हुजूरपागा शाळेत शिक्षिका असलेल्या स्नेहल भावे या आईच्या संस्कारात आणि सुरेश भावे या वडिलांच्या शिस्तीत, तसंच त्यांच्या पाठिंब्यानं कलाप्रांताकडं सुबोध भावेंचं एकेक पाऊल पडत होतं. त्यांच्याठायी असलेल्या अंगभूत कलेची जोपासना नूतन मराठी विद्यालयातील वातावरणामुळं झाली. पुढील काळात त्यांनी 'सिंबायोसिस कॉलेज ऑफ आर्टस अँड कॉमर्स' येथून पदवी घेतल्यानंतर काही काळ खाजगी कंपनीत नोकरीही केली होती. त्यांनी अभिनयाचं शिक्षण कोणत्याही शाळेत घेतलं नाही किंवा त्यांना अभिनयाची गोडीही नव्हती; पण उन्हाळ्याच्या सुट्टीत वडिलांनी पुण्याच्या बालनाट्य संस्थेत त्यांना घातलं आणि तिथं प्रथम नाटकाशी त्यांचा संबंध आला. नंतर अकरावीपर्यंत बॅकस्टेजला लाईट, म्युझिक अशी कामं केली. या निरीक्षण परीक्षणातून त्यांचं

शिक्षण झालं. कॉलेज जीवनात असताना त्यांनी सोहम करंडक स्पर्धेत औरंगजेब साकारला आणि त्यासाठी त्यांना उत्तेजनार्थ बक्षीस मिळालं होतं. त्यानंतर मात्र त्यांना नाटकाचं व्यसन जडलं. त्यांना गाण्याची आवड नव्हती; पण घरी सतत गाणी सुरू असत. त्याचा त्यांच्यावर खोलवर प्रभाव पडला.

सुबोध भावे यांनी पुण्याच्या 'रसिकमोहिनी' संस्थेचं 'लेकुरे उदंड झाली' हे पहिलं नाटक केलं. त्याच दरम्यान 'पेशवाई' या दूरदर्शन मालिकेमध्ये बाजीरावची भूमिका साकारण्याची संधी त्यांना मिळाली. अशा तऱ्हेनं त्यांचा नाटक आणि मालिकांचा दुहेरी प्रवास सुरू झाला. नायकाच्या भूमिकेसाठी आवश्यक असणाऱ्या देखण्या आणि उमद्या व्यक्तिमत्त्वाच्या जोडीला स्वच्छ, स्पष्ट शब्दोच्चार, अभिनयातील सहजता त्यांच्या ठायी होती. लहानपणी अभिनयात फारशी गती नसलेला, पण तोच अभिनय कॉलेजमध्ये हळूहळू अंगात भिनत गेलेला, त्यानंतर नाटकाशिवाय दुसरं जगच नसलेला आणि आता समर्पणाच्या भावनेतून कलेकडं बघण्याची नवीन दृष्टी मिळालेला, अशा निरनिराळ्या स्थित्यंतरांमधून त्यांच्यातला कलाकार घडत गेला.

दहावीपर्यंत त्यांना फक्त खेळाचीच आवड होती. बीकॉमच्या पहिल्या वर्षात 'झेबुन्निसाचं स्वप्न' नाटकात त्यांनी काम केलं. त्यामुळं काम करता येऊ शकतं, याची पहिल्यांदा त्यांना जाणीव झाली. कदाचित ते झालं नसतं, तर पुढं ते नाटकात कामही करू शकले नसते. 'पुरुषोत्तम करंडक'मध्ये पहिल्यांदा स्पर्धक म्हणून भाग घेतला. त्याची नशा त्यांनी अनुभवली. दुसऱ्या वर्षी 'असाच एक दिवस' स्वत: त्यांनी बसवलं आणि कामही केलं. अभिनयासाठी उत्तेजनार्थ बक्षिसही त्यांना मिळालं. त्यांचं हे पहिलं बक्षीस. त्या पाचही वर्षांत आयुष्यात त्यांना 'पुरुषोत्तम' एका 'स्कूल'सारखं वाटलं. बीकॉमनंतर ते नोकरी करत होते आणि संध्याकाळी प्रॅक्टीस. नोकरीत त्यांना कधी कधी रस वाटायचा नाही; पण अभिनयानं मात्र ते पूर्ण पछाडले गेले होते.

एमकॉमच्या पहिल्या वर्षी त्यांनी केलेल्या 'चंद्रपूरच्या जंगलात' या नाटकात मात्र त्यांचा काम करण्याचा फोकस पूर्णपणे बदलला. त्यांना आता दिशा सापडली. नाटकाविषयीच्या अनेक गोष्टींचा शोध, ओळख त्यांना झाली. अभिनेता म्हणून त्यांची आंतरिक स्टाईल ठरली. त्यामुळं त्यांचा नाटकावरचा, कामावरचा, काम करण्याच्या पद्धतीवरचा विश्वास बळावला. सर्वोत्कृष्ट प्रायोगिक एकांकिकेचं बक्षिस त्यांच्या ग्रुपला मिळालं आणि त्यांना वाचिक अभिनयाचं बक्षिस मिळालं. शेवटच्या वर्षी त्यांनी 'अर्धुक' नावाचं नाटक केलं. आपल्याला जे मनापसून भिडलंय, आवडलंय, आतमध्ये अस्वस्थ करतंय किंवा एखाद्या गोष्टीनं मोठा आनंद दिलाय, ते मांडण्याच्या वैचारिक बैठकीची सुरुवात या दोन नाटकांनी त्यांना करून दिली. ही नाटकं केली नसती, तर कदाचित ते लोकमान्य, बालगंधर्व वा कट्यार करू शकले नसते. कारण त्या त्या परिस्थितीत काम करण्यासाठी स्वत:वर प्रचंड विश्वास असावा लागतो, जाज्वल्य निष्ठा लागते आणि ती शेवटपर्यंत नेण्यासाठी धडपड पण लागते. ती या नाटकांनी त्यांना दिली. टाळ्या आणि शिट्ट्यांसाठी, प्रेक्षक शरण काम करायचं नाही, हे संस्कार त्यांना दिले गेले.

त्यांनी नंतर नोकरी सोडली. व्यावसायिक अभिनेता झाले. टीव्ही मालिका, चित्रपट केले. त्यातल्या भूमिकांमध्येही वैविध्य होतं. त्यांना आनंद मिळत होता; पण त्यापलीकडं जाऊन काहीतरी करायचं होतं. त्यावेळी शौनक अभिषेकी त्यांच्या आयुष्यात आले. त्यांच्यामुळं कधीही न ऐकलेलं शास्त्रीय आणि नाट्यसंगीत त्यांच्या आयुष्यात आलं. त्यांचे कान समृद्ध झाले. त्या गोष्टी नंतर खूप महत्त्वाच्या ठरल्या. गाण्यातून जितेंद्र अभिषेकी बुवांशी ओळख झाली. ते आयुष्यात आल्यामुळं कलाकार म्हणून त्यांची असलेली अस्वस्थता खूप शांत झाली. भावनेतून काम करायला पाहिजे, याची शिकवण मिळाली.

मराठी रंगभूमीला पडलेलं एक सुंदर स्वप्न म्हणजे बालगंधर्व होय. अभिनयाच्या सुरुवातीच्या काळातच त्यांचं चरित्र वाचनात आलं आणि सुबोधजींच्या जीवनाला एक नवीन वळण मिळालं. एक दिग्दर्शक तयार झाला म्हणा ना! आयुष्य प्रवाही झालं आणि नाटक, चित्रपटात रमणाऱ्या या कलाकारानं एकच सिक्सर मारला. त्यांनी बालगंधर्व अनुभवले आणि नतमस्तक झाले. बालगंधर्वांच्या गांधर्वगाथेनं सुबोधजींना त्यांच्या व्यक्तिमत्त्वाकडं पाहण्याची एक वेगळी दृष्टी दिली आणि या असामान्य प्रतिभेला त्यांनी जनतेसमोर आणलं. त्यानंतर राहुल देशपांडे, महेश काळे, शौनक अभिषेकींसारखे गायक, सलील कुलकर्णींसारखे संगीतकार, संदीप खरेंसारखे कवी, बेला शेंडेंसारख्या गायिका असं मैत्र लाभलेलं सुबोधजींचं आयुष्य संगीतमय झालं. बालगंधर्व करताना कथ्थक शिकवणाऱ्या एक स्त्री शिक्षिका होत्या. स्त्री कशी बोलते, कसे हातवारे करते, त्याचं शिक्षण आणि निरीक्षण सुरू झालं. साडी नेसणं, त्यात सहजता आणणं हे एका पुरुष कलाकाराकरता खूप कठीण होतं. त्यासाठी व्यायामानं, डायट करून खूप कष्ट घेतले. एवढा मोठा कलाकार हुबेहूब पडद्यावर साकारणं, यासाठी कष्ट तर गरजेचेच होते. मनात संभ्रम होता; पण त्यांनी अत्यंत धाडसानं हे करून दाखवलं आणि त्याची प्रचिती म्हणजे त्यांचा शालीन बालगंधर्व. 'गंधर्वगाथा'सारखं पुस्तक त्यांनी वाचलं आणि 'बालगंधर्व'चा प्रवेश त्यांच्या जीवनात झाला. त्याच्यामुळं ते बालगंधर्व करू शकले.

'बालगंधर्व' या चित्रपटातील बालगंधर्वांच्या मध्यवर्ती चरित्रभूमिकेतून २०११ साली तरुणाईला पुन्हा एकदा बालगंधर्व युगाची ओळख करून देणारे ते अभिनयकुशल कलाकार ठरले. त्यांची संगीताची आवड आणि जाण या दोन्ही गोष्टींचा खराखुरा उपयोग झाला तो नितीन देसाईनिर्मित या चित्रपटासाठी. संगीत युगाचा सुवर्णकाळ जगलेले आणि स्त्रीपार्ट गाजवलेले बालगंधर्व साकारण्याची ही सुवर्णसंधीच होती. मिळालेल्या संधीचं सोनं करण्याच्या त्यांच्या वैशिष्ट्याचा खराखुरा प्रत्यय या चित्रपटासाठी त्यांनी घेतलेल्या मेहनतीतून आला. त्यासाठी त्यांनी १५ किलो वजन कमी केले. स्त्री भूमिकेतील साडीचा सराव व्हावा, यासाठी सेटवर दिवसभर साडी नेसून ते वावरायचे. त्यांनी स्त्रियांची देहबोली आत्मसात केली. बालगंधर्वांची सोशिक निरागसता, स्त्री भूमिकेमधील लावण्य आणि खानदानीपणा यांचा एक अप्रतिम समतोल प्रगल्भ अभिनयाच्या माध्यमातून सुबोध भावेंनी साधला.

त्यांना या चित्रपटानं अफाट लोकप्रियता आणि पुरस्कार प्राप्त करून दिले. बालगंधर्वांच्या भूमिकेत शिरून त्यांची गायकी अभिनयातून दाखवण्यासाठी संगीत क्षेत्रातील मंडळींशी

चर्चा करून स्त्री भूमिकेच्या समरसतेचं मर्म त्यांनी जाणून घेतलं. त्यांची ही भूमिका उठावदार करण्यासाठी त्यांना आनंद भाटे या तयारीच्या आणि गोड गळ्याच्या पार्श्वगायकाची साथ मिळाली. या चित्रपटातील अभिनयासाठी सुबोधना मिफ्टा पुरस्कार, झीगौरव, म. टा. सन्मान, संस्कृती कलादर्पण तसेच अतिशय सन्माननीय असा राज्य शासनाचाही पुरस्कार मिळाला. मराठी सिनेसृष्टीत 'बालगंधर्व' या चित्रपटाला आणि पर्यायानं सुबोध भावेंना एक वेगळं स्थान प्राप्त झालं.

त्यानंतर त्यांना शरद पोंक्षेंनी 'लोकमान्य' कादंबरी दिली. मग भावेंना ते करावसं वाटलं. बालगंधर्वांच्या एकदम विरुद्ध व्यक्तिरेखा त्यानंतर त्यांच्या जीवनात आली आणि ती म्हणजे पौरुषत्वाचा खंबीर नमुना लोकमान्य गंगाधर टिळक. त्यासाठी त्यांना खूप मानसिक स्थैर्य गोळा करावं लागलं. टिळकांच्या संवादाची हातोटी, त्यांच्या जगण्यातली वादावादी याचं सगळं निरीक्षण त्यांनी केलं अन् टिळक साकारताना तर ते त्यांच्याशी इतके एकरूप झाले की, आपण दोन नाही एकच आहोत, असा भास होऊ लागला अन् पडद्यावर साकारलं निर्भयतेचं मूर्तिमंत भारदस्त व्यक्तिमत्त्व अन् कणखर बाणा. तसेच लोकमान्यांचा करारीपणा नजरेत येण्यासाठी देहबोली आत्मसात करताना त्यांची प्रचंड दमछाक झाली. त्यासाठी त्यांनी प्रचंड व्यायाम केला. आहाराला शिस्त लावली. त्यांचा चेहरा नाजूक दिसतो, त्यांच्या डोळ्यांत वात्सल्याचा भाव दिसतो, म्हणूनच त्यांनी मूर्तिमंत गंधर्व साकार केले होते. पण टिळकांची नजर भेदक करण्यासाठी, शरीर बलदंड करण्यासाठी त्यांना २०१५ साली या चित्रपटासाठी खूप प्रयत्न करावे लागले. आपल्या शास्त्रीय संगीताचं अर्घ्य अवघ्या महाराष्ट्राला देणारे बालगंधर्व आणि स्वराज्यासाठी स्वातंत्र्याला सुसूत्रता देण्याचं काम करणारे लोकमान्य टिळक यांच्याविषयी अभिव्यक्त होण्यासाठी निवडलेलं माध्यम हा त्यांच्यासाठी केवळ एक सिनेमा नव्हता. कलाकार आणि माणूस म्हणून अशा अवलियांची सेवा करणं, म्हणजे वारकऱ्याला वारीसाठी केलेल्या पायपिटीनंतर माऊलीच्या दर्शनानं जे समाधान मिळतं, ते त्यांना या दोन्ही सिनेमानंतर मिळालं.

बालगंधर्वमुळं आधीच त्यांचं गाण्याशी नातं जुळलं होतं. त्यामुळं लोकमान्य साकार करतानाच २०१५ साली 'कट्यार' हा चित्रपट उपजत अस्सलपणे निर्माण झाला. लोकमान्य करतानाच त्यांचं 'कट्यार' नाटक चालूच होतं. त्याच्यावर चित्रपट करावा, असं त्यांच्या पहिल्या दिवसापासून डोक्यात होतं. त्याच्याही निर्मितीचा प्रवास सुरू झाला. भारतीय शास्त्रीय संगीताची अमूल्य ठेव सर्वसामान्य प्रेक्षकांपर्यंत सहज पद्धतीनं पोहोचवावी, या हेतूनं 'कट्यार काळजात घुसली' या संगीतप्रधान चित्रपटाची निर्मिती झाली. संगीत माणसातील भेदाभेद संपवून माणसांना एकत्र आणतं. जनरेशन गॅप म्हणून त्यांनी 'कट्यार काळजात घुसली'सारखं नाटक चित्रपटाच्या माध्यमातून रसिकापर्यंत पोहचवलं. नाटक आणि चित्रपट ही दोन भिन्न माध्यमं आहेत. तरी संगीत नाटकं सर्वसामान्य प्रेक्षकांपर्यंत पोहोचली नाहीत. ती नाटकं नव्यानं चित्रपटाच्या माध्यमातून त्यांनी आणली. तो वारसा नव्या पिढीपर्यंत पोहोचवण्यासाठी बालगंधर्व वा कट्यार काळजात घुसली हे मैलाचा दगड ठरले आहेत. त्यापैकी कट्यार

काळजात घुसली, या चित्रपटाचं दिग्दर्शन हे तर शिवधनुष्य होतं, जे त्यांनी पेललं.

'आम्ही असू लाडके' हा चित्रपट करताना शौनक अभिषेकी यांचं गायन त्यांना भिडलं. त्यांनी सुबोधजींना कानसेन बनवलं. शौनक अभिषेकींच्यामुळं आयुष्यात आलेल्या संगीतानं त्यांना खूप काही दिलं आणि ते शास्त्रीय संगीताच्या प्रेमात पडले. संगीतानं त्यांना स्वतःची कला समर्पित वृत्तीनं मांडायला शिकवलं. कलेकडं पाहायची एक वेगळीच दृष्टी दिली, नजर दिली. स्वप्नांना साकार करण्याची हिंमत दिली. म्हणूनच त्यांच्या चित्रपट प्रवासात त्यांना बालगंधर्वसारख्या गायकाला, पुढील काळात बंडखोर लोकमान्य टिळकांसारख्या व्यक्तिमत्त्वाला, कट्यारमधील गायक कलाकाराच्या व्यक्तिमत्त्वाला आणि डॉ. काशिनाथ घाणेकरांसारख्या कलाकाराच्या व्यक्तिमत्त्वाला स्पर्श करता आला. त्यांनी आजवर अशा वेगवेगळ्या व्यक्तिरेखांना आपल्या करंगळीवर गोवर्धन पर्वत उचलणाऱ्या श्रीकृष्णासारखं अगदी सहजपणे पेललं आहे.

रविंद्र महाजनी दिग्दर्शित 'सत्तेसाठी काहीही' या चित्रपटात त्यांनी नायकाची भूमिका प्रथमच केली. यानंतर मात्र सुबोध भावेंची नाटक, चित्रपट आणि मालिका या तीनही माध्यमातील वाटचाल वेगानं सुरू झाली. नवनवीन मालिकांचा ओघ दरम्यानच्या काळात वाढला आणि निरनिराळ्या विषयांच्या दर्जेदार मालिकांमधून ते दिसू लागले. त्यांनी दामिनी, पिंपळपान, आभाळमाया, वादळवाट, अवघाची संसार, या गोजिरवाण्या घरात, अवंतिका, कळत नकळत, कुलवधू, अकल्पित, अग्निशिखा, आकाशझेप, ऋणानुबंध, का रे दुरावा, क्राईम डायरी, झुंज, तुला पाहते रे, नंदादीप, पेशवाई, रिमझिम, मनाचिये गुंती, मधू इथे अन् चंद्र तिथे अशा मालिकांमधून भूमिका केल्या. पण तरीही रोज प्रसारित होणाऱ्या मालिकांच्या गर्दीत हरवून न जाता अभिनय सिद्ध करणारी रंगभूमी त्यांनी निसटू दिली नाही. नाट्यक्षेत्रात त्यांचा वावर कायम राहिला. येळकोट, कळा या लागल्या जीवा, मैतर, महासागर, लेकुरे उदंड झाली, स्थळ स्नेह मंदिर, आता दे टाळी, लग्नबंबाळ अशा नाटकांतूनही त्यांचं अभिनयकौशल्य पणाला लागलं.

शैक्षणिक क्षेत्रातील भ्रष्टाचार आणि त्यात प्रामाणिक माणसांची आणि शिक्षणाची होणारी गळचेपी हा ज्वलंत विषय मांडणारं प्रा. वसंत कानेटकरलिखित 'अश्रूंची झाली फुले' हे गाजलेलं नाटक अभिनेते सुबोध भावे रंगमंचावर घेऊन आले. मराठी रंगभूमीवर दंतकथा ठरलेलं हे नाटक एकेकाळी प्रभाकर पणशीकर आणि डॉ. काशिनाथ घाणेकर यांनी गाजवलं होतं. घाणेकारांचा 'लाल्या' अत्यंत प्रसिद्ध झाला होता. घाणेकरांची स्टेजवर एंट्री करण्याची विशिष्ट पद्धत, संवादफेकीची, सिगारेट पेटवण्याची लकब, विद्यानंदांना 'सर' अशी मारलेली हाक आणि 'कडक' या शब्दाची वैशिष्ट्यपूर्ण फेक या सगळ्याचं एक गारूड अजूनही आपल्या नाट्यक्षेत्रात रुंजी घालतंय. सुबोध भावेंवर या सर्व पूर्वप्रभावाचं ओझं होतं. पण सुबोधनी इथं आश्चर्यकारकरीत्या सुखद धक्का दिला. त्यांनी डॉ. काशिनाथ घाणेकरांच्या सर्व लकबींचा आभास निर्माण करत लाल्याच्या ठायी असलेला हीरोइजम काढून टाकला आणि त्या व्यक्तिरेखेला विश्वासार्हता मिळवून दिली.

"कुठल्याही अर्थानं मी स्वतःला डॉ. काशिनाथ घाणेकर यांच्याशी जोडू शकत नव्हतो. एक तर आमचे स्वभाव भिन्न आहेत. आम्ही केलेली नाटकं, चित्रपट नि आम्ही केलेलं प्रत्येक काम अगदी भिन्न आहे. प्रेक्षकांसमोर जातानाच त्यांचा नि माझा 'पॉइंट ऑफ व्ह्यू' अगदी वेगळा आहे. गंमत म्हणजे अशा एका नटाची भूमिका माझ्या आयुष्यात आली, की ज्याचं नाव बोर्डावर लागल्यानंतर नाटकं हाऊसफुल्ल होत असत. एकदाही हाऊसफुल्ल पाटी न पाहिलेल्या माझ्यासारख्या नटाला चित्रपटात का होईना, त्यांनी हाऊसफुल्ल बोर्ड दाखवले." असं त्यांनी प्रांजळपणे कबूल केलं.

सखी, त्या रात्री पाऊस होता, वीर सावरकर, लाडीगोडी, सनई चौघडे, भारतीय, हापूस, आव्हान, उलाढाल, एक डाव धोबी पछाड, चिंटू, बंध नायलॉनचे, लालबागचा राजा, फुगे अशा असंख्य चित्रपटांतील त्यांच्या भूमिका विशेष उल्लेखनीय होत्या. प्रसिद्ध दिग्दर्शक गोविंद निहलानी यांच्याकडे त्यांनी केलेल्या 'ती आणि इतर' या चित्रपटामधून त्यांना खूप काही मिळालं. २०१७ साली त्यांचे फुगे, करार, ओली का सुकी, कंडीशन अप्लाय, हृदयांतर, ती आणि इतर, तुला कळणार नाही असे सात चित्रपट प्रदर्शित झाले. त्यानंतर अगडबंब २, छंद प्रीतीचा, खेळ आणि सविता दामोदर परांजपे असे चार चित्रपट प्रदर्शित झाले. म्हणजेच एका वर्षभरातील त्यांच्या चित्रपटांच्या प्रदर्शनाचा आकडा ११ झाला.

नाटक, चित्रपट आणि मालिका, जाहिराती अशा अनेकांगी अभिनय कारकिर्दीसाठी त्यांना मंजिरी या पत्नीची खंबीर साथ मिळाली. नाट्यसंस्कार कला अकादमीमध्ये असताना सुबोध आणि मंजिरी यांची ओळख झाली. मंजिरी त्यावेळी आठवीत, तर सुबोध तेव्हा दहावीत होते. त्यावेळी अभिनय येत नसल्याकारणानं सुबोधना नाटकातून काढून टाकण्यात आलं. त्यामुळं ते बॅकस्टेजचं काम करत होते. मंजिरीला पाहताक्षणीच सुबोध तिच्या प्रेमात पडले. शाळेत असताना ऑटोग्राफ बुक मिळायच्या. त्यावर सुबोध यांनी मंजिरींना 'शुगर इज शुगर, सॉल्ट इज सॉल्ट, इफ आय लव्ह यू, व्हॉट इज माय फॉल्ट?' असं लिहून दिलं. त्यावर उत्तर विचारल्यावर मंजिरीनं,

"जर मी बालगंधर्वांच्या पुलावर आले तर 'हो' नाहीतर 'नाही.'" असं सांगितलं. त्यानंतर मंजिरी त्या पुलावर गेल्या आणि सुबोधना त्यांच्या प्रेमाचं उत्तर मिळालं. मंजिरी आणि त्यांची शाळा वेगळी असल्याकारणानं त्यांची भेट फार कमीवेळा होत असे. मंजिरींची शाळा सुटण्याच्या वेळी सुबोध एका नाक्यावर रोज जाऊन उभे राहायचे. त्यावेळी एक स्मितहास्य एवढंच काय ती त्यांची ओळख होती. हळूहळू दोघांत मैत्री झाली. त्यानंतर १२ वीला असताना मंजिरी कॅनडाला शिफ्ट झाल्या आणि त्यांची कमी भरून काढण्यासाठी सुबोधनी स्वतःला नाटकात गुंतवून घेतलं. इतकंच नव्हे, तर त्यांनी आईवडिलांनाही त्यांच्या या प्रेमाची कल्पना दिली; पण 'तुम्ही अजून लहान आहात. अगोदर शिक्षण पूर्ण करा', असा सल्ला घरच्यांनी दिला.

मंजिरी कॅनडाला गेल्यावर दोघंही एकमेकांना पत्रं लिहायचे. एक पत्र कॅनडाला पोहोचल्यावर त्या पत्राचं उत्तर येण्यासाठी २१ दिवसांचा अवधी लागायचा. अशाप्रकारे पाच

वर्षं त्यांनी एकमेकांना न पाहता काढली. सुबोधना मंजिरींची इतकी ओढ होती, की कॅनडाला कोणतीही भारताची क्रिकेट मॅच असली, तर सुबोध रात्ररात्र जागून 'मंजिरी दिसेल', या आशेनं ती मॅच पाहत असे. कोणतंही विमान उडताना पाहिलं, की मंजिरीच भारतात आल्या की काय, असंच त्यांना वाटत असे. भारतात परतल्यावर मंजिरीनं सुबोधसोबत पुण्यातील एका कंपनीत नोकरी केली. त्यानंतर त्यांचा साखरपुडा झाला, तेव्हा सुबोध नोकरी करत होते; पण लग्न झाल्यानंतर सुबोधनी नोकरी सोडून अभिनयाला पूर्णवेळ देण्याचा निर्णय घेतला. आज मंजिरी आणि सुबोध यांच्या लग्नाला बरीच वर्षं पूर्ण झाली आहेत आणि त्यांच्या संसाररूपी वेलीवर मल्हार आणि कान्हा ही दोन चिमुकली मुलं आहेत.

अभिनेता म्हणून प्रेक्षकांनी सुबोध भावेंना स्वीकारलं, दिग्दर्शक म्हणूनही स्वीकारलं आणि २०१६ मध्ये त्यांचं आत्मचिंतन प्रकटलं 'घेई छंद' या पुस्तकातून आणि लेखक या भूमिकेतूनही वाचकांनी त्यांना डोक्यावर घेतलं. त्यात त्यांनी आपल्या पहिल्याच पुस्तक लिहिण्याच्या प्रयत्नातून, आपल्या अनुभवावरून, अत्यंत वैचारिक लेखनातून आपल्या वेगवेगळ्या भूमिकांचा प्रवास अत्यंत रोमांचकारी पद्धतीनं मांडला आहे.

अभिनयाच्या रोमांचकारी प्रवासात त्यांना बालगंधर्व, लोकमान्य टिळक आणि रानभूल या चित्रपटांसाठी झी अवॉर्ड, मिफ्टा अवॉर्ड तसेच महाराष्ट्र शासनाचाही पुरस्कार मिळाला. कट्यार काळजात घुसली चित्रपटासाठी 'झी'चा फिल्मफेअर मराठीचा सर्वोत्कृष्ट दिग्दर्शकाचा पुरस्कार प्राप्त झाला. 'मन पाखरू पाखरू' या चित्रपटासाठी सर्वोत्कृष्ट अभिनेता म्हणून २००८ साली त्यांना 'झी सिने अवॉर्ड' मिळालं. 'रानभूल' या चित्रपटासाठी सर्वोत्कृष्ट अभिनेता आणि या चित्रपटातील 'मन उमगत नाही, खोल पाणी डोहात' हे गाणं स्वतः म्हटलं, म्हणून झी सिने गायक पुरस्कार मिळाला. वसंतदादा सेवा संस्था आणि प्रियांका महिला उद्योग संस्थेतर्फे राजीव गांधी कला पुरस्कार असे अनेक पुरस्कार त्यांना लाभले.

नटश्रेष्ठ जयशंकर दानवे यांच्या नावे सहावा **'नटश्रेष्ठ जयशंकर दानवे कलायात्री पुरस्कार'** १ मार्च २०१६ रोजी रंगकर्मी सुबोध भावेंना प्रदान केला.

'वडिलांच्या स्मृती जपण्यासाठी त्यांच्या मुलांकडून दिल्या जाणाऱ्या कलायात्री पुरस्काराला मायेचा स्पर्श आहे. कलानगरीत मिळणारा हा पुरस्कार खऱ्या अर्थानं स्मृतीगंध देणारा आहे. मी भूमिका जगलो, म्हणून विविध व्यक्तिरेखा साकारल्या.'

अशा शब्दांत सुबोध भावेंनी या पुरस्काराविषयी कृतज्ञता व्यक्त केली. पुरस्कार वितरणानंतर कमला कॉलेजच्या मराठी विभागाचे प्रमुख प्रा. डॉ. सुजय पाटील सर यांनी मुलाखत घेतली. ज्या कट्यार चित्रपटाच्या मागं साडे तीन वर्षांचे परिश्रम आहेत, त्या चित्रपटाचा मागील इतिहास आणि कलाकार ते दिग्दर्शक हा स्वप्नवत प्रवास कसा घडला हे प्रत्यक्ष सुबोध भावेंच्या तोंडून ऐकवून त्यांनी रसिकांना रिझवलं. त्यावेळी त्यांनी आपल्या अविस्मरणीय व्यक्तिरेखाभोवतीच्या आठवणींचा पडदा खुला केला. नंतर त्यांचं आवडतं नाटक 'नटसम्राट' नाटकातील आप्पासाहेब बेलवलकरांचं स्वगत अभिनयासह रसिकांच्या समोर सादर केलं. भावेंचा कलाविष्कार पाहून रसिक धन्य झाले. कलायात्री पुरस्काराची

'सुबोध भेट' या मथळ्याखाली दैनिकांत बातम्या प्रकाशित झाल्या.

मराठी चित्रपटसृष्टीतील सध्याचा सर्वाधिक व्यग्र अभिनेता म्हणून सुबोध भावेंचं नाव घ्यावं लागेल. सुबोध भावे म्हणजे भोळा भाबडा गावकरी ते डॉन, तसेच लोकमान्य टिळकांसारख्या महान व्यक्तिमत्त्वाच्या भूमिकादेखील अगदी सहज आणि प्रामाणिकपणे पडद्यावर मांडणारा अष्टपैलू कलाकार. विनोदी, गंभीर, चरित्र भूमिका असो, वा ऐतिहासिक पात्र जिवंत करण्याची पाळी येवो, त्यांनी नेहमी पुढाकार घेतला. स्वत:ला एकाच इमेजमध्ये न बांधता मनोरंजन, ड्रामा, डार्क शेड निवडल्या. ही आव्हानं निश्चित धोकादायक होती, तरी ती आपल्या अभिनयाच्या जोरावर त्यांनी पार पाडली. बालगंधर्व त्यांना सर्वात आवडले, तर टिळकांच्या भूमिकेत त्यांचं सर्वत्र कौतुक झालं.कट्यार काळजात घुसलीमधील भोळ्या आणि निष्पाप मनाचा गायक सर्वांच्या हृदयात शिरला.

"कुठलाही दिखाऊपणा, अभिनिवेष असता कामा नये. अभिनय साधा, सरळ आणि प्रेक्षकांना थेट जाऊन भिडणारा हवा. कला ही फक्त प्रेक्षकांसाठी नसून ती आपल्या स्वत:साठीसुद्धा हवी. सातत्यानं स्वत:ला वेगवेगळ्या प्रकारे बघत जाणं आणि 'सिक्युअर्ड' न होऊ देणं महत्त्वाचं असतं. त्यामुळं मला स्थिरता नको असते. ज्या क्षणी मी स्थिर होईन, त्याक्षणी मला वाटतं माझं करिअर संपेल."

असं ते प्रांजळपणे सांगतात. काम चांगलं केलं आहे का वाईट, हे त्यांना प्रेक्षकांआधी माहिती असतं. पारितोषिक मिळालं नाही, तरी फरक पडत नाही. मिळालं, तरी आभाळाला हात टेकत नाहीत, असे हे कलाकार. स्वत:च्या कलेकडं तटस्थपणे बघण्याची वृत्ती शास्त्रीय संगीतानं त्यांना दिली. त्यांना सातत्यानं वेगवेगळं काहीतरी करावसं वाटतंय. ते म्हणतात,

'आयुष्यात आपलं इतकं वैविध्यपूर्ण काम झालं पाहिजे की, मरताना असं नाही वाटलं पाहिजे की, हे आपलं राहून गेलं. माझ्या सुदैवानं माझे एका छाप्याचे गणपती झाले नाहीत किंवा मी तसं होऊ दिलं नाही. यासाठी मी माझे लेखक, निर्माते आणि दिग्दर्शकांचे आभार मानतो. हे खूप कमी लोकांच्या बाबतीत घडतं.'

ज्या क्षणी ते कॅरेक्टर रोल करतात, त्याक्षणी आपल्यासमोर दुसऱ्या कुणाचं नाव येत नाही. त्यांच्यासाठी ही खूप मोठी पावती आहे, कारण आपल्याकडून जास्तीत जास्त व्यक्तिरेखांना स्पर्श व्हायला हवा असं त्यांना वाटतं. भावेंनी महात्मा बसवेश्वर, राम, बाजीराव, तुकाराम, मोरोपंत पिंगळे, लोकमान्य टिळक, बालगंधर्व अशा ऐतिहासिक व्यक्तिरेखा साकारल्या. त्यांनी बंगाली, मल्याळी, कोंकणी सिनेमा केलाय. हिंदी सिनेमात जाऊन फालतू काम करण्यात त्यांना शून्य इंटरेस्ट आहे. 'चांगले पैसे ऑफर झाले, तरी मी रोल पाहूनच काम स्वीकारेन. पैशासाठी मी हिंदीत काहीही काम करणार नाही', असं ते स्पष्ट सांगतात. एक काळ असा होता, की ते पाच डेली सोप, एका नाटकाचे २० प्रयोग आणि सिनेमे असे दर महिन्यात करायचे.

ते आपलं मत मांडताना म्हणतात, "काहींसाठी एखाद्या रोलची तयारी बाहेरून आत असते. माझ्यासाठी ती आतून बाहेर अशी आहे. पैसेच कमवायचे असते, तर लोकमान्यांच्या वेषभूषेत, गणेशोत्सवात या मंडळाला भेट, त्या मंडळात भाषण कर, असंही करून मला माझा बँक

बॅलन्स वाढवता आला असता. बालगंधर्व हा चित्रपट मी पैसे कमवण्यासाठी किंवा 'मी किती चांगला अभिनेता आहे', हे दाखविण्यासाठी केलाच नव्हता. बालगंधर्वांना एक श्रद्धांजली, आदरांजली म्हणून मला तो सिनेमा करायचा होता. कामाची माझी भूक काही संपत नाही. ती जोपर्यंत आहे, तोपर्यंत मी अभिनेता आहे. ही भूक ज्या दिवशी संपेल, त्या दिवशी मी हे क्षेत्र सोडून देईन."

पाऊस पडून गेला, की जमिनीला विशिष्ट सुगंध प्राप्त होतो. माणसाच्या कर्तृत्वाचं असंच असतं. सुबोध भावेंच्या कलाकर्तृत्वाचा पाऊस चांगलाच मुरला आणि कलेच्या प्रदेशात त्याचा सुगंध दरवळलेला आज दिसत आहे. त्यांनी साकारलेल्या व्यक्तिरेखा केवळ अविस्मरणीय आहेत.

'फुल फुल गुंफुनिया माळ होतसे
थेंब थेंब झेलुनी झरा वाहतसे'

या काव्याप्रमाणे टीम मॅनेजमेंटच्या साहाय्यानं आपल्या सहकाऱ्यांकडून उत्कृष्ट कामगिरी करून सुबोध भावेंनी केवळ 'अप्रतिम' एवढंच म्हणावं, अशी शिवधनुष्यं चित्रपटाच्या माध्यमातून पेलली. तसेच नाटकातील सामर्थ्यस्थानं आपल्या अभिजात कल्पकतेनं रसिकांपर्यंत पोहोचवली. अनेक सशक्त आणि सक्षम कलाकृती त्यांच्या हातून घडल्या. अशा वेगवेगळ्या प्रकारच्या अभिव्यक्ती साकार करण्यासाठी कलाकाराजवळ जे एक प्रकारचं धैर्य असावं लागतं, ते त्यांच्याकडं आहे. वेगळ्या वाटेनं गेल्यानंतर गवसणारं यश हे इतरांच्यापेक्षा तुलनेनं कदाचित उशिरा हाती येतं; पण ते यश जेव्हा येतं, तेव्हा ते नाव अपेक्षेपेक्षा उंच झालेलं असतं, याचं मूर्तिमंत उदाहरण म्हणजे सुबोध भावे. चरित्र व्यक्तिरेखांच्या रुपेरी पडद्यावरील सादरीकरणांमध्ये प्रसिद्ध अभिनेते सुबोध भावे यांचा हातखंडा आहे. पुढील काळात त्यांच्याकडून निरनिराळ्या प्रकारच्या परकाया प्रवेश करणाऱ्या व्यक्तिरेखा रसिकांना पाहायला मिळाव्यात, ही सर्व रसिकांची मनीषा आहे. त्यासाठी त्यांना खूप खूप शुभेच्छा!

हास्य उधळणारा कलाकार

प्रशांत दामले

'सुख म्हणजे नक्की काय असतं!
काय पुण्य केलं की ते घर बसल्या मिळतं'

हे गाणं ऐकलं, की डोळ्यासमोर येतात रंगकर्मी प्रशांत दामले. सिने-नाट्य, दूरदर्शनमध्ये ४० वर्षं कार्यरत, ३५ हून अधिक पुरस्कारांनी सन्मानित, ३६५ दिवसात ४६९ प्रयोग असे विक्रमी प्रयोग करून लिम्का बुक ऑफ रेकॉर्डमध्ये पाच वेळा नोंद होणारे आणि आजवर १२,००० च्या वर नाटकांचे प्रयोग सादर करण्याचा बहुमान प्राप्त झालेले मराठी रंगभूमी, सिनेसृष्टी आणि मालिकेमधील एनर्जेटीक विक्रमादित्य म्हणजे प्रशांत दामले हे कलाकार. रंगभूमी ज्यांच्या मनात नि नसानसांत भिनली आहे, अशा व्यक्तिमत्त्वाचं नाव म्हणजे प्रशांत दामले. गेल्या ६० वर्षांपासून ते अव्याहतपणे वेगवेगळ्या नाटकांद्वारे रंगभूमी गाजवत आहेत. आतापर्यंत जागतिक रंगभूमीवर नाटकांचे १० हजार २०० प्रयोग करण्याचा बहुमान केवळ एका जपानी कलाकाराच्या नावावर जमा होता. मात्र प्रशांत दामले यांनी या विक्रमावर २०१२ पर्यंत स्वत:चं नाव कोरलं आहे. एकाच दिवसात तीन वेगवेगळ्या नाटकांचे पाच प्रयोग सादर करून प्रशांतनी आतापर्यंत जवळपास सर्वच निर्मात्यांकडं काम केलं आहे. किती लेखक, किती दिग्दर्शक आणि किती सहकलाकार या कलाकारानं जोडले आहेत, हे पाहिलं तर तोही कदाचित एक जागतिक विक्रम असू शकेल.

प्रशांत दामले यांचा जन्म ५ एप्रिल १९६१ मध्ये मुंबईत झाला. तसे ते अगदी मध्यमवर्गीय वातावरणात वाढले. दादरच्या हिंदू कॉलनीमध्ये त्यांचं बालपण गेलं. तिथं सांस्कृतिक कार्यक्रमाची रेलचेल असायची. दिवाळीमध्ये किल्ला करणं, तसेच मध्यमवर्गीय घरात दिवाळीला एकदाच नवीन कपडे आणि शाळा सुरू होताना दोन गणवेश मिळणं आणि शिवाजी मंदिरला नाटकाचा प्रयोग पाहणं ही चैन असायची. त्यांना लहानपणापासून गाण्याची आवड होती. त्यांचे काका मास्टर दामले गायक होते. त्यामुळं प्रशांतजींनादेखील गाणं शिकावं असं

वाटायचं; पण आई-वडिलांनी सांगितलं, 'आधी शिक्षण पूर्ण कर.' १९७६-७७ मध्ये गायनावर पोट भरू शकतं, यावर कुठल्याही पालकाचा विश्वास बसत नसे. त्यामुळं अगदी टिपिकल मध्यमवर्गीय मुलासारखं तेही टायपिंग, शॉर्टहॅन्ड, कॉमर्सचं शिक्षण घेत राहिले. त्यांचं सीए होण्याचं स्वप्न होतं. थोडक्यात काय, तर त्यांचा अभिनय, गाणं हे फक्त छंद स्वरूपात होतं.

१९७८ साली द. मा. मिरासदारांची 'पहिली चोरी' ही एकांकिका प्रथम त्यांनी इंटरकॉलेजमध्ये स्पर्धेसाठी केली. त्यानंतर कॉलेजमध्ये स्पर्धांची अनेक नाटकं केली. मग बीकॉम झाल्यावर 'बेस्ट'मध्ये नोकरी केली. त्यांचा नाट्यप्रवास नक्कीच सरळ, सहज नव्हता. ज्या काळात प्रशांत यांनी पदार्पण केलं, त्यावेळी सतीश पुळेकर, प्रदीप पटवर्धन, विजय पाटकर अशी मंडळी रंगभूमीवर कार्यरत होती.

प्रशांत दामले या क्षेत्रामध्ये आले, तो काळ अशोक सराफ आणि लक्ष्मीकांत बेर्डे या दोघा दिग्गजांचा होता. महाविद्यालयीन स्तरावर प्रशांत यांनी काम केलं होतं. परंतु हे काम मुख्य भूमिकेतील नव्हतं, तर ते 'मॉब'मधील होतं. मात्र त्याचा त्यांना फायदाच झाला. गर्दीतील एक बनायला खरंतर कोणत्याच कलाकाराला आवडत नाही. परंतु प्रशांत यांना गर्दीतील एक बनल्याचा खूप फायदा झाला. सर्वांच्या संपर्कात राहिल्यामुळं नाटक माध्यमाशी संबंधित असलेल्या सर्व गोष्टींचं ज्ञान त्यांना सुरुवातीच्या काळातच मिळालं. त्यांच्या आयुष्यात वळण आलं ते १९८३ साली. त्यावर्षी 'महाराष्ट्राची लोकधारा'मध्ये त्यांचा प्रवेश झाला. त्यात त्यांना गाण्याची संधी मिळाली. याच सुमारास प्रशांत यांना पुरुषोत्तम बेर्डे यांच्या 'टूरटूर'मध्ये काम करण्याची संधी मिळाली. विजय केंकरे यांनी त्यांचं नाव पुरुषोत्तम बेर्डे यांना सुचवलं होतं. विशेष म्हणजे ही भूमिका गाण्याशी संबंधित असल्यामुळं त्यांना ही भूमिका मिळाली होती. २३ फेब्रुवारी १९८३ रोजी 'टूरटूर' नाटकाच्या प्रयोगाला पहिल्यांदा ते उभे राहिले आणि आजही त्यांचा नाट्यप्रयोगांचा झंझावात सुरू आहे. गंमत म्हणजे, त्यावेळी प्रशांत यांच्या वाट्याला एकच वाक्य होतं. ते म्हणतानाही ते चुकले होते. त्यामागचं कारण म्हणजे, त्या काळात त्यांचं अभिनयापेक्षा गायनाकडं अधिक लक्ष होतं. त्यामुळं संवाद म्हणताना त्यांच्याकडून चूक झाली असली, तरी त्यांनी गाणं अगदी चोख म्हटलं होतं. हळूहळू ते तयार होऊ लागले.

१९८५ मध्ये रंगभूमीवर आलेल्या 'मोरूची मावशी'मधील 'मोरू'च्या भूमिकेमुळं त्यांना मोठी लोकप्रियता मिळाली. या नाटकामुळं त्यांना खूप शिकायला मिळालं. या नाटकाचे पहिले १८२ प्रयोग सुधीर भट यांनी तोट्यामध्ये चालवले. त्यानंतर ८५० प्रयोगापर्यंत कायम 'हाऊसफुल्ल'चा फलक कधी हटला नाही. 'गेला माधव कुणीकडे' नाटकाच्या निमित्तानं पहिल्यांदा 'आणि प्रशांत दामले' असं नाव नाट्यगृहाबाहेरच्या फलकावर लागलं. दिवसा 'ब्रह्मचारी' नाटकाची रंगीत तालीम आणि संध्याकाळी 'मोरूची मावशी'चे प्रयोग करताना ओढाताण झाली असली, तरी त्याचाही आनंद त्यांनी लुटला. सुधीर भट आणि अशोक पत्की यांनी त्यांचा गळा गाता ठेवला. 'ब्रम्हचारी' या नाटकामुळं वर्षा उसगावकर आणि प्रशांत दामले या दोघांनाही अफाट लोकप्रियता मिळाली. याच काळात त्यांची 'बेस्ट'मध्ये नोकरीही सुरू होती. या नाटकाच्या यशामुळं त्यांना एकापाठोपाठ एक अशी नाटकं मिळत गेली. कामामुळं

आत्मविश्वास वाढला. आपण नाटकात काहीतरी करू शकतो, हा आत्मविश्वास आल्यानंतरच त्यांनी नोकरी सोडली.

एक विलक्षण असा हा प्रवास आहे. नाटकाची सुरुवात जरी लवकर झाली असली तरी, १९९२ मध्ये 'गेला माधव कुणीकडे' या नाटकापासून खरंतर त्यांना नाटक कळायला लागलं. त्यानंतर नाटकाच्या संहितेखेरीज नाटक खुलवण्याच्या दृष्टीनं इनपुट येत गेलं, असं त्यांना वाटतं. पण आजही नवं नाटक किंवा नाटकाचा प्रयोग असला की, तितकाच उत्साह संचारतो अन् नाटक करताना ते खूप रिलॅक्स असतात. तोपर्यंत आवाजाची पट्टी, रंगमंचावरचा वावर, टायमिंग वगैरे सगळ्याच बाबतीत ते प्रत्येकाकडून शिकत होते. शाहीर साबळे, पुरुषोत्तम बेर्डे, दिलीप कोल्हटकर, मंगेश कदम या प्रत्येक दिग्दर्शकाची शैली भिन्न आहे. प्रत्येकाचा विचार वेगळा आहे. त्या त्या नाटकापुरता प्रत्येकाचा विचार खूप महत्त्वाचा आणि मोठा होता. शेवटी नाटक ही सांघिक कामगिरी असते. त्यामुळं प्रत्येकजण महत्त्वाचा असतो, असं त्यांना वाटतं.

'लेकुरे उदंड झाली' आणि 'बे दुणे पाच' या नाटकांमधील त्यांच्या भूमिका सगळ्यात आव्हानात्मक होत्या. 'लेकुरे'मध्ये त्यांना खूप गाणी होती. लेकुरेनंतर सर्व वयोगटाच्या लोकांना त्यांच्याबद्दल खास आपुलकी निर्माण झाली. 'बे दुणे' हा फार्स असल्यानं त्याचा वेग खूप होता. त्यात त्यांना पाच भूमिका होत्या. ते दिग्दर्शक शरण अभिनेता आहेत. कारण दिग्दर्शक सगळ्यात जास्त स्क्रिप्ट वाचतो. त्यामुळं ते नाटक त्याला जास्त कळलेलं असतं. लेखक पाया तयार करतो आणि कलाकार केवळ आतील रंगरंगोटी करतो. पण घर बांधण्याचं काम दिग्दर्शकाचंच आहे. ते त्याला करू द्यावं, असं त्यांना वाटतं.

आपण नाटक कोणासाठी करतो? केवळ आणि केवळ प्रेक्षकांसाठी. ज्यांना फक्त स्वतःसाठीच नाटक करायचं असेल, तर त्यांच्यासाठी प्रायोगिक रंगभूमीची दारं उघडी आहेत; पण प्रशांतजींना प्रेक्षकांचं मनोरंजन करायचं होतं. 'माधव' वेगळं नाटक होतं. 'प्रियतमा'मध्ये त्यांनी श्रीमंत बापाच्या लाडावलेल्या आणि प्रेमात पडलेल्या मुलाची भूमिका केली होती. 'बहुरूपी' हे नाटकही खूप अवघड होतं. त्या नाटकात खुद्द प्रशांत दामले स्वतःवर टीका करतात असं होतं. 'शू... कुठं बोलायचं नाही' या नाटकात तर त्यांनी त्यांच्या वयाच्या मानानं खूपच मोठ्या माणसाची भूमिका केली होती. त्यांचं म्हणणं एवढंच आहे की, प्रेक्षकांसाठी नाटक करायचं असेल, तर त्यांच्या कलानं भूमिका करण्यात गैर काय? त्यांच्या आयुष्यातील काही नाटकं त्यांना केवळ 'सुयोग'मुळंच मिळाली.

त्यानंतर प्रशांतना रंगभूमीवर नवनव्या सकस संधी मिळाल्या. चार दिवस प्रेमाचे, एका लग्नाची गोष्ट, बहुरूपी, माझिया भाऊजींना रीत कळेना, नकळत दिसले तारे, साखर खाल्लेला माणूस, एका लग्नाची पुढची गोष्ट अशी अनेक नाटकं त्यांनी आपल्या अभिनयसामर्थ्यानं गाजवली. केवळ महाराष्ट्रच नव्हे, तर देश-विदेशात आपल्या नाटकांचे प्रयोग केले. अभिनेता प्रशांत दामले म्हटलं की, विनोद, हशा आणि धमाल असते. त्यांचं 'साखर खाल्लेला माणूस' हे नाटकही खूप गाजलं. त्यांच्या नाटकांचे प्रयोग अजूनही हाऊसफुल्ल होतात. खरंतर प्रत्येक गोष्टीला एक एक्सपायरी डेट असते; पण प्रशांत दामलेंच्या नाटकांना एक्सपायरी डेटच नसते.

एकीकडं नाटकांचा झंझावाती प्रवास सुरू असताना चित्रपटात संधी, हाही म्हटलं तर 'टर्निंग पॉईंट'च. १९८६ मध्ये राजदत्त दिग्दर्शित 'पुढचं पाऊल'मध्ये त्यांनी पहिल्यांदा चित्रपटात भूमिका केली. चित्रपट स्त्रीकेंद्रित असूनही प्रशांतजींची भूमिका अतिशय गाजली. त्यानंतर त्यांनी पसंत आहे मुलगी, सवत माझी लाडकी, इना मिना डिका, तू तिथं मी असे चाळीसहून अधिक चित्रपट केले. परंतु प्रशांत यांचं खरं प्रेम हे नाटकावरच राहिलं. नाटकाकडून चित्रपटाकडं प्रवास झालेला कलाकार सहसा पुन्हा नाटकाकडं वळत नाही किंवा क्वचित एखादं नाटक करतो.

"'गेला माधव कुणीकडे' नंतर चांगल्या भूमिका मिळाल्या असत्या, तरी मी चित्रपटांमध्ये रमलो नसतो", असं दामले यांनी सांगितलं. म्हणूनच प्रशांत दामले चित्रपटांनंतर पुन्हा एकदा रंगभूमीकडं वळले.

'गेला माधव कुणीकडे' छान चालायला लागलं आणि हाऊसफुल्ल बोर्ड लागायला लागले, तेव्हा ते पूर्णपणे नाटकाकडे वळले. त्यानंतर त्यांचं संपूर्ण करिअर नाटकातच घडलं. या नाटकातील 'अरे हाय काय अन् नाय काय' ही भर (ॲडीशन) त्यांना शंभराव्या प्रयोगाला सुचली. नाटककार वसंत सबनीस एका प्रयोगाला आले होते. त्यावेळी सबनीस यांनी सांगितलं, 'ही भर चांगली असली, तरी ती इतक्या वेळा वापरली नसती, तर बरं झालं असतं. प्रेक्षक आणि कलाकार यांच्यातील पुसट रेषा पुसली गेली, तर तुझा हात वर गेल्यावरच प्रेक्षक अरे हाय काय अन् नाय काय म्हणतील.'

त्याची प्रचिती त्यांना प्रत्येक प्रयोगाला येत गेली. पाच वर्षं काम करून नंतर गायब होण्यापेक्षा, सावकाश पंधरा वर्षं काम करायला त्यांना आवडतं. कारण तेवढा काळ ते लोकांसमोर राहतात. ते म्हणतात, "करिअरदृष्ट्या जे व्यवस्थित चालू आहे, ते सोडून सिनेमाकडं वळावंसं वाटलं नाही. कोणतंही यश सोपं नसतं आणि ते झटकन मिळत नाही. लवकर मिळालं, तरी इतकी वर्षं टिकवून ठेवण्यासाठी मेहनतच कामी येते."

'कॉमेडी इज अ सिरिअस बिझनेस' असं जे म्हटलं जातं, ते अगदी खरं आहे. त्यांच्या कारकिर्दीतील ९० टक्के नाटकं ही विनोदी आहेत. आम्ही दोघं राजाराणी, पाहुणा, लेकुरे उदंड झाली ही तीन नाटकं सोडली, तर त्यांची इतर सगळी नाटकं विनोदी आहेत. चित्रपटाप्रमाणेच नाटक हेदेखील टीमवर्कचं माध्यम असतं. प्रशांत दामले यांनीदेखील या क्षेत्रात आल्यानंतर सगळ्या विभागांची माहिती घेतली. बाहेरगावी प्रयोगाला घेऊन जाणारी मोठी बस चालविण्याव्यतिरिक्त सगळ्या गोष्टींची त्यांना जाण आहे. ज्यावेळी ते नाटकांची निर्मिती करत नव्हते, तेव्हादेखील त्यांना निर्माता कुठं चुकतो हे कळायचं. नाटकाचं बजेट कसं कमी करता येईल, याकडं त्यांचा कल असायचा. निर्मितीदरम्यान चुकीच्या ठिकाणी पैसे खर्च होत नाहीयत ना, याकडंही त्यांचं लक्ष असायचं.

दैनंदिन जीवनातील ताणतणाव हलका करण्यासाठी लोक नाटक पाहायला येतात. अशा वेळी रडवणं किंवा मनात ताण निर्माण करणं, यापेक्षाही त्यांच्या मनात दबलेलं हसू ओठावर आणणं, त्यांना जास्त महत्त्वाचं वाटतं. गंभीर नाटकं करणाऱ्यांवर टीका करण्याचा

त्यांचा हेतू नाही. पण मनापासून ते रमतात मनोरंजनात्मक नाटकांमध्ये. शेवटी रडवायला दीड मिनिट पुरतं; पण हसवणं कठीणच असतं. खरं सांगायचं तर, त्यांची मूळ आवड गाण्याचीच. नाटकाच्या धामधुमीत ते मागं पडलं ते पडलंच. '५००-१००० प्रयोग एकेका नाटकाचे करताना ती भूमिका साचेबद्ध होते का?' असं विचारताच ते म्हणतात,

"असं नाही होत. कारण प्रत्येक प्रयोग हा नवा असतो. किंबहुना म्हणून तर त्याला प्रयोग म्हणतात. लोकांसाठी प्रयोग होत असताना स्टेजवर कलाकारांचं अंतर्गत असं वेगळंच नाटक सुरू असतं. अर्थात एकमेकांचं टायमिंग बदलणं, एखाद्या विनोदाचा पॉझ किंवा त्याची जागा बदलणं आणि त्यातून नवा विनोद साकारणं, अशा त्यांच्या गंमतीजंमती सुरू असतात. यातूनच प्रयोग खुलत जातो."

एकाच नाटकाचे खूप सारे प्रयोग करताना प्रशांतजींचा हेतू एकच असतो की, दर सात-आठ वर्षांनी नवी जनरेशन येते. त्यांना या नाटकांचा आनंद घेता आला पाहिजे. त्यांच्या नाटकांचे विषयही साधे, सोपे, सरळ असून अधिक गुंतागुंतीचे नसतात. त्यामुळं या नाटकांशी प्रेक्षकांना थेट रिलेट होता येतं. चित्रपटात वर्तमानातील घटनांवर भाष्य उपयोगी पडत नाही. कारण शूटिंग केल्यानंतर दोन ते तीन महिन्यांनी तो प्रदर्शित होत असल्यानं, त्या घटना जुन्या झालेल्या असतात. थिएटर हे अधिक चॅलेंजिंग असतं. प्रत्येक क्षणी कलाकारानं अलर्ट रहावं लागतं. टायमिंग चुकलं, की टाळ्या, हशा मिळत नाहीत. नाटक पडतं. त्यामुळं प्रेक्षकांच्या हशा आणि टाळ्या त्यांना अधिक महत्त्वाच्या वाटतात.

अशोक सराफ यांच्या छायेत त्यांना बराच काळ राहण्याची संधी मिळाली. 'वाजवा रे वाजवा' या चित्रपटाचं शुटींग संपल्यानंतरचा एक किस्सा खूपच काही सांगून जाणारा आहे. शुटींग संपलं आणि अशोक सराफ दामले यांच्याकडं आले आणि म्हणाले,

"प्रशांत, तू या पिक्चरमध्ये खूप चांगलं काम केलं आहेस. तुला या भूमिकेसाठी पुरस्कार मिळायला हवा."

विशेष म्हणजे संपूर्ण चित्रपटभर त्यांनी प्रशांत यांच्या कामाबद्दल अवाक्षरही काढलं नव्हतं. ही गोष्ट प्रशांत यांनी आयुष्यभर लक्षात ठेवली नि त्याचा त्यांना खूप लाभही झाला. आपल्या कामाचं स्वतःलाच मूल्यमापन करता यायला हवं, असं त्यांचं म्हणणं. अशाप्रकारे आयुष्याकडं खूप सकारात्मक दृष्टीनं पाहण्याची या अभिनेत्याला सवय आहे.

'एका लग्नाची गोष्ट' नाटकाचा विषय जगमान्य आहे. सासू सुनेचं भांडण आणि त्यामुळं पतीची होणारी ससेहोलपट असा या नाटकाचा विषय आहे. हे सारं विनोदी पद्धतीनं मांडल्यानं रसिकांना हे नाटक भिडतं. त्यात अशोक पत्कींची संगीताची जोड, म्हणजे मणिकांचन योगच. त्यामुळेच तर या नाटकाचे १७०० हून अधिक प्रयोग होऊ शकले. या नाटकाचा पहिला प्रयोग १५ ऑगस्ट १९९९ मध्ये झाला होता. मंगेश कदम यांच्या या पहिल्याच सोलो दिग्दर्शनाला रसिकांनी उदंड प्रतिसाद दिला. 'रंगभूमी आणि चित्रपट यातील कोणतं पारडं जड?' असं विचारलं, तर प्रशांतजी सांगतात, 'अर्थात रंगभूमीचं.'

मालिकांमध्ये त्यांचं मन फारसं रमत नाही. पाढे पाठ न करता गणित सोडवायला गेलो,

तर काय होतं? तसंच सिरियल्सचं आहे, असं ते म्हणतात.

प्रशांतजींची नाटकं हमखास चालतात, असं नाट्यसृष्टीतले सगळेच निर्माते म्हणत असतात. याचं नेमकं रहस्य म्हणजे सातत्य. स्टेजवर काम करताना सातत्य महत्त्वाचं असतं. विश्वासार्हता महत्त्वाची असते. लोक मलाच बघायला येतात, असा गर्व त्यांना अजिबात नाही. त्यांच्यामते नाटक म्हणजे टीमवर्क आहे. समजायला लागल्यापासून ते सातत्यानं चांगलं नाटक करत आहेत, त्यामुळं त्यांच्या नाटकातून आपल्याला किमान काहीतरी चांगलं मिळेल, असा विश्वास प्रेक्षकांना वाटतो आणि शेवटी प्रेक्षकांची आणि नाटकाची तार जुळणं महत्त्वाचं आहे. असं झालं, तरच प्रयोग आणि पर्यायानं ते नाटक रंगतं. त्यांच्या नाटकांच्या बाबतीत ही तार नेहमीच जुळत असते.

त्यांचे २००५ प्रयोग पूर्ण झाल्यानंतर पुण्यात काही मित्रांनी एक क्लब सुरू केला. हा क्लब पार्ट्या करणारा नाही. ते या क्लबतर्फे काही सामाजिक उपक्रम राबवतात. वृद्धाश्रमात लागणाऱ्या छोट्या; पण महत्त्वाच्या वस्तू देतात. पन्नास टक्क्यांपेक्षा कमी गुण असणाऱ्यांसाठी स्पोकन इंग्लिश फॉर कॉर्पोरेट्स हा उपक्रम त्यांनी सुरू केला. या मुलांना उत्तम इंग्लिश बोलता यावं आणि त्यांना कॉलसेंटरसारख्या ठिकाणी संधी मिळाव्यात, असा त्यामागचा हेतू. आतापर्यंत असंख्य मुलांना अशा नोकऱ्या लागल्या आहेत. कॅन्सर रुग्णांसाठी काम करणाऱ्या सिप्लासाठी, तसंच मूक-बधिर मुलासांठीही ते काम करतात. अभिनयासाठी कोणते गुण आवश्यक असतात, हे सांगणारी आणि ते कसे वाढवायचे, हे शिकवणारी एक संस्थाही त्यांनी सुरू केली आहे. 'प्रशांत दामले फॅन फाउंडेशन'च्या माध्यमातून नेहमीच ते आपल्या चाहत्यांच्या संपर्कात राहिले. आपल्या वेबसाईटद्वारे आपली अद्ययावत माहिती चाहत्यांपर्यंत ते पोहचवत असतात. सतत काही ना काही काम करत राहतात. 'चंद्रकांत चिपळूणकर' या मालिकेबरोबर घरकुल, बे दुणे तीन, काय पाहिलंस माझ्यात, आम्ही सारे खवय्ये असे टीव्ही कार्यक्रम त्यांनी केले. 'आम्ही सारे खवय्ये' हा कार्यक्रम आव्हान म्हणूनच त्यांनी केला. कुकीज शोच्या निमित्तानं घराघरात पोहोचलेले, विशेषतः स्त्री वर्गात प्रसिद्ध झालेले प्रशांत दामले. नाट्यप्रशिक्षण शिबीर, नाट्यनिर्माता संघाचं अध्यक्षपद आणि त्याद्वारे दीर्घांक स्पर्धेची जबाबदारी अशी विविध कामं ते एकाचवेळी पार पाडत आहेत.

प्रशांत दामले हे व्यक्तिरेखेनुसार चेहरा, चाल, शरीराची ठेवण, हातवारे, बोलण्याचा वेग, भाषेचा लहेजा, लकब सारंच बदलत असतात. त्यामुळं ते त्या व्यक्तिरेखेच्या जणू प्रेमात पडतात आणि लोकांपर्यंत त्या व्यक्तिरेखा पोहोचतात. प्रशांत दामले यांची रंगभूमीवरील ओळख 'विनोदाचा बादशाह' अशी आहे. त्यांच्यासारखं विनोदाचं जबरदस्त टायमिंग आजच्या घडीला मोजक्या अभिनेत्यांकडंच आहे. कोणत्याही कलाकारासाठी इमेज ही तशी लाभदायकच गोष्ट असते. त्यामुळं हक्काचा प्रेक्षकवर्ग तुम्हाला वर्षानुवर्षं मिळतो. तसा तो प्रशांत यांनाही मिळाला नि त्यांची बहुतेक सर्व नाटकं यशस्वी ठरली आणि ते मराठी रसिकांच्या गळ्यातील ताईत ठरले.

दामलेंच्या नाटकांची निवडही अशी असते की, त्यात वास्तवता अधिकाधिक डोकावते.

यातल्या घटना कुणाही माणसाच्या जीवनात प्रत्यक्ष घडणाऱ्या असतात आणि प्रशांतजींच्या अभिनयशैलीमुळं यातील विरोधाभासी विनोद आपल्याला आपले अनुभव वाटतात. नाटकाच्या चित्रपटाच्या वा दूरदर्शनच्या संहितेतील विनोदाच्या जागांचं ते नेहमी सोनं करतात. दोन वाक्यातला वा शब्दातला पॉज बरंच काही सांगून जातो. याशिवाय संहितेत अव्यक्त असलेल्या जागासुद्धा आपल्या अभिनयाच्या विविध क्लृप्त्या वापरून ते बोलक्या करतात. पात्रांच्या संवाद-विसंवादातल्या, विरोधीभासिक वागण्या-बोलण्यातल्या गंमतीजंमती ते नेमक्या हेरतात. त्यामुळं त्या घटना, ते प्रसंग अधिकाधिक हास्यस्फोटक होतात. त्यांची नाटकं पाहताना विनोदावरची त्यांची हुकुमत प्रत्येक क्षणी जाणवते.

प्रशांतजींना अभिनयासह मिळालेली आणखी एक दैवी देणगी म्हणजे त्यांचा गाता गळा. 'एका लग्नाची गोष्ट'मधलं 'सुख म्हणजे नक्की काय असतं!', 'ब्रम्हचारी'तील 'तू चांद जीवाचा', 'लग्नाची बेडी'मधलं 'ती पाहताच बाला', 'लेकुरे उदंड झाली'मधलं 'अहो या गोजिरवाण्या घरात' आणि अगदी आत्ताचं 'साखर खाल्लेला माणूस'मधलं 'सूर जुळावे.' या सगळ्यांत त्यांना आवडलेलं गाणं म्हणजे 'सुख म्हणजे नक्की काय असतं!' चालही अगदी सहज गुणगुणता येईल अशी. प्रेक्षकही त्यांच्याबरोबर गुणगुणायचे. नेहमीच 'वन्स मोअर' यायचा! आजही हे गाणं त्यांच्या सगळ्यात जवळचं आहे.

'मला सांगा, सुख म्हणजे नक्की काय असतं? काय पुण्य असलं, की ते घर बसल्या मिळतं' अशी सुखाची व्याख्या विचारणारे प्रशांतजी म्हणजे स्वत: सुख आणि यश यांचं मूर्तिमंत उदाहरण आहेत. नाटक करणारा माणूस हा खरा एनर्जेटीक असतो, कारण त्याला वास्तवाचा चटका सतत बसत असतो. रिहर्सल, प्रवास, स्वास्थ्य यांच्याशी सतत तडजोड करावी लागते. त्यामुळं तो स्वभावानंही उमदा, विशाल बनतो. शब्दात किंवा संवादात जी लय असते, जो सूर असतो, जो ठेहराव असतो, तोच ठेहराव संगीतात असतो.

'गाणं येत असल्यामुळं या सगळ्याचा मला अभिनयात खूप उपयोग झाला. सूर कसे वापरायचे, आवाजात चढ-उतार कसे आणायचे, आवाज कधी मोकळा सोडायचा, कधी खेचायचा, हा सगळा अभ्यास मला संगीतामुळंच जमला. विनोदाचं टायमिंग अचूक असं आपण म्हणतो. आता हे टायमिंग म्हणजे काय? तर समेवर येणं. समेवर कधी यायचं, म्हणजे आपल्या संवादाला टाळी मिळेल, याचं गणित या सरावामुळंच जमू शकलं', असं ते अभिमानानं सांगतात.

गाणं गाता गाता ते गाण्याच्या कार्यक्रमाचे सूत्रसंचालक म्हणूनही लोकप्रिय झाले. समाजसेवेतही ते पुढं आहेत. त्यांच्या प्रशांत दामले फॅन फाउंडेशनतर्फे उगवत्या गायकांचा शोध घेतला जातो. नाटकांमध्ये अनेक वर्षं काम केल्यानंतर साचलेपण येऊ नये आणि नवी आव्हानं घ्यावी असं वाटल्यानं ते निर्माता झाले. 'ओळख ना पाळख' या नाटकापासून ऑनलाईन बुकिंग ही संकल्पना त्यांनीच राबवली. नव्या कलाकारांना घडवण्यासाठी टी-स्कूल सुरू केलं. त्यात ते प्रमाण भाषा शिकवतात. म्हणजे तो कलाकार वेगवेगळ्या प्रदेशाची भाषा बोलू शकतो. स्वच्छ बोलणं, हातवारे कसे करायचे, शब्दांचा सूर कसा

पकडायचा, वाक्यालासुद्धा ताल आणि सम असतो. तो ताल आणि ती सम कशी पकडायची, हे ते मुलांना शिकवतात.

मात्र हे सर्व करताना नाटकांच्या अथवा चित्रीकरणाच्या अनियमित वेळा सांभाळायच्या, प्रवास आणि प्रवासात मिळणारं बाहेरचं खाणं-पिणं, तब्येत सांभाळणं ही तारेवरची कसरत असते. साडेतीन दशकांमध्ये सुमारे बारा हजार प्रयोग करायचे असतील, तर शरीरानं तुम्हाला तेवढीच साथ द्यायला हवी. म्हणूनच ते जीवन अत्यंत गंभीरपणे आणि नियोजनबद्ध जगतात. शारीरिक ताण घालवण्यासाठी प्राणायम आणि सूर्यनमस्कार हा व्यायाम करतात. आपल्या तंदुरुस्तीचं रहस्य सांगताना ते म्हणतात,

"रात्री झोपी जाताना दिवसभरातील गोष्टींचं पान उलटून टाकतो. नवीन दिवसाच्या नवीन गोष्टी माझी वाट पाहात असतात. त्यामुळं मानसिक ताण कधीच येत नाही."

अलीकडंच एका मुलाखतीत ते म्हणाले, "माझ्या आजारपणाच्या वेळचा एक महिना अपवाद म्हणून वगळला, तर टाळेबंदीमुळं प्रथमच एवढी मोठी सुट्टी मला मिळाली. आराम करता येईल, म्हणून सुरुवातीला छान वाटलं. यानिमित्तानं जागेपणी स्वतःचं घर पाहता आलं. कागदपत्रं नीट लावून झाली. या जबरदस्तीच्या सुट्टीत भरपूर वाचन केलं. नव्या नाटकाच्या संहितांचं वाचन केलं. वेळेचा सदुपयोग केला. घरखर्च किती कमी आहे, याची जाणीव झाली. आपण सतत पळत असतो खरे, पण गरज किती कमी आहेत हे ध्यानात आलं. या काळात कॅनडा आणि शिकागो येथील ४० मुलांना ऑनलाइन माध्यमातून शिकवलं."

नाट्याचार्य गोविंद बल्लाळ देवल यांच्या स्मृतिदिनानिमित्त लंडन येथील 'पिकॉक' येथील रंगमंचावर प्रशांत दामलेंनी 'संगीत संशयकल्लोळ'चा प्रयोग केला. त्या रंगमंचावर सादर होणारं ते पहिलं मराठी नाटक ठरलं. नाटकाचा सेट समुद्रमार्गे रवाना केला होता. २२ कलाकारांचा चमू घेऊन ते लंडनला गेले होते. त्या नाट्यगृहाचं दिवसाचं भाडं १७ लाख रुपये होतं. ६३७ प्रेक्षकांनी हा प्रयोग पाहिला होता. परदेशी रंगमंचही आपण गाजवू शकतो, हे त्यांनी दाखवून दिलं. यासाठी परदेशात तब्बल ५ महिने ५२ जाहिराती केल्या. नाटकाचा इतिहास सांगणाऱ्या १५ स्लाईडची जाहिरात केली होती. अशा तऱ्हेनं डॅशिंग पब्लिसिटीवर मराठी नाटक परदेशातही गाजतं, हे दामलेंनी दाखवून दिलं. लंडनचं पिकॉक थिएटर मिळवण्यासाठी केलेले प्रयत्न, तसेच नाटकाचं केलेलं वेगळं मार्केटिंग, असा या नाटकाचा प्रवास अवघड होता. तरीही दामलेंनी परदेशातही आपल्या नाटकाचा झेंडा रोवला.

यावरून लक्षात येतं की, प्रशांत दामले म्हणजे ध्येय निश्चित करणं. त्या ध्येयापर्यंत पोहोचवण्यासाठी अभ्यास, मेहनत, चिंतन करणं आणि ध्येय गाठणं. हे सारं त्यांनी करून दाखवलं आहे. म्हणूनच अभिनय क्षेत्रात त्यांचा दबदबा आहे. म्हणूनच त्यांना आजवर असंख्य पुरस्कार लाभलेले आहेत.

त्यांना महाराष्ट्र स्टेटचे अनेक अवॉर्ड्स, नाट्यदर्पण, नाट्य निर्माता संघ, नाट्य परिषद, कालनिर्णय, क्रिटिक अवॉर्ड, अल्फा गौरव पुरस्कार, कलारंजन पुरस्कार, दिनानाथ मंगेशकर अवॉर्ड, झी अवॉर्ड, मराठी चित्रपट महामंडळ, परशुराम पुरस्कार, कलागौरव पुरस्कार, रेकॉर्ड

ब्रेकर ॲक्टर म्हणून प्रभात चॅनलकडून अवॉर्ड, राजीव गांधी अवॉर्ड, सामाजिक कार्यासाठी एनडीएचं अवॉर्ड अशा अनेक अवॉर्ड्‌सनी आजपर्यंत त्यांना सन्मानित केलं आहे.

पाखरं आभाळात हिंडतात, तेव्हा स्वतःचा मार्ग अंतःप्रेरणेनं स्वतःच शोधून काढतात, असं खलील जिब्रानचं एक वचन आहे. प्रतिभा, अभिजात रसिकता, जिद्द आणि आत्मविश्वास या स्वतःच्या गुणांच्या बळावर सिने-नाट्यसृष्टी गाजवून स्वतःची नाममुद्रा उमटवणाऱ्या माझ्या पप्पांसारख्या कलाकारांच्या मांदियाळीत प्रशांतजी दामले आहेत. अशा कलाकाराला 'नटश्रेष्ठ जयशंकर दानवे कलायात्री पुरस्कार' प्रदान करण्याचं आम्ही ठरवलं. एवढ्या मोठ्या दिग्गजांशी फोनवरून बोलताना जे दडपण यायचं, ते फक्त मीच अनुभवलंय. पण यावेळी प्रशांत दामलेंशी बोलताना अनोखा अनुभव आला. मी नेहमीच्या प्रोसिजरप्रमाणे पत्र आणि कलायात्री ग्रंथ त्यांना पाठवले. मी फोन केल्यानंतर ते म्हणाले,

"आपल्याला १५ दिवसांनी मी नक्की सांगतो चालेल ना?"

मी मनात म्हटलं, 'चालेल? अहो पळेल. कमीतकमी आपण येण्याचा प्रयत्न तरी करताय.'

तिथून पुढं दिवस मोजत राहिले. १५ दिवसांनी मी फोन केला. रिंग होताच ते म्हणाले,

"नमस्कार मॅडम, १ मार्चला मी येतो."

माझा नमस्कार हवेतच विरला. म्हणजे आमचा नंबरही त्यांच्याकडं फीड होता. माणसानं किती प्रॉम्प्ट असावं? एवढ्या मोठ्या कलाकाराकडून इतकं साधं सहज बोलणं ऐकून माझं अवघडलेपण दूर झालं. १ मार्च २०१७ रोजी आम्ही त्यांना **'नटश्रेष्ठ जयशंकर दानवे कलायात्री पुरस्कार'** देऊन सन्मानित केलं. पुरस्काराला उत्तर देताना ते म्हणाले,

"आजवर मला अनेक पुरस्कार मिळाले; पण कलायात्री पुरस्कार हा माझा कोल्हापुरातील पहिला पुरस्कार आहे. या क्षेत्रात एक पाऊल पुढं जाण्यासाठी हा पुरस्कार कारणीभूत ठरणारा आहे. नाटक हे माझं टॉनिक आहे. जास्तीत जास्त प्रयोग करण्याची प्रेरणा देणारा हा पुरस्कार आहे."

ऐन उमेदीत त्यांच्या 'टूरटूर' नाटकाचा पहिला प्रयोग इथं कोल्हापुरातच झाला होता आणि त्यांना पहिला पुरस्कार कोल्हापुरातच मिळतो आहे, याबद्दल त्यांनी विशेष आनंद व्यक्त केला. त्यानंतर कमला कॉलेजच्या मराठी विभागाचे प्रमुख प्रा. डॉ. सुजय पाटील सर यांनी मुलाखत घेतली. प्रशांत दामलेंनी तीन तास दिलखुलासपणे मुलाखत दिली. मंचावर 'सुख म्हणजे' हे गाणं गाऊन रसिकांचं मनोरंजन केलं.

पदरात खंडीभर यश असूनही उत्तुंगतेची कास धरत आपापल्या क्षेत्रात कार्यरत अनेक व्यक्तींची यशाची शोधयात्रा सुरूच असते. पण यशाची व्याख्या काय? याचा विचार करून त्या अनुषंगानं कार्यरत राहणारे विरळाच! असाच एक रंगयोगी म्हणजे प्रशांत दामले, असं म्हणायला हवं. शंभर धावा केल्यानंतरही येणारा पुढील चेंडू जसा सचिन तेंडुलकरसाठी नवीनच असतो, तसेच नाटकाविषयी मत असणारे प्रशांत दामले. नवीन पिढीपर्यंत मराठी नाटक पोहोचवण्यासाठी १२,००० च्या वर प्रयोग आणि जेवढे प्रयोग त्याला गुणिले अडीच तास एवढा वेळ रंगभूमीवर काढणारे प्रशांत दामले. ज्या कलाकाराचं केवळ नाव वाचून

निश्चिंतपणे हास्य उधळणाऱ्या या कलाकाराची नाटकं पाहायला प्रेक्षक विश्वासानं येतात, ते रंगभूमीवरचे हे सुपरस्टार.

प्रशांत दामले हे शब्द जेवढे गोंडस आहेत, त्यापेक्षाही त्यांचा अभिनय, रंगभूमीवर नवीन संकल्पना घेऊन ठामपणे उभा राहण्याचा इरादा थक्क करून सोडणारा आहे. आनंदी जगण्याचं भान देणारा माणूस आणि हसत खेळत आयुष्य जगण्याचा मार्ग स्वीकारलेला हा एक कर्मयोगी. 'थिंक पॉझिटिव्हली अँड यू शॉल बी सक्सेसफुल' हा त्यांच्या आयुष्याचा आणि यशाचा मंत्र आहे. त्यांचा सिने-नाट्य प्रवास प्रचंड आहे, तो तसाच अव्याहतपणे सुरू राहावा, अशी आम्हा सर्व रसिकांची मनापासून इच्छा आहे.

परिपक्व कलाकार

डॉ. गिरीश ओक

अभिनयाचे दाखले देऊन कोणत्याही नटाची ओळख सांगता येते; पण असे फार कमी नट आहेत, ज्यांची ओळख केवळ त्यांच्या आवाजावरूनही स्पष्ट होते. त्यापैकी एक म्हणजे डॉ. गिरीश ओक. चित्रपट, नाटक आणि मालिका यातून त्यांनी साकारलेल्या भूमिका स्मरणीय ठरल्या आहेत. छोट्या-मोठ्या पडद्यावर, रंगमंचावर सातत्यानं आपल्याला दिसणारे आणि कसदार अभिनयाचं वरदान लाभलेले ते रसिकप्रेमी कलाकार. कित्येक वर्षं ते सिने-नाट्य तसेच मालिका या तिहेरी माध्यमांतून अविरत काम करत आहेत. म्हणूनच डॉ. गिरीश ओक यांच्या व्यक्तिमत्त्वात प्रसन्नता आणि कलासंपन्नता भरून राहिलेली आहे.

डॉ. गिरीश ओक यांचा जन्म १७ ऑगस्ट १९६० चा. हे मूळचे नागपूरकर आहेत. त्यांचे वडील 'एमएसइबी'मध्ये वरिष्ठ अधिकारीपदावर इलेक्ट्रिकल इंजिनीअर होते. घरात सुसंस्कृत, बुद्धिवादी वातावरण. लहानपणापासून छंद जोपासण्यासाठी वडिलांनी त्यांना खूप मदत केली, तसेच त्यांच्या भाषेवर आणि उच्चारावरही त्यांनी सतत संस्कार केले. ज्याचा फायदा आज होत आहे, असं गिरीश ओक प्रामाणिकपणे कबूल करतात. वडिलांची नोकरी बदलीची. कायम शहरापासून लांबच्या कॉलनीतलं वास्तव्य. शाळेत असताना गिरीशजी सर्व खेळ खेळत असत. मैदानी आणि इनडोअर. त्यांची चित्रकला उत्तम होती. चित्रकलेच्या दोन्ही परीक्षा त्यांनी दिल्या होत्या. चित्रकलेच्या सरांना वाटायचं, 'गिरीशनं पुढं चित्रकलेचं शिक्षण घ्यावं, जेजे स्कूल ऑफ आर्टला जावं.'

त्यांचं बालपण नाशिकमध्ये गेलं. पण शाळेत सांस्कृतिक उपक्रमांमध्ये फारसं कधी त्यांना सहभागी होता आलं नाही. कारण त्यांना शाळा सुटल्यावर लगेचच शाळेपासून लांब असलेल्या पॉवर स्टेशनच्या कॉलनीत जावं लागायचं. त्यामुळं 'नाटक' हा विषय त्यांच्या आयुष्यात पुढं कॉलेजच्या दिवसांमध्ये आला. आयुर्वेद वैद्यकीय शिक्षणासाठी ते नागपूरला गेले. नागपूरच्या आयुर्वेदिक कॉलेजमध्ये समविचारी विद्यार्थ्यांनी एक ग्रुप बनवला होता. त्यात

मग वेगवेगळ्या सांस्कृतिक कार्यक्रमांपासून ते कॉलेज निवडणुकांपर्यंत सगळं काही त्यांनी कॉलेजमध्ये केलं. एकदा त्यांनी कॉलेजच्या नोटीस बोर्डवर नाटकाच्या ऑडिशनची सूचना पाहिली आणि ते कॉलेजच्या तालीम हॉलमध्ये गेले. त्यात त्यांची निवड झाली नाही. पण, 'मी बॅकस्टेजची सगळी कामं करेन. मला ग्रुपमध्ये घ्या', असं त्यांनी त्यांच्या दिग्दर्शकाला सांगितलं. यातून ते कॉलेजच्या नाट्यविभागाचा एक भाग झाले.

प्रोफेसर एस. बी. जोशी हे नाट्यविभागाचे प्रमुख होते. त्यांनी दिग्दर्शकाला सांगितलं की, 'नाटकातली पारशी व्यक्तीची भूमिका तू गिरीशला करायला दे. सडपातळ देहाचा, गोरागोमटा गिरीश त्या व्यक्तिरेखेसाठी योग्य आहे.' जोशी सरांच्या शिफारसीमुळं त्यांना नाटकात भूमिका मिळाली. त्या नाटकाचं नाव होतं 'घेतलं शिंगावर.' त्या वर्षी अभिनयाचं पहिलं बक्षीस त्यांना मिळालं. विशेष म्हणजे नाटकात त्यांची फार मोठी भूमिका नव्हती. पण हे बक्षीसच त्यांच्या अभिनय कारकिर्दीला कारण ठरलं. होणारं कौतुक आणि हातातलं बक्षिस हे सगळं त्यांना भावलं होतं. त्यामुळं पुढं दरवर्षी कॉलेजमधून त्यांनी अनेक नाटकांत कामं केली. विविध एकांकिका स्पर्धा, राज्यनाट्य, कामगार कल्याण स्पर्धांमध्ये ते सहभागी झाले.

हे सर्व सुरू असताना घरातून सक्त ताकीद होती, की अभ्यासाकडं अजिबात दुर्लक्ष होता काम नये. नापास असा कुठलाही शिक्का न बसता त्यांनी वैद्यकीय शिक्षण पूर्ण केलं. १९७७ ते १९८३ या वर्षात ते नागपुरात प्रायोगिक, व्यावसायिक नाटकांमध्ये सक्रीय होते. शिक्षणासाठी नागपूरला खोली घेऊन राहायला त्यांनी सुरुवात केली. घरात ते एकुलते एक होते. त्यामुळं त्यांचं मोठं घर, स्वतंत्र खोली, स्वतंत्र बाथरूम असं वातावरण होतं अन् त्यांना अचानकपणे राहावं लागलं, ते एका खोलीतल्या सात जणांत. छोटीशी मोरी, लॅटरीन कॉमन. पण त्याचं त्यांना काही वाटलं नाही. कारण तो त्यांचा निर्णय होता. नागपूर ते मुंबई हा प्रवास त्यांच्यासाठी सोपा नव्हता. महाविद्यालयातून जडलेली कलेची आवड आणि दुसरीकडं वैद्यकीय शिक्षणाचा घाट यामध्ये नेमकं काय निवडावं, हाच प्रश्न होता.

प्रत्येक वर्षी व्यवस्थित पास व्हायचं, अशी घरच्यांची अट पाळून त्यांनी अभ्यासही केला. आई-वडिलांच्या इच्छेनुसार त्यांनी 'बीएएमएस'ला प्रवेश घेतला. आयुर्वेद वैद्यकीय कॉलेजमध्ये त्यांनी डॉक्टरकीची डिग्री घेतली. त्यांनी स्वतःची प्रॅक्टीस सुरू केली. कधीकधी तर त्यांच्या खिशात दीड-दोन रुपये असायचे, सकाळचं जेवण त्यांना टाळायला लागायचं. घरी एक फोन किंवा एक तार केली असती, तर लगेच घरून मनीऑर्डर आली असती; पण त्यांनी ठरवलं होतं, घरी पैसे नाही मागायचे.

अशातच १९७७ मध्ये वयाच्या सतराव्या वर्षी ते पंधरा वर्षांच्या पद्मश्रीच्या प्रेमात पडले आणि शिक्षण संपल्याबरोबर १९८३ मध्ये घरच्यांच्या आग्रहानुसार लग्नही केलं. पण त्यांचं प्रॅक्टीसमध्ये मन रमेना. वैद्यकीय पदवी घेतल्यानंतर त्यांनी त्यांचे दोन दवाखाने सुरू केले होते. कॉलेज संपल्यामुळं नाटक कमी झालं होतं. पण त्यांना राहून-राहून नाटक करत राहावंसं वाटत होतं. त्यामुळं घरी सांगितलं, की 'अभिनय क्षेत्रात मला एकदा स्वतःला आजमवून बघायचं आहे.' त्याला कारण ठरलं, ते नागपूरमध्ये त्यांच्या मित्रांनी सुरू केलेली 'अपेक्षा' ही

नाट्यसंस्था. या संस्थेतून त्यांनी नागपूरमध्ये व्यावसायिक नाटक करायचं ठरवलं होतं. त्यांनी अभिनेते मोहन कोठीवानांना फोन लावला. मोहन कोठीवान, धनंजय भावे हे मूळचे नागपूरचे. त्यामुळं त्या दोघांना नाटकात काम करण्यासाठी डॉक्टरांनी मुंबईहून बोलावलं.

'नाथ हा माझा', 'तुझं हे तुझ्यापाशी', 'वेगळं व्हायचंय मला' यांसारखी नाटकं त्यांनी नागपूरमध्ये केली. नाटकातलं त्यांचं काम बघून मोहन कोठीवान यांनी त्यांना अभिनय क्षेत्रात करिअर करण्याकरता मुंबईला येण्याचा सल्ला दिला. रोज दवाखाना उघडायचा, रोग्यांना तपासायचं हे सगळं त्यांना नको वाटायला लागलं. इथं आपला वेळ वाया जातोय, अशी भावना त्यांच्या मनात साचायला लागली. मग त्यांनी निर्णय घेतला, प्रॅक्टीस बंद करून मुंबईला जाण्याचा. मग ते मुंबईत आले. सुरुवातीला ठाण्याच्या गोडबोले हॉस्पिटलमध्ये नोकरी स्वीकारली; पण महिन्याभरातच त्यांना जाणीव झाली की, जे करायचं नाही असं पक्कं ठरवून नागपूर सोडलं, तेच पुन्हा मुंबईत करण्यात काय अर्थ आहे? मग त्यांनी तीही नोकरी सोडली. डॉक्टरकीचं शिक्षण घेतलं असलं, तरी महाविद्यालयीन जीवनापासून ते एकांकिका, नाटकं यांच्यात काम करत आले होते. त्यामुळं काही वर्षं प्रॅक्टीस केल्यानंतर त्यांनी अभिनयाकडं मार्ग वळवला.

मुंबईला आल्यानंतर कोठीवान यांना फोन करून कामासाठी विचारणा केली, तेव्हा त्यांनी तालमीसाठी बोलावलं. हे नाटक म्हणजे शशिकांत निकते दिग्दर्शित 'साहेब विरुद्ध मी.' मोहन कोठीवान, श्रीकांत मोघे यांच्या या नाटकात मुख्य भूमिका होत्या. पहिल्या दिवशी त्यांना नाटकातल्या न्यायाधीशाच्या खुर्चीत बसवलं. कोर्ट ड्रामा असलेलं ते नाटक होतं. न्यायाधीशाची भूमिका असल्यामुळं तोंडी फार वाक्यं नव्हती. तीन दिवसांनी नाटकाचा शुभारंभाचा प्रयोग होता. त्यादिवशी नाटकात सरकारी वकिलाची भूमिका साकारणाऱ्या नटाला नोकरीतून सुट्टी मिळाली नाही. त्यामुळं डॉक्टरांना न्यायाधीशाच्या खुर्चीवरून उतरवून सरकारी वकील करण्यात आलं. तेव्हा ते खूश झाले. कारण त्यांना आता बरीच वाक्यं मिळणार होती. म्हणजे मुंबईतल्या त्यांच्या पहिल्या व्यावसायिक नाटकात त्यांनी सरकारी वकिलाची भूमिका साकारली. शिवाजी मंदिरात १९८४ साली झालेला हा त्यांचा पहिला प्रयोग. सुसंस्कृत आणि आई-वडिलांचं सुरक्षित घर सोडून या मायावी आणि बेभरवशाच्या दुनियेत ते पोहोचले आणि मग काय? त्यांनी पाहिलं, त्यांनी जिंकलं असं घडलं. १९८४ च्या सुमारास अभिनयाच्या अंगणात उतरले आणि त्यांचा नाटक, चित्रपट आणि मालिका असा त्रिस्तरीय प्रवास सुरू झाला.

'साहेब विरुद्ध मी' या पहिल्या नाटकामुळं मुंबईत त्यांच्या अनेक ओळखी झाल्या. त्यानंतरच्या काळात त्यांनी बऱ्याच नाटकांमध्ये रिप्लेसमेंटची कामं केली. 'मला काही सांगायचंय' या नाटकाच्या निमित्तानं डॉ. काशिनाथ घाणेकर यांच्याबरोबर त्यांना काम करायला मिळालं. मधुकर तोरडमल यांच्या 'तरुण तुर्क म्हातारे अर्क' या नाटकात त्यांनी प्यारेलालची भूमिका केली. पणशीकरांनी पुन्हा सुरू केलेल्या 'बेईमान' नाटकाचे त्यांनी दोनशे प्रयोग केले. अशी छोटी-मोठी रिप्लेसमेंटची कामं सुरू होती. कधी कधी नाटकांमध्ये त्यांचं

नावही लागत नसे. नाटकाची नाईट जेमतेम चाळीस-पन्नास रुपये मिळायची अन् राहायचं पेइंग गेस्ट म्हणून. नवीन लग्न झालेली बायको. नातेवाईक तिला विचारायचे, 'नवरा कोण आहे?' उत्तर असायचं, 'डॉक्टर.' 'काय करतो?' उत्तर, 'नाटकात काम.' पुढचा प्रश्न, 'राहतो कुठं?' प्रश्न अनेक. उत्तरं मात्र गुळगुळीत. यामुळं बायकोला खूप त्रास होत असे. त्यांच्या आईचं ब्लडप्रेशर वाढायचं.

त्या दिवसांत ते इतरही धडपड करत असत. डबिंग करणं, आकाशवाणीवर श्रुतिकांचं रेकॉर्डिंग करणं, अशी सगळी फुटकळ कामं पैसे मिळवण्यासाठी करत. पण मुळात यांसारख्या कामातून कितीसा पैसा मिळणार? डबिंगला फार फार तर अडीचशे रुपये आणि आकाशवाणीवरही तितकेच. पुढं त्यांनी डोंबिवलीत छोटसं घर घेतलं. पण तिथंही घरात खूप त्रास सहन करावा लागला, म्हणून त्यांनी पत्नीला पुन्हा नागपूरला पाठवलं. तेही परत जाणार होते, तेवढ्यात त्यांना 'दीपस्तंभ' नावाचं स्वतःचं पहिलं मोठं व्यावसायिक नाटक मिळालं. मोहन वाघ यांच्या 'चंद्रलेखा' या नाट्यसंस्थेकडून ते नाटक झालं. प्रभाकर मयेकर यांचं लेखन आणि दिलीप कोल्हटकर यांचं दिग्दर्शन असलेलं हे नाटक. त्यांच्यासोबत संजय मोने, अमिता खोपकर, क्षमा देशपांडे असे चौघंजण नाटकात नवीन कलाकार होते. नाटकात ते खलनायकाची भूमिका साकारायचे. नाटकाच्या या कथानकावर पुढं 'खून भारी मांग' हा सिनेमाही झाला. या नाटकानं सुरुवातीच्या काळात व्यावसायिक रंगभूमीवर एक नट म्हणून त्यांना ओळख मिळवून दिली. हे नाटक त्यांच्या आयुष्यातील महत्त्वाचा टप्पा म्हणजेच 'टर्निंग पॉइंट' ठरलं. या नाटकानं त्यांना कलाकार म्हणून खरी मान्यता मिळवून दिली आणि त्यांच्या आयुष्याला खरं वळण मिळालं. या नाटकाचे चारशे प्रयोग झाले. नाटक गाजलं आणि तिथूनच 'डॉ. गिरीश ओक' या नावाला स्वतंत्र अस्तित्व मिळालं. डॉक्टरांना भूमिका मिळू लागल्या.

त्यानंतर त्यांनी वन रूम किचन, आकाशमिठी, लव्ह बर्डस, षडयंत्र, कुसुम मनोहर लेले अशी नाटकं केली. नाटक त्यांच्या नसानसांत भिनलं होतं. अभिराम भडकमकरलिखित 'ज्याचा त्याचा प्रश्न' हे नाटक मिळालं. 'सुंदर मी होणार', 'अभिनेत्री', 'सुखांशी भांडतो आम्ही', 'श्री तशी सौ', 'मी बाई सहावारी', 'ती फुलराणी' यांसारखी अनेक नाटकं त्यांना करायला मिळाली. या नाटकांनी डॉक्टरांना खूप नाव, प्रसिद्धी, बक्षिसं मिळवून दिली. 'कुसुम मनोहर लेले'मध्ये तर डॉ. गिरीश ओक आणि संजय मोने दोघंही एकच भूमिका आलटून पालटून करत. हा एक वेगळाच प्रयोग त्यावेळी होता. त्यामुळं रसिक हे नाटक दोनदोनदा बघत असत. त्यांचा व्यावसायिक रंगभूमीवरील हा प्रयोग यशस्वी झाला. प्रेक्षकांना दर प्रयोगाला अनोखा नाट्यानुभव बघायला मिळायचा. कधी ते भाच्या खोटे असायचे, तर कधी मनोहर लेले म्हणून प्रयोगाला एंट्री घ्यायचे.

प्रभाकर पणशीकर यांनी 'तो मी नव्हेच' हे नाटक एका वेगळ्या उंचीवर नेऊन ठेवलं होतं. त्यामुळं या नाटकासाठी जेव्हा डॉक्टरांची निवड झाली, तेव्हा त्यांना प्रचंड दडपण आलं आणि आनंदही झाला. सुरुवातीला जेव्हा पणशीकर 'तो मी...'चे प्रयोग करत होते, तेव्हा डॉक्टरांनी नाटकातली 'अग्निहोत्री' ही छोटी भूमिका साकारली होती. तेव्हा त्यांना कधीच वाटलं नव्हतं

की, पुढं जाऊन आपल्याला ही मुख्य भूमिका करायला मिळणार आहे. अखेर पणशीकरांनीच विश्वास दाखवला आणि ते हे नाटक करू शकले. या नाटकात काम करताना त्यांना मोठा आनंद आणि समाधान मिळालं. या नाटकाचे सव्वाशेहून अधिक प्रयोग झाले. या नाटकासाठी फिरता रंगमंच वापरला जायचा. त्यामुळं प्रेक्षकांना वेगळाच अनुभव मिळायचा. ही संकल्पना देशात प्रथमच या नाटकासाठी वापरली गेली. हे नाटक त्यांच्या आयुष्यात महत्त्वाचं ठरलं. पणशीकरांनी दाखवलेला हा विश्वास त्यांना खूप काही देऊन गेला. पणशीकरांसोबत नाटकाचा शंभरावा प्रयोग एकत्र करायचा होता. तसं ठरलंदेखील होतं. पण त्या अगोदरच पणशीकर हे जग सोडून गेले आणि त्यांचं स्वप्न अपूर्ण राहिलं. तो मी नव्हेच, ती फुलराणी अशी जुनी नाटकं पुन्हा सुरू करून तो वारसा पुढं चालवण्यात ते यशस्वी झालेत.

२००५ मध्ये 'यू टर्न' नाटक सुरू असताना एका प्रयोगाला ज्येष्ठ अभिनेते सदाशिव अमरापूरकर आले होते. प्रयोग पाहिल्यानंतर त्यांना थक्क व्हायला झालं. ते म्हणाले, 'गिरीश, अरे किती सहज करता तुम्ही हे सगळं ! आमच्यावेळी असं थिएटर नव्हतं आणि असे प्रयोग करण्याचा आम्ही प्रयत्न केला तरी तो यशस्वी होण्याची शक्यता फार कमी होती. मला असंच थिएटर आवडतं ते आज घडू लागलं आहे.'

भरत जाधवबरोबर त्यांनी 'वेलकम जिंदगी' हे नाटक केलं. हे नाटक करताना त्यांची भूमिका होती ती १०२ वर्षे वय असणाऱ्या म्हाताऱ्याची. ही भूमिका साकारताना त्यांना मेकअपपासून देहबोलीपर्यंत बरंच काम करावं लागलं. शंभर प्रयोग झालेली त्यांची जवळजवळ तीस-पस्तीस नाटकं आहेत.

त्यानंतर दूरदर्शनच्या मालिकेत गिरीश यांनी काम केलं. त्यांच्यासाठी छोट्या पडद्यावरील ओळख मिळवून देणारी मालिका होती 'ह्या गोजिरवाण्या घरात'. या मालिकेचे त्यांनी दोन हजार पाचशे एपिसोड्स केले. याशिवाय 'पसंत आहे मुलगी, आराधना, पिंजरा, अग्निहोत्र, या सुखांनो या, अवंतिका, निवडुंग, दामिनी, फुलाला सुगंध मातीचा, अग्गबाई सूनबाई, अग्गबाई सासूबाई, जुळून येती रेशीमगाठी, फू बाई फू, मन उधाण वाऱ्याचे, एका हाताची टाळी, पाऊस मृगाचा पडतो, परमवीर, बंदिनी, मनाचिया गुंती, प्रभाकर, अरे संसार संसार, दुहेरी, एका श्वासाचं अंतर, साहेब, बीबी आणि मी, झाले उन्हाचे चांदणे, वादळ, छोटी मालकीन, कुकुचकू, पुणेरी मिसळ' यासारख्या अनेक मालिका त्यांच्या वाट्याला आल्या. यात त्यांनी बहुतांश भूमिका वडिलांच्याच केल्या.

मालिका बद्दल ते म्हणतात, आजसारख्या पाचशे-हजार भागांच्या मालिका तेव्हा नव्हत्या.

दूरदर्शनवर मालिका लागणे हीच मोठी गोष्ट होती. शन्ना नवरेंच्या कादंबरीवर आधारलेली नो प्रॉब्लेम ही त्यांची पहिली मालिका. त्यानंतर 'अवंतिका' या लोकप्रिय मालिकेतून ते घराघरात पोहोचले. 'गोजिरवाण्या घरात' ही मालिका तब्बल साडेनऊ वर्षे चालली. त्यानंतर एकामागोमाग एक मालिका येत राहिल्या आणि ते प्रत्येक भूमिकेला न्याय देत गेले. तोच मालिकेचा प्रवास 'अग्गं बाई सासूबाई' पर्यंत पोहोचला आणि रसिक गिरीशजींच्या पात्राच्या प्रेमात पडले. या मालिकेत साकारत असलेल्या शेफ अभिजितलादेखील प्रेक्षकांचं भरभरून

प्रेम मिळालं. खरंच एखाद्या कलाकाराला यासारखी मोठी पावती नाही.

रंगभूमीतील विविध टप्प्यांवर त्यांनी साकारलेल्या भूमिका त्यांच्यासाठी महत्त्वपूर्ण आहेत, तशाच सिनेमात साकारलेल्या भूमिकादेखील त्यांच्यासाठी शिकवण ठरल्या. लक्ष्मीकांत बेर्डेच्या 'आली लहर केला कहर' या सिनेमात त्यांनी एक छोटी भूमिका साकारली होती. सिनेमाचे निर्माते नागपूरचे असल्यामुळे सिनेमाचा काही भाग नागपूरला चित्रित झाला होता. त्यांच्या वाट्याला सिनेमे आले. पण ते फार सिनेमात रमले नाहीत. 'शिवरायांची सून ताराराणी, विश्वविनायक, सातच्या आत घरात, झुळूक, आम्ही असू लाडके, तानी, हैलो गंधे सर, डावपेच' यासारख्या अनेक सिनेमातून त्यांनी काम केली. त्यापैकी पठ्ठे बापूराव यांच्या जीवनावर आधारलेला 'लावण्यवती' हा चित्रपट विशेष उल्लेखनीय होता. त्यांनी हिंदी सिनेसृष्टीतही आपली वेगळीच छाप टाकली होती. उदा: कार्पोरेट, हिरॉईन, हमने जीना सिख लिया, डैडी समझा करो, अहंकार, गृहदान. तसेच त्यांना 'सत्या-२' या हिंदी सिनेमादरम्यान एक वाईट अनुभवही आला. त्यांना न विचारताच परस्पर त्यांचा आवाज वापरला गेला. त्यांच्यासाठी हे खूप धक्कादायक होतं. या खोटारडेपणाविरोधात त्यांनी आवाज उठविला. त्यांनतर ते नाटकात आणि टीव्हीतच जास्त रमले.

नाटक-मालिकेतील कामं लोकप्रिय होत असली तरी गिरीश ओक यांना असलेली आवाजाची बैठक काहीशी वेगळी आहे. म्हणजे अभिनयासोबतच त्यांचा आवाजही त्यांची ओळख आहे. आवाजाच्या जोपासनेविषयी ते सांगतात,प्रत्येकाला मिळालेला आवाज ही एक दैवी देणगी आहे.पण तो कसा वापरायचा, कुठे वापरावा आणि किती वापरावा याचे परिमाण मात्र नटाला कळायला हवे. आवाज लोकापर्यंत पोहोचवण्यासाठी भाषेवर प्रभुत्व असायला हवं.आपण जे बोलतोय, जे सांगतोय त्यातला शब्दच नव्हे तर अक्षरही लोकांना स्पष्ट ऐकू जायला हवं. नसिरुद्दीन शहा, शत्रुघ्न सिन्हा, अमिताभ बच्चन, राजकुमार या कलाकारांच्या आवाजावरून त्यांची ओळख असली तरी संवाद कसे फेकावेत, चढ-उतार कसा असावा याची उत्तम शैली त्यांना अवगत होती. ती अवगत असेल तर वाक्यं नुसत पोहचत नाही ते लागतं.असा अनुभवही ते सांगतात.याचा दाखला देत 'देहभान' नाटकाचा किस्साही ते सांगतात. या नाटकाच्या प्रयोगानंतर झालेल्या परिसंवादात ज्येष्ठ अभिनेते डॉ. मोहन आगाशे म्हणाले होते, 'गिरीश, या नाटकातील तुझी वाक्यं अशी आहेत की अचूक उच्चारली, अचूक पोहोचवली तर टाळी अन्यथा चप्पल.'

साहित्याचीही आवड असल्याने आणि काव्य अंगीच मुरलेले असल्याने गिरीशजींचे लेखन पुस्तकरूपाने प्रकाशित झाले.त्याचे नाव 'चिवित्रा'. सध्या मोबाईलचे आणि त्यावरील मेसेजचे जे पेव फुटले आहे त्याबद्दल बुजुर्ग नापसंती दर्शवतात.पण ह्या नव्या 'उपलब्धी'चा एकमेकांत शाब्दिक खेळासाठी आणि त्यातूनही काही निर्मिती साधण्यासाठी कसा उपयोग होतो हे डॉक्टरांनी आपल्या या आगळ्या छंदातून दाखवून दिले. सकाळी झोपेतून उठतो, हे चिवित्र आहे पासून अग्रलेख काही क्षणात वाचून होतो हे चिवित्र आहे,चहात टाकायचे दूध खरेच दूध आहे की कृत्रिम रासायनिक दूध आहे, या भीतीने मी काळाच चहा पितो हे

चिवित्र आहे,लोकप्रतिनिधी हे लोकांचे प्रतिनिधी राहिलेलेच नसून लोकशाही हीही लोकशाही राहिलेलीच नाही हे चिवित्र आहे,या देशाचे रक्षकच भ्रष्टाचाराने पोखरले गेले आहेत हे चिवित्र आहे.... असे करत करत आपले पहिले म्हणणे त्यांनी पटवून दिले आहे ते सकाळी झोपेतून चिवित्र उठण्याचे! तसे करताना ते...Some people are wise like you and some are otherwise, ह्यातील 'अदरवाईज' शब्दाशी ते अडले होते. पर्याय शोधता शोधता त्यांनी आपली छान सोडवणूक करून घेतली-'माणसं असतात शहाणी, तुझ्यासारखी काही, आणि काही काही बाही.' या सगळ्या गोष्टींचा उल्लेख डॉक्टरांच्या ह्या 'चिवित्रा' या पुस्तकात आहे.

सध्या थंड पेयाच्या प्लॅस्टिकच्या बाटल्या घरोघरी असतातच आणि त्यांचे काय करायचे हा प्रश्नही असतोच. ५००मिलीच्या बाटल्यांचा वरचा १/४ भाग कापल्यास त्याचे सुंदर ग्लास होतील अशी डॉक्टरांची चिवित्र युक्ती आहे. ती वेळच चिवित्र होती' असा एक पुन्हा पुन्हा वाचावा असा एक लेख ह्या संग्रहात आहे. त्यात त्यांनी एक अचूक निरीक्षण नोंदवले आहे- माकड कधीच कंटाळत नाही. त्याचा सतत काहीतरी उद्योग सुरूच असतो! एकदा असेच डॉक्टरांच्या डोक्यात माकड शिरले आणि त्यांना वाटले सर्वचजण प्रेम करतात; तसेच शंखात लपून बसणाच्या गोगलगायीसुद्धा एकमेकांवर प्रेम करीत असतील का? पहा,सुचले आहे की नाही डॉक्टरांना विचित्र पेक्षा 'चिवित्र' असे काही? मृत्यूबाबतही ते असेच पुढे जाऊन म्हणतात की,आजारपणाची शेवटची पायरी म्हणजे आय.सी.यू. तेथेही उपचार लागू नाही पडले तर केस ट्रान्स्फर टू सुपर आय.सी.यू.! सुपर आय.सी.यू.म्हणजे अर्थातच स्वर्ग अथवा जे काही असेल ते. डॉक्टर म्हणतात,तेथे तर केस साक्षात धन्वंतरीच्याच हातांत गेलेली असते; फक्त आपण ती इथल्या आय.सी.यू. प्रमाणे दाराच्या काचेतून बघू शकत नाही इतकेच!

'बघता जे जे तुम्ही, बघतो ते ते मीही, दिसते जसे तुम्हाला तसे मला मात्र नाही,
बघता जसे तुम्ही तसा मी बघतच नाही, आज सांगतो गुपित तुम्हाला...
बाबांनी दिले भिंग मज एक. भिंग चिवित्र, रंग चिवित्र, आकार चिवित्र
त्यातून दिसतेही चिवित्र. तुम्ही म्हणाल, चिवित्र म्हणजे रे काय भाऊ?
तर चिवित्र म्हणजे चित्रविचित्र... चित्र जसे जे तुम्हांला दिसते,
भिंगाने मज ते चिवित्र दिसते.'

असे काव्यातच पुस्तकारंभी हे काय आहे ते गिरीश ओक ह्यांनी सांगून टाकले आहे. आपण विचित्र म्हणून सोडू तेच डॉक्टरसाहेबांनी त्यांच्या भिंगाने चिवित्रपणे चिमटीत पकडले आहे. डॉ. गिरीश ओक ह्यांच्या या चिवित्र लेखनाची खुमारी व्यंगचित्रकार मंगेश तेंडुलकर यांच्याही चिवित्र रेखाटनांनी अधिक वाढली आहे. मुखपृष्ठावर आणि मलपृष्ठावरही तसेच आतील बाजूंसही डॉ. गिरीश ओक ह्यांच्या भरपूर चिवित्र 'छब्या' आहेत. पुस्तकाचा आकारही थोडासा चिवित्रच आहे. डॉक्टरांच्या ह्या लेखनाला दुसऱ्या एका डॉक्टर कलावंताचेच 'दोन शब्द' लाभले आहेत; मात्र हे डॉक्टर आहेत त्यांचे रंगभूमीवरचे काम लांबून बघणारे डॉ. श्रीराम लागू आणि तसे करताना त्यांना असे जाणवले आहे की, 'एखादी भूमिका करताना मधूनच-अगदी काही अल्प काळ ते एकदम गिरीश ओक होतात आणि वेगळयाच वातावरणात एक

चक्कर मारून येतात. या त्यांच्या चकरांतूनच 'चिवित्रा'चा जन्म झाला असावा.'

टीव्ही मालिका, चित्रपट आणि रंगभूमी ही तिन्ही क्षेत्रे गाजवताना कोठे काम करणे अधिक आवडते या प्रश्नावर ते 'रंगभूमी' असे चटकन उत्तर देतात. रंगमंचावर काम करताना रसिकांकडून मिळणाऱ्या टाळ्या ऐकताना मिळणारे सुख हा कलावंतासाठी अवर्णनीय अनुभव असतो, त्यामुळेच त्यांचे पहिले प्रेम रंगभूमीवरच आहे, भूमिका आणि कलावंत यांच्यातील नाते सांगताना ते म्हणतात, नाटकातील भूमिका कोणतीही असो, त्या भूमिकेची छटा कोणतीही असो, एक कलावंत म्हणून मला प्रेक्षकांना रडविण्यात आणि हसविण्यात आनंद वाटतो. मी ते करू शकतो. म्हणून मला ते आव्हान पेलायचे असते. त्यामुळे नाटक करतानाचा अनुभव वेगळाच असतो.

ठाण्यातील जोशी बेडेकर कॉलेजमध्ये असताना डॉ. गिरीश ओक एक एकांकिका बसवत होते. कलाकारांची निवडही त्यांनीच केली होती; परंतु त्यातील एक मुलगी आणि एका मुलाचा वाद झाला. या वादामुळे त्या मुलीला गिरीश ओक यांनी तडकाफडकी काढून टाकले आणि दारात उभ्या असलेल्या कविता लाड यांना 'तू या एकांकिकेत काम करणार' असे सांगितले. कविता लाड यांना अभिनयाचा कुठलाही अनुभव नसताना डॉ. गिरीश ओक यांनी अगोदर एकांकिका वाचायला सांगितली आणि कविता लाड यांचा अभिनयाचा प्रवास सुरू झाला. डॉ. ओक यांनी कविताचे नाव सुचवल्यामुळेच 'घायाळ' या पहिल्या वहिल्या चित्रपटात झळकण्याची संधी त्यांना मिळाली होती. 'सुंदर मी होणार' या नाटकाचे काहीच प्रयोग करण्यात येणार होते; मात्र नाट्यनिर्माते सुधीर भट यांनी हे नाटक पाहिलं आणि कविताचे काम पाहून हे नाटक पुढे व्यावसायिक नाटक बनवायचं ठरवलं. अशा रीतीने डॉ. गिरीश ओकांमुळे मराठी नाट्यसृष्टीला कविता लाडसारखी एक चांगली अभिनेत्री मिळाली.

जन्मजात अभिनय संपन्नतेचं वरदान लाभलेलं त्यांचं व्यक्तिमत्त्व. त्यांच्या अभिनयाचा, विविधतेचा आवाका मोठा आहे. आपल्या सहजसुंदर अभिनयाने ते प्रत्येक माध्यमातून आपला स्टायलिश ॲक्टर सादर करतात. 'लव्हेबल ॲक्टर' म्हणूनही ते प्रसिद्ध आहेत. इतक्या वर्षांच्या कलाप्रवासातील घडामोडीबरोबरच त्यांनी आपले छोटे छोटे छंदही जोपासले आहेत. रिकाम्या बाटल्या एकात एक गुंफून त्यांच्या माळा खिडकीवर सोडणे, चित्रविचित्र पदार्थ बनवून स्वयंपाक घरातील निर्मितीक्षमतेला स्वतःचा नवा फॉर्म्युला म्हणून दाद देणे, तिकिटे-नाणी-गणपतीची चित्रे जमविणे या छंदातून टाकाऊतून टिकाऊ वस्तू तयार करणे वगैरे. वाचनाची अभिरुची जोपासताना अगदी रहस्यकथांपासून डॉ. नारळीकरांच्या विज्ञान साहित्यापर्यंत आणि नवनवीन विषयांच्या पुस्तकांत ते रमतात. कुसुमाग्रज आणि जी. ए. कुलकर्णी हे त्यांच्या मनातील मानदंड आहेत. जी. ए. त्यांच्या कथांसारखे गूढ जगले आणि कुसुमाग्रजांनी कधी कसली अपेक्षा ठेवली नाही, हा या दोघांचा अलिप्तपणा त्यांना भावतो.

त्यांनी दैनिकासाठी 'चिवित्रा' नावांची लेखमालिका लिहिली आणि 'चिवित्रांगण' कार्यक्रमातून आपल्या अनुभवांच्या अभिवाचनाचे सादरीकरणही केले. ते स्वतः विचारवंत असून आयुष्याकडे संवेदनशीलतेने पाहतात. आयुष्याकडे ओढाळपणे पाहणाऱ्या आपल्या

कलावंत मनाला ते खूप जपतात. 'आपण करत असलेल्या कामांवर खूप प्रेम करावं म्हणजे थकवा जाणवत नाही. संपर्कात येणाऱ्या माणसावर प्रेम केलं की शेअरिंग केअरिंगचा लाभ मिळतो. जगण्यातलं कुतूहल घालवायला आवडत नाही म्हणून मी कधीही भविष्य बघत नाही. उलट वाईट प्रसंगांना सामोरं जाताना एक आव्हान वाटतं. प्रतिकूल प्रसंगातून शांतपणे मार्ग काढावा आणि कसं मस्त मजेत जगावं.', हे त्यांचे विचार खरोखरच तत्त्ववेत्त्याला शोभणारे आहेत.

व्यावसायिक रंगभूमीवर त्यांना खूप पारितोषिके मिळाली. 'अखिल भारतीय नाट्यपरिषद', 'महाराष्ट्र राज्य नाट्य परिषद', 'नाट्यदर्पण प्रतिष्ठान', 'म. टा. सन्मान अवार्ड', 'झी मराठी अवार्ड', 'संस्कृती कलादर्पण अवार्ड' अशा अनेक पुरस्कारांनी ते आजवर सन्मानित झाले आहेत. नागपुरात जडणघडण झालेल्या गिरीशजी 'नागपूर भूषण' म्हणून नागपूरच्याच नावाने सन्मानित झाले, हे त्यांचे खरे भाग्य. डॉ. गिरीश ओक यांना १ मार्च २०१८ रोजी कोल्हापुरात **'नटश्रेष्ठ जयशंकर दानवे कलायात्री पुरस्कार'** प्रदान करण्यात आला. या कार्यक्रमाच्यावेळी मी पुरस्कार संदर्भात त्यांना मेसेज करताच त्यांचं उत्तर आलं की, 'हा पुरस्कार स्वीकारणं हे मी माझं भाग्य समजतो.' बस्स! हे वाचलं अन् मी शहारले. डोळ्यात टचकन पाणी आलं. आजच्या सिने-नाट्याच्या मायावी नगरीत जुन्या जाणत्या कलाकारांना वंदन करणारे असेही कलाकार आहेत म्हणजे अजूनही आशेला जागा आहे असं म्हणावंस वाटलं.

शाल, श्रीफळ, सन्मानपत्र, सन्मानचिन्ह त्यांना प्रदान करताच पुरस्काराला उत्तर देताना ते म्हणाले, 'जयशंकर दानवे खूप मोठे कलाकार होते. त्यांनी केलेल्या खलनायकी भूमिका स्मरणात राहिल्या. माझ्याही कारकिर्दीची सुरुवात 'दीपस्तंभ'सारख्या नाटकातील खलनायकी भूमिकेने झाली होती. या कलायात्री पुरस्कारामुळे जबाबदारीची जाणीव वाढली आहे.'

नंतर कमला कॉलेजच्या मराठी विभागाचे प्रमुख प्रा. डॉ. सुजय पाटील सर यांनी मुलाखत घेतली. प्रकट मुलाखतीत आपला जीवनप्रवास उलगडताना एकपात्री 'तो मी नव्हेच' या नाटकातील लखोबा लोखंडेचा एक प्रवेश त्यांनी मंचावर सादर केला. एवढे मोठे स्वगत मंचावर सादर करून रसिकांना त्यांनी खूश केले अन् उपस्थितांनी टाळ्यांच्या गजरात साथ दिली.

त्यानंतर दानवेंचे सुपुत्र तसेच माझे बंधू राजदर्शन दानवे यांनी डॉक्टरांच्याच नाटक, सिनेमा व मालिकांच्या शीर्षकांच्या आधारे पाहुण्यांचे आभार मानले.

'डॉक्टर तुम्हीसुद्धा या नाटकापासून आपले करिअर सुरू झाले. ते करताना आपण कलेसाठी **दीपस्तंभा**प्रमाणे आपले **देहभान** विसरून **सुंदर मी होणार** या नाटकात अतिशय सुरेख काम केले. मग आपली भेट **कुसुम मनोहर लेले** यांच्याशी पडली. त्यांच्याशी **षडयंत्र** करून **तो मी नव्हेच** असे सांगून **तरुण तुर्क म्हातारे अर्क**मध्ये प्रोफेसर मॅडम बरोबर **लव्ह बर्ड्स** सुरू केले. तिला **तुझे आहे तुजपाशी** असे सांगितलेत आणि **यूटर्न** घेत **कार्पोरेट** क्षेत्रात पाऊल टाकून **हेल्लो गंधे सर** म्हणून प्रसिद्धी मिळवलीत.

तिथेदेखील **सुखाशी भांडतो आम्ही** म्हणत **बेईमान** लोकांना माझे आकाश वेगळे हे दाखवून दिलेत. यावेळी आपली **बंदिनी, दामिनी, अवंतिका** यांच्याशी गाठ पडली तसेच **प्रभाकर, परमवीर** यांच्याशीदेखील आपले संबंध आले. पण पुन्हा आपण **यू टर्न २** घेत आपल्या जीवनाला **वेलकम जिंदगी** म्हणत रसिकांना जीवन म्हणजे **जुळून येती रेशीम गाठी** हे पटवून दिलेत. **कुलस्वामिनीच्या** पायी मस्तक ठेवून आपल्या अभिनयाचे **अग्निहोत्र** सतत तेवत ठेवलत व पुढेही ठेवाल.'

उर्वरित आयुष्यात डॉ. गिरीश ओक यांनी रसिकांचे असेच निखळ मनोरंजन करावे, अशा सर्व रसिकांतर्फे त्यांना शुभेच्छा!

भरत जाधव

अविनाश व ऐश्वर्या नारकर

महेश कोठारे

सचिन खेडेकर

मराठी पहिला सुपरस्टार

भरत जाधव

मराठी मनोरंजनसृष्टीला लाभलेला अष्टपैलू आणि हरहुन्नरी अभिनेता म्हणजे भरत जाधव. हे नाव डोळ्यासमोर आणलं तरी अनेक धमाल विनोदी सिनेमे आणि नाटकं डोळ्यासमोरून जातात. विनोदाचं उत्तम टायमिंग, अभिनयाची जाण, पडद्यावर असलेला उत्साही वावर अशा अनेक गुणांमुळं भरतजी आजही प्रेक्षकांच्या गळ्यातील ताईत आहेत. एकामागोमाग एक हिट नाटकं, हिट सिनेमे देत ते मराठीतले सुपरस्टार झाले. मराठी चित्रपटातला सर्वाधिक मानधन घेणारा पहिला हिरो. मराठी चित्रपट सृष्टीतील मानधन वाढवून घेणारा पहिला अभिनेता, म्हणून भरत जाधवना ओळख मिळाली अन् त्यांच्याच प्रयत्नानं आज मराठी चित्रपटसृष्टीतील इतर कलाकारांना तगडं मानधन मिळण्यास मदत झाली आहे. स्वतःची व्हॅनिटी व्हॅन असणारा मराठीतील हा पहिला कलाकार, असं जरी असलं तरी ते स्वत: नेहमीच जमिनीवर असणारे कलाकार राहिले. एका वेबसाईटनं २००७ सालच्या सर्वेक्षणात सर्वोत्कृष्ट अभिनेता म्हणून त्यांना पसंत केलं आहे. आपल्या यशाचं श्रेय आई-वडिलांना देणारा हा पहिला सुपरस्टार.

भरत जाधव यांचा जन्म १२ डिसेंबर १९७३ मध्ये मुंबईत लालबाग परळ इथं झाला. ते जरी मुंबईचे असले, तरी ते मूळचे कोल्हापूरचे. वडील गणपत जाधव हे १९४८ मध्ये कामासाठी मुंबईत आले. छोटीमोठी कामं करता करता ते ड्रायव्हिंग शिकले आणि भाड्याची टॅक्सी चालवू लागले. या टॅक्सीनंच आपल्याला घडवलं, आपल्यात संस्कार निर्माण केल्याचं भरत अभिमानानं सांगतात. त्यांचं बालपण लालबाग परळ येथील 'राजकमल स्टुडिओ'च्या चाळीत गेलं. तिथं दर एक-दोन महिन्याला एक व्यक्ती येत असे. त्या व्यक्तीला चाळीतील सर्वजण मान द्यायचे, त्यांचा आदर करायचे. त्यावेळी भरतना त्या व्यक्तीबाबत जास्त माहीत नव्हतं. पण त्यांचा रुबाब पाहून हे चाळीचे मालक आहेत, हे त्यांना माहीत होतं. पण जेव्हा भरत कलाकार म्हणून काम करू लागले, तेव्हा त्या व्यक्तीची महानता त्यांना समजली. ती व्यक्ती म्हणजे व्ही.

शांताराम. सिनेमातील एवढा मोठा माणूस आपल्या चाळीचा मालक आणि आपल्या इथं येत होता, याचं भरतजींना अप्रूप वाटलं.

भरतना दोन भाऊ आहेत. घरची आर्थिक परिस्थिती हलाखीची होती; पण आई-वडिलांनी कधी आपल्या मुलांना ती जाणवू दिली नाही. जाधव भावंडं थोडी मोठी झाल्यानंतर त्यांनी आपल्या वडिलांना स्वतःची टॅक्सी घेऊन दिली. लहानपणी ही भावंडं छोटी-मोठी कामं करत असत. भरतना या टॅक्सीबद्दल खूप जिव्हाळा आहे. ते आजही अनेकवेळा टॅक्सीनं प्रवास करतात. त्यावेळी टॅक्सी ड्रायव्हरशी ते नेहमी मुद्दाम बोलतात, त्याची माहिती घेतात. अभिनयाचे गुण उपजत असल्यामुळं त्यांना कुठल्याही अभिनय विद्यापीठाची गरज वाटली नाही. शिवाय त्यांना नशिबाची साथ होतीच; पण मेहनत करण्याची क्षमता, रात्रंदिवस केलेलं काम आणि विचारात असणारी प्रामाणिकता यामुळं कळत नकळत त्यावेळेपासून त्यांच्यातील अभिनय जागा झाला असावा. गोट्या, लघोरी, क्रिकेट असे रस्त्यावरचे खेळ खेळणारा भरत हा मुलगा, मराठी सिने-नाट्यसृष्टीचा सुपरस्टार होईल, याची त्यावेळी कुणालाच कल्पना नव्हती. लहानपणापासून टॅक्सी चालवून कुटुंबाचा उदरनिर्वाह करणारे वडील आणि निगुतीत संसार करणारी आई यांच्या संस्कारामुळंच आपण सुसंस्कृत झालो असं ते अभिमानानं म्हणतात.

'नॅशनल स्कूल ऑफ ड्रामा'त शिक्षण घेणं त्यांना परवडणारं नव्हतं. त्यामुळं 'नॅशनल स्कूल ऑफ चाळ' इथंच त्यांना शिक्षण मिळालं. कारण परळ इथं शालेय शिक्षण सुरू असतानाच चाळीतून प्रहसनं सादर करता करता त्यांच्या नशिबानं शाहीर साबळेंसारखे गुरू त्यांना लाभले आणि करिअरच्या योग्य वळणावर साबळेंच्या ग्रुपमध्ये काम करण्याची त्यांना संधी मिळाली १९८५ मध्ये. शाहीर साबळे यांच्या 'महाराष्ट्राची लोकधारा' या कार्यक्रमानं त्यांच्या आयुष्याला कलाटणी मिळाली. आज भरत जाधव जे काही आहेत, त्याचं सर्व श्रेय ते शाहीर साबळे यांना देतात. तिथंच त्यांच्यातला कलाकार घडला. भरत जाधवांचा एक भाऊ चांगला नृत्य करायचा. त्यामुळं प्रथम त्याला 'महाराष्ट्राची लोकधारा' कार्यक्रमासाठी विचारणा करण्यात आली होती. परंतु त्यानं नकार दिला. भरतनी त्यावेळी फक्त दूरदर्शनवर आपण दिसू, यासाठी स्वतःहून काम करण्याची इच्छा व्यक्त केली आणि ते शाहीर साबळेंच्या समूहात जॉइन झाले. विशेष म्हणजे त्यावेळी भरतना नृत्यही येत नव्हतं. तिथंच त्यांना विनोदाचं अचूक टायमिंग शिकायला मिळालं. केदार शिंदे, अंकुश चौधरी, अरुण कदम, संतोष पवार सारखे जीवलग मित्र भेटले. शाहीर साबळे हे केदार शिंदेचे आजोबा. केदार शिंदे हा भरत जाधवचा अत्यंत क्लोज फ्रेंड. स्ट्रगल करत असल्यापासून वरील सर्वांशी त्यांची घट्ट मैत्री. मग त्यांनी एकांकिका स्पर्धांमध्ये भाग घ्यायला सुरुवात केली. आंतरमहाविद्यालयीन एकांकिका स्पर्धांमध्ये काम करायला मिळणार असं कळल्यावर त्यांनी परळच्या महर्षी दयानंद महाविद्यालयात प्रवेश घेतला. तिथं त्यांनी देवेंद्र पेम यांची 'प्लॅन्चेट' ही एकांकिका केली. त्या एकांकिकेला सर्वोत्कृष्ट एकांकिकेचा पुरस्कार मिळाला. त्यानंतर भारुड आणि बतावण्या सादर करतच रंगभूमी, चित्रपट आणि नंतर दूरदर्शन मालिकेतून या सर्वांची कारकिर्द सुरू झाली.

१९८५ ते ९३ या काळात एकांकिका सादर करतानाच 'ऑल द बेस्ट' ही एकांकिका

त्यांच्या आयुष्यात आली आणि जणू नियतीनं आशीर्वाद दिला 'ऑल द बेस्ट'. मोहन वाघ यांनी ही एकांकिका नाटकरूपात व्यावसायिक रंगमंचावर आणली आणि भरत जाधव यांचा नाट्यप्रवास खऱ्या अर्थानं सुरू झाला. यात त्यांना एका मुक्याची भूमिका करण्याची संधी मिळाली. ती भूमिका गाजली, तसा अभिनय प्रवास जोरात सुरू झाला. 'ऑल द बेस्ट' नाटकामुळं भरत संपूर्ण महाराष्ट्रात प्रसिद्ध झाले. या नाटकात त्यांच्याबरोबर अंकुश चौधरी आणि संजय नार्वेकर यांची प्रमुख भूमिका होती. या नाटकाचे तब्बल ३००० हून अधिक शो झाले. हे नाटक यशस्वी झाल्यानंतर त्यांनी केदार शिंदे लिखित आणि लता नार्वेकर दिग्दर्शित 'आमच्यासारखे आम्ही' नाटकात काम केलं. 'अधांतर' नाटकातील भूमिकेसाठी त्यांना सर्वांत जास्त पारितोषिकं मिळाली. 'श्रीमंत दामोदर पंत', 'तू तू मी मी' यांसारख्या नाटकातून उत्तम अभिनय करून आपल्या कामाचा ठसा उमटवण्यातही भरत जाधव यशस्वी झाले. यानंतर 'ढॅण्ट ढॅण', 'झोपी गेलेला जागा झाला', 'मोरूची मावशी', 'श्रीमंत दामोदरपंत', 'सौजन्याची ऐशी तैशी', 'वेलकम जिंदगी', 'वन्स मोअर' अशी नाटकंही त्यांनी केली.

गजेंद्र अहिरे यांच्या 'जन्मसिद्ध' नाटकात त्यांनी एका बी. सी. उमेदवाराची भूमिका साकारली. प्रदीप पटवर्धन यांच्याबरोबर त्यांनी 'चल काहीतरीच काय' हे नाटक केलं, त्यानंतरचं 'पैसाच पैसा' हे व्यावसायिक नाटकही केलं. 'सही रे सही' हे नाटक तर मराठी रंगभूमीवरील जबरदस्त नाटक म्हणता येईल. 'सही रे सही' नाटक तुफान गाजलं. त्यात अनेक व्यक्तिरेखा भरतनी साकारल्या. या नाटकातील 'गलगले' ही व्यक्तिरेखा त्यांना पुण्यातील एक रस्ता ओलांडताना भेटली. त्याचे हावभाव आणि बडबड टिपत त्यांनी दोन चार मिनिटं त्याचा पाठलाग केला. त्याची हुबेहूब नक्कल अभिनयात आणली आणि रसिकांचा त्यांना प्रतिसाद लाभला. समाजात वावरणाऱ्या लोकांच्या स्वभावांच्या अवलोकनातूनच हे नाटक त्यांनी गाजवलं. त्यांनी या नाटकात सुखात्मे, ट्रक ड्रायव्हर याही व्यक्तिरेखा साकारल्या. त्यासुद्धा त्यांना वास्तवात भेटल्या होत्या. या नाटकाचे ३६५ दिवसात ५६५ प्रयोग केल्यानं त्यांची 'गिनीज बुक ऑफ वर्ल्ड रेकॉर्ड'मध्ये नोंद झाली आहे. आजही या नाटकाचे शो हाऊसफुल्ल असतात.

प्रत्येक नाटकाचे हजारो प्रयोग करणारे 'सही कलाकार' अशी त्यांची ख्याती झाली. 'मोरूची मावशी'मध्ये 'टांग टिंग टिंगा' म्हणत स्त्रीवेष परिधान करून त्यांनी आपल्या अभिनयाची वेगळी शैली दाखवली. 'पुन्हा सही रे सही' आणि 'श्रीमंत दामोदरपंत ' हे त्यांचे रंगभूमीवरील प्रयोग म्हणजे मिरॅकलच म्हणावं लागेल. दामू श्रीमंत या भूमिका त्यांनी अत्यंत प्रत्ययकारी पद्धतीनं साकारल्या. तसेच 'पुन्हा सही रे सही' या नाटकातले चौफेर भरत जाधव म्हणजे 'हॅट्स ऑफ' एवढंच म्हणता येईल.

'चालू नवरा भोळी बायको' हा त्यांचा पहिला मराठी चित्रपट. त्यानंतर 'शिक्षणाच्या आयचा घो', 'रिंगा रिंगा', 'पुणे व्हाया बिहार', 'खतरनाक', 'भरत आला परत', 'मुंबईचा डबेवाला', 'साडे माडे तीन', 'श्रीमंत दामोदरपंत', 'जत्रा', 'बकुळा नामदेव घोटाळे', 'पछाडलेला', 'खबरदार', 'वन रूम किचन' अशा जवळजवळ ८० ते ८५ चित्रपटातला त्यांचा अभिनय म्हणजे त्यांच्या

वेगवेगळ्या अभिनय शैलींचं दर्शन होय. ‘गलगले निघाले’ चित्रपटातील गलगले म्हणजे भरत जाधव हे समीकरण झालं; कारण गलगले हे खरे बोलणारे, प्रेमळ मनाचे, त्यांच्या स्वभावाशी जुळणारे आहेत. ‘बकुळा नामदेव घोटाळे’मध्ये त्यांनी पहिल्यांदा निगेटिव्ह पण विनोदी भूमिका केली. ‘जत्रा’ सिनेमातील ‘कोंबडी पळाली’ हे गाणे सुपरहिट ठरलं होतं. हे गाणं अजूनही प्रत्येकाच्या तोंडात असतं. तसेच ‘वास्तव’, ‘प्राण जाए पर शान न जाए’, ‘पी से पी एम तक’ असे काही हिंदी चित्रपटही केले.

‘हसा चकट फू’, ‘साहिब बिवी आणि मी’, ‘वन टू का फोर’, ‘आभाळमाया’ या सीरियल्समधील त्यांच्या भूमिका गाजल्या. भरतनी ‘कलर्स मराठी’वरील ‘आली लहर केला कहर’ हा कॉमेडी शो होस्ट केला होता. या कॉमेडी शोने ते घराघरात पोहचले आणि आजूबाजूला घडणाऱ्या वास्तवाचं दर्शन प्रेक्षकांना झालं. ‘तू माझा सांगाती’ या मालिकेचे १००० च्या वर भाग झाले. यात ते विठ्ठलाच्या रूपात दिसले आणि प्रेक्षकांनी त्यांना दाद दिली. त्यांनी ‘अल्फा टी. व्ही.’वरील ‘प्रपंच’ या मालिकेतही नंदूची भूमिका साकारली. याशिवाय ‘सुखी माणसाचा सदरा’ या मालिकेमधून ते आपल्याला भेटले. आपल्या ट्विटरवर राज ठाकरे यांनी केदार शिंदे आणि भरत जाधव यांच्यासह त्यांच्या टीमला शुभेच्छा देत म्हटले होते, “भरत जाधवना बऱ्याच वर्षांनी छोट्या पडद्यावर आलेलं पाहून छान वाटलं. या सगळ्या अस्वस्थ, अनिश्चिततेच्या वातावरणात तुमचा ‘सुखी माणसाचा सदरा’ रोज किमान अर्धा तास तरी मराठी मनांना या अनिश्चितेतून ब्रेक देईल आणि लोकांच्या चेहऱ्यावर हास्य आणेल आणि त्या आनंदात येणाऱ्या दिवसाला सामोरे जाण्याची ताकद मिळेल.”

भरत यांच्याकडं स्वतःची व्हॅनिटी व्हॅन असली, त्यांचे शोज हाऊसफुल्ल होत असले, तरी ते अत्यंत साधे आहेत. कामगार वस्तीतून ते वर आले आहेत. त्यांच्या पत्नीचं नाव सरिता असून त्यांना सुरभी आणि आरंभ अशी दोन अपत्यं आहेत. भरत जाधवांचं अरेंज मॅरेज आहे; पण त्याचाही एक किस्सा आहे. ‘ऑल द बेस्ट’ हे नाटक नुकतंच रंगभूमीवर आलं होतं. हे नाटक चांगलं चालत होतं; पण अजून ते तितके प्रसिद्धही नव्हते आणि त्यांच्याकडं इतका पैसाही नव्हता. त्यावेळी त्यांच्या आई-वडिलांनी भरतजींसाठी एक मुलगी पाहिली. भरत आणि सरिता हे पहिल्यांदा बाहेर भेटले होते. सरिता या बीएमसीमध्ये आरोग्य खात्यात त्यावेळी कामाला होत्या. भरतनी पहिल्या भेटीत सांगितले की, मी नाटकात काम करतो. हे नाटक चालले; पण दुसरे चालेल की नाही हे माहीत नाही आणि मी नोकरीही करू शकेन की नाही, सांगता येत नाही. त्यावेळी सरिता यांनी ‘तुम्ही काही काळजी करू नका, तुम्हाला नोकरी करण्याची गरज नाही. घरचं मी पाहते.’ असा त्यांना विश्वास दिला.

आपण कोणीही नसताना सरिता यांनी आपल्यावर विश्वास दाखवला आणि सरिताने ती जबाबदारी योग्यरीत्या पार पाडल्याचे भरतजी म्हणतात. त्यांची लेक सुरभी जाधव ही डॉक्टर झाली आहे.एमबीबीएस परीक्षेत उत्तम गुण मिळवून सुरभीने आपले वैद्यकीय शिक्षण पुण्याच्या एस.के.एन.एम.सी. कॉलेजमधून पूर्ण केले आहे. बहुतेक कलाकारांची मुलं ही त्यांच्याच पावलावर पाऊल टाकत कलाक्षेत्रात आपला जम बसवताना दिसतात; मात्र

आपल्या वडिलांप्रमाणे अभिनय क्षेत्रात न येता सुरभीने मेडिसिन आणि सर्जरी क्षेत्र करिअर म्हणून निवडले.

मराठी रंगभूमी आणि मराठी सिनेमामधील आघाडीचा हा चेहरा. हा कलाकार म्हणून ग्रेट आहेच; पण माणूस म्हणूनही त्यापेक्षा ग्रेट आहे. आपण ज्या परिस्थितीतून आलो, त्याची जाण ठेवणारा हा कलाकार. चित्रपट, मालिका, नाटक असा यशस्वी प्रवास सुरू असताना गावी गेल्यावर घर नसल्याने कुठे राहायचं? हा प्रश्न त्यांना नेहमीच पडायचा. अखेर कोल्हापूर येथेच एक अलिशान बंगला त्यांनी विकत घेतला आणि आपल्या आई-वडिलांना प्रथमच विमानाने घेऊन ते या नव्या घरात दाखल झाले.

भरतनी २०१३ मध्ये 'भरत जाधव एंटरटेनमेंट प्रायव्हेट लिमिटेड'ची स्थापना केली. 'भरत जाधव एन्टरटेन्मेंट' या त्यांच्या संकेतस्थळाच्या माध्यमातून ते नव्या कलाकारांना प्रोत्साहन देण्याचेही काम करतात. 'ऑल द बेस्ट', 'सही रे सही' आणि 'श्रीमंत दामोदरपंत' या नाटकातील भरत जाधवा यांच्या भूमिका प्रचंड लोकप्रिय ठरल्या. भरत खऱ्या अर्थाने खुलले ते रंगभूमीवर. कितीही झगमगाट अवती भवती असला तरी खरा कलाकार रंगभूमीशी असलेलं इमान कायम राखतो. भरतनी हेच केलं. त्यामुळेच त्यांच्या भूमिकांनी प्रेक्षकांच्या मनावर राज्य केलं.

भरत 'सोशल मीडिया'वरही सक्रिय असतात. व्यावसायिक गोष्टींबरोबरच ते वैयक्तिक आयुष्याबाबतही अनेक गोष्टी नेहमी शेअर करत असतात. शूटिंगदरम्यान वेळ मिळाल्यानंतर ते बघायचे राहिलेले सिनेमेही पाहतात. प्रयत्न केल्याशिवाय, धडपडल्याशिवाय खाचखळगे कळत नाहीत. त्यामुळे आयुष्यात धडपडणे गरजेचे असल्याचे भरत म्हणतात. त्यांनी विनोदी चित्रपटासोबत कौटुंबिक, ग्रामीण, सामाजिक आशयाच्या चित्रपटांमध्ये लक्षवेधी काम केलंय.मराठी सिनेसृष्टीतील भरत जाधव यांच्या महत्त्वपूर्ण योगदानाविषयी 'फक्त मराठी' या वाहिनीने मानकरी म्हणून त्यांची निवड केली होती आणि त्यांना मानाचा मुजरा करत त्यांच्या विशेष चित्रपटांचा नजराणाही प्रेक्षकांसाठी आणला होता.

८५ हून अधिक मराठी चित्रपट, ८ ते ९ दूरदर्शन मालिका आणि नाटकांचे हजारो प्रयोग करणारे ते व्यस्त कलाकार. त्यांच्या या यशस्वी कारकिर्दीची दखल घेऊन आजवर ते अनेकवेळा 'झी मराठी अवार्ड', 'संस्कृती कलादर्पण अवार्ड' यासारख्या असंख्य पुरस्कारांनी वेळोवेळी सन्मानित झाले आहेत.

९ वा **'नटश्रेष्ठ जयशंकर दानवे कलायात्री पुरस्कार'** रंगकर्मी भरत जाधव यांना १ मार्च २०१९ रोजी प्रदान करण्यात आला. या पुरस्कारावेळी भरत जाधव यांचे कोल्हापूरवासीय सर्व कुटुंब हजर होते. त्यांना आजवर अनेक पुरस्कार मिळाले असले तरी प्रत्येक वेळचे पुरस्कार हे कोल्हापूरच्या बाहेरचे त्यांना प्राप्त झाल्याने त्यांच्या मातोश्रींनी त्यांना कधीच कोणताही पुरस्कार स्वीकारताना पाहिले नव्हते. त्यामुळे कोल्हापुरातील 'कलायात्री पुरस्कारा'च्या वेळी भरतजी अतिशय भावनाकुल झाले होते.

पुरस्काराला उत्तर देताना ते म्हणाले, "कला सांभाळताना अशाप्रकारचे पुरस्कार कलाकारांच्या आयुष्याला वेगळे वळण देतात म्हणूनच हा पुरस्कार मला नवी उर्मी, नवी चेतना

देणारा आहे. मी मूळचा कोल्हापूरचा. कोल्हापूरकर आणि माझ्या आईसमोर हा पुरस्कार मला मिळतोय, हे माझं भाग्य आहे आणि हा पुरस्कार नटश्रेष्ठ जयशंकर दानवे यांच्या नावे मला दिला जातोय, ह्याचा मला खूप खूप आनंद होतोय. सर्वसाधारणपणे कोणत्याही कलाकाराची आठवण ४ ते ५ वर्षांपर्यंत टिकते पण दानवे परिवाराने गेली ३२ वर्षे हा उपक्रम सातत्याने राबवला आहे. हे पाहून माझे मन भरून आले आहे. मला आत्तापर्यंत इतके पुरस्कार मिळाले आहेत; पण हा 'कलायात्री पुरस्कार' माझ्या स्मरणात कायमस्वरूपी राहील. दानवे परिवाराने या पुरस्कारासाठी माझी निवड केली म्हणून मीच त्यांचा आभारी आहे."

या 'कलायात्री पुरस्कार' प्रदान कार्यक्रमानंतर दरवर्षी दिग्गज कलाकारांच्या प्रत्यक्ष मुलाखतीद्वारे त्यांच्या उत्तुंग यशस्वी वाटचालीचे रहस्य जाणून घेण्याची कोल्हापूरकरांना एक पर्वणीच प्राप्त करून दिली जाते. शेवटच्या बॉलवर सिक्सर मारून विजेत्याच्या आनंदात पॅव्हेलिनमध्ये आलेल्या बॅटसमनला जर आपण विचारलं की, अरे बाबा! तू ही सिक्सर कशी मारलीस? तर तो मला माहीत नाही. एवढंच इमानदारीनं उत्तर देईल; पण सर्वसामान्य जिणं जगत महाराष्ट्राच्या सुपरस्टारपदापर्यंत पोहोचणाऱ्या भरत जाधव या कलाकाराला जर हा प्रश्न विचारला तर आपल्या असाधारण अविष्काराबाबत एवढंच उत्तर त्यांना योग्य वाटणार नाही. कारण त्यासाठी त्यांनी वर्षानुवर्षे संघर्ष केला आहे आणि हा संघर्ष त्यांच्या तोंडून वदवून घेण्यात कमला कॉलेजच्या मराठी विभागाचे प्रमुख प्रा. डॉ. सुजय पाटील सर यशस्वी झाले. त्यांची मुलाखत ऐकून चाहते त्यादिवशी खूश झाले.

कार्यक्रमाच्या अखेरीस माझे बंधू म्हणजेच राजदर्शन दानवे यांनी भरत जाधव यांच्या नाटक व चित्रपटांच्या शीर्षकांचा आधार घेऊन त्यांचे आभार मानले.

'**ऑल द बेस्ट** नाटकामधून आपले करिअर खऱ्या अर्थाने सुरू झाले. मग आपण **खतरनाक** चित्रपटापासून चित्रपट कारकिर्द सुरू केली. चित्रपटसृष्टीला सांगितलेत **खबरदार-गलगले निघाले** राज्य करायला. त्याचवेळी आपले **सही रे सही** नाटक रसिकांनी डोक्यावर घेतले. मग आपण **टाईमपास** करीत पुन्हा तितक्याच वेगात **पुन्हा सही रे सही** करून रसिकांची मने जिंकलीत. तसेच चित्रपटक्षेत्रात साडे माडे तीन करत असताना आपल्याला **जत्रा** दिसली. तिथे तुम्हाला येड्याच्या जत्रेत भेटली **बकुळा नामदेव घोटाळे.** तिला तुम्ही **पुणे व्हाया बिहार** सोडायला गेलात. तिने डावपेच करत आपली **सत ना गत** अशी परिस्थिती केली. मग आपण म्हणालात आता माझी हटली. तिला **खो खो** देत तुम्ही **मुक्काम पोष्ट लंडन**ला गेलात. इकडे लोकांना वाटले तुमची **लग्नाची वरात लंडनच्या घरात** गेली मग पुन्हा **भरत आला परत** म्हणत आपण **शासन** दरबारी **शिक्षणाच्या आयचा घो** बद्दल तक्रार केलीत. आपण त्याबाबतीत **जबरदस्त पछाडलेले** होतात. मग तुम्ही **उलाढाल** करत **गोळाबेरीज** करत **सौजन्याची ऐशी तैशी** म्हणत **मस्त चाललंय आमचं** म्हणून आपल्या जीवनाला **वेलकम जिंदगी करत** रसिकांकडून **वन्स मोअर** मिळवलात व पुढेही मिळवाल अशी सर्व रसिकांतर्फे आपल्याला शुभेच्छा देतो!

मराठी माणसाचा अभिमान म्हणून त्यांच्याकडे पाहिलं जातं याचं कारण आपण जसे

आहोत तसं राहणं हे त्यांचं वैशिष्ट्य. सर्वसामान्य माणूस त्यांच्या व्यक्तिरेखेत स्वत:ला पाहतो म्हणूनच त्याला भरतजी खूप जवळचे वाटतात. प्रेक्षकांची दाद हाच मोठा सन्मान असे ते मानतात. व्यक्तिरेखा साकारताना कस लागला पाहिजे याची ते काळजी घेतात. म्हणूनच आजवर गरिबीशी झगडत व प्रतिकूल परिस्थितीशी सामना करत ते मराठी सुपरस्टार पदापर्यंत पोहचले आणि कलाकारांसाठी त्यांनी एक आदर्श उभा केला. त्यांचा फॅन क्लब खूप मोठा असून 'यूथ आयकॉन' म्हणून ते तरुणाईत प्रसिद्ध आहेत. मिळालेला वेळ पार्ट्यात न घालवता फॅमिलीसोबत घालवणे हाच त्यांचा रिफ्रेश होण्याचा फंडा असे ते मानतात.

भरत जाधव यांनी मराठी चित्रपट तसेच नाटकांत विविधांगी भूमिका केल्या त्यातून त्यांनी स्वत:चा प्रेक्षक वर्ग निर्माण केला. मला भरत जाधव म्हणून नव्हे तर त्या त्या नाटक व चित्रपटातील भूमिकांनी रसिक ओळखतात हे माझ्या अभिनयाचे यश आहे, असे ते मानतात. अभिनयात तोचतोचपणा येऊ लागताच त्यांनी तब्बल पाच वर्षे एकही चित्रपट केला नाही. महाराष्ट्राचे सुपरस्टार भरत जाधव जे अडीच तासांच्या नाटकाच्या प्रयोगानंतर सुद्धा स्टेजमागे एक तास उभा राहून प्रेक्षकांसोबत छायाचित्रे काढतात, सह्या देतात असे डाऊन टू अर्थ असणारे साधे, सरळ सही कलाकार म्हणजे भरत जाधव.

सुपरहिट फिल्मी जोडी

अविनाश व ऐश्वर्या नारकर

**‘हिंदू संस्कृतीतला सण अत्यंत महत्त्वाचा अन् अतिशय गोड तो म्हणजे पाडवा.
ऐश्वर्याची जेव्हापासून साथ संगत लाभली आहे,
तेव्हापासून कुठलाही दुखरा क्षण कधीच नाही आला माझ्या वाटेत आडवा.’**

दीपावलीच्या पाडव्यानिमित्त सेलिब्रिटी गप्पांत अविनाश सरांनी हा उखाणा घेतला होता. अविनाश व ऐश्वर्या नारकर यांच्या सुंदर नात्यांच्या सुंदर आठवणी आपण दूरदर्शनवरील अनेक कार्यक्रमाच्या निमित्तानं पाहिल्या व ऐकल्या आहेत. त्यातली ही एक सुंदर आठवण. पहा, या सिने-नाटकाच्या मोहमयी क्षेत्रात वावरताना या दोघांनी आपली आयडेंटिटी किती जपली आहे.

ज्यांच्या अभिनयातील सहजतेमुळे एक सर्जनशील व संवेदनशील नट अशी ख्याती प्राप्त झाली ते सिने-नाट्यसृष्टीतील प्रसिद्ध रंगकर्मी अविनाश नारकर. अभिनयाचा कौटुंबिक वारसा नसलेल्या; पण उपजतच जाण असलेल्या अविनाश नारकर यांचा जन्म ८ जुलै, १९६६ रोजी मुंबई येथे एका मध्यमवर्गीय कुटुंबात झाला. त्यांचे शालेय शिक्षण दादर येथील शारदाश्रम विद्यामंदिरात झाले. शाळेत लहानपणापासून रंगमंचावर काम करण्याची त्यांची इच्छा असल्याने शाळेच्या स्पर्धेत भाग घेत ‘आगे दुकान पीछे मकान’ अशा मध्यमवर्गीय संस्कृतीत ते वाढले. बाबासाहेब पुरंदरे यांच्याकडे शिवाजीचा अभिनय करण्यासाठी गेले तेव्हा ते आठवीत होते. दिग्दर्शक होते प्रभाकर पेंढारकर; पण घोडेसवारी आणि तलवारबाजी न आल्याने ते नाकारले गेले. शाळेत असतानाच त्यांना पहिले उत्तेजनार्थ पारितोषिक आणि अकरा रुपये रोख असे बक्षीस मिळाले. नंबर आला नाही तरी अभिनयाचा प्रवास मात्र सुरू झाला.

बी. कॉम. ची पदवी त्यांनी महालक्ष्मी येथील लाला लजपतराय महाविद्यालयातून घेतली. याच काळात आंतरमहाविद्यालयीन एकांकिका स्पर्धांमध्ये भाग घेऊन त्यांनी आपल्यातील अभिनयगुण दाखवून दिले. लोअर परेल मधून राज्यनाट्य स्पर्धेसाठी त्यांनी काम केले आणि त्यांना पहिले बक्षिस मिळाले. तेव्हा प्र. ल. मयेकर परीक्षक होते. ते म्हणाले, ‘अविनाशच्या रूपाने

रंगभूमीला दुसरा डॉ. काशिनाथ घाणेकर मिळाला. ' 'इथे ओशाळला मृत्यू'मधील संभाजी, 'रायगडला जेव्हा जाग येते'मधील संभाजी, 'नटसम्राट'मधील स्वगत अशी छोटी मोठी कामं करत त्यांचं प्रशिक्षण होत गेलं. हे टप्पे फार महत्त्वाचे असतात. त्यातून माणूस खूप शिकत जातो. प्रवास हळूहळू झाला पण ठोस शिक्षण होत गेलं. या शिक्षणातून पडणाऱ्या कौतुकाची थाप त्यांना अभिनयक्षेत्राकडे ओढून नेऊ लागली. शिक्षण झाल्यावरही त्यांनी १९८२-८५ या काळात 'डायनर्स इंटरनॅशनल क्रेडिट इश्यू' या फर्ममध्ये अर्धवेळ काम केले, तर १९८८ मध्ये ते बी. एस. टी. सेवेत रुजू झाले. तेथे त्यांनी कामगार नाट्य स्पर्धेतील नाटकांमध्ये कामे केली. 'मनूचा इतिहास', 'काळोखाच्या सावल्या', 'गंध निशिगंधाचा', 'तीन पैशांचा तमाशा', 'रणांगण', 'ती फुलराणी', 'हॅण्ड्स अप', 'सोबत सोबत', 'नांदी', 'सोयरे सकळ' ही नाटके प्रेक्षकप्रिय झाली. 'गंध निशिगंधाचा' हे नाटक १९९३ सालचं. या नाटकात रेखा कामत आणि प्रभाकर पणशीकर हे त्यांचे आई-वडील होते. या नाटकांमध्ये काम करत असतानाच त्यांच्या आयुष्यात पल्लवी आठले नावाचं वादळ आलं अन् हा निशिगंध त्यांच्या आयुष्यात फुलला. पल्लवी आठले म्हणजेच सिने-नाट्यसृष्टीतील नायिका ऐश्वर्या नारकर. १९९५ मध्ये ते दोघे विवाहबद्ध झाले. पुढे बी. एस. टी. त नोकरी करत असतानाच जॉईंट फॅमिलीची जबाबदारी आणि यातूनच त्यांनी जवळजवळ दीडशे इंग्रजी, हिंदी तसेच मराठी मालिकेसाठी डबिंग केले.

अविनाश यांनी विजय टाकळे दिग्दर्शित 'माणसांची गोष्ट' , 'ढोल वाजतोय', 'व्हिक्टिम', 'शेवाळ शेकतंय क्लोरोफिल' या एकांकिकेमध्ये अभिनय केला. मोनो ॲक्टिंग स्पर्धेत सहभागी झाल्यावर त्यांना स्वत:च्या अभिनयातल्या त्रुटी कळू लागल्या. तसेच आपल्या अभिनयातील चांगले-वाईट बारकावे आणि बलस्थानेही हेरता आली. यामुळेच त्यांच्यात रंगभूमीवर वावरण्याचा आत्मविश्वास निर्माण झाला.

त्यांनी भक्ती बर्वेबरोबर 'रंग माझा वेगळा' हे नाटक केलं. 'तीन पैशाचा तमाशा' या वामन केंद्रे दिग्दर्शित नाटकात त्यांनी काम केले, तेव्हा दिग्दर्शक जब्बार पटेल नाटकाला आले होते. 'तक्षकयाग' नाटकात २४-२५ वयालाच नारकरांनी ७०-७५ वयाचा लुक दिला. हे नाटक म्हणजे त्यांच्या जीवनाचा आणि जगण्याचा भाग आहे. मोहन वाघ हे नाटक पहायला आले होते. या नाटकातील आपल्या दमदार संवादांनी त्यांनी रसिकांना रिझवले.

नाटकातील यशस्वी कारकिर्दीनंतर अविनाश यांनी १९९४ मध्ये पहिल्यांदा 'मुक्ता' या चित्रपटात सोनाली कुलकर्णी बरोबर काम केले. त्यात त्यांनी महेश वाघ या दलित कार्यकर्त्याची भूमिका समर्थपणे साकारली. त्यांना राज्य शासनाचा उत्कृष्ट अभिनेत्याचा पुरस्कार या भूमिकेसाठी मिळाला. तसेच या चित्रपटाला अकरा पुरस्कार मिळाले. त्यानंतर त्यांनी अनेक मराठी चित्रपटांत कामे केली. 'हसरी', 'बालगंधर्व', 'अजिंठा', 'चॅम्पियन्स', 'बालक पालक' (बी. पी), 'कॉफी आणि बरंच काही', 'धुडगूस' इत्यादी.

'पैज लग्नाची' या चित्रपटातील केलेली वेड्याची भूमिकाही लोकप्रिय झाली. या चित्रपटाने महाराष्ट्र शासनाचे १४ अवार्ड मिळविले. अभिनयातील सहजता त्यांच्या सर्वच प्रकारच्या भूमिकांमधून पाहायला मिळते.

अविनाश यांनी नाटक, चित्रपट या माध्यमांप्रमाणे दूरदर्शनच्या पडद्यावरही आपली मोहोर उमटवली. 'पांडू रे पांडू' ही त्यांनी अभिनित केलेली पहिली दूरदर्शन मालिका. या मालिकेत त्यांनी पांडू या मुख्य भूमिकेतील नोकराचे काम केले होते. खरेतर ही भूमिका त्यांच्याकडे चालून आल्यावर नोकराचे काम करायला त्यांनी नकार दिला होता. पण आईच्या सल्ल्यावरून ती भूमिका करायची त्यांनी मान्य केले व ही भूमिका अतिशय लोकप्रिय ठरली. तर 'महाश्वेता' ही अशीच एक खूपच गाजलेली मालिका. या भूमिकेने त्यांना लोकप्रियतेचे वलय निर्माण करून दिले व नाटकातला हा चेहरा खऱ्या अर्थाने घराघरात पोचला. त्यानंतर 'वादळवाट', 'वहिनीसाहेब', 'अग्निहोत्र', 'राजा शिवछत्रपती', 'पाऊस मृगाचा पडतो', 'पिंपळपान', 'श्रीमंताघरची सून', 'सारे तुझ्याचसाठी', 'लेक माझी लाडकी', 'अरे वेड्या मना', 'कन्यादान' यांसारख्या मालिकांमधून त्यांनी उत्तमोत्तम भूमिका केल्या.

ऐश्वर्याताईंचा जन्म ८ डिसेंबर १९७४चा डोंबिवलीतील दत्तनगरमधला. स्वामी विवेकानंद विद्यामंदिर शाळेतील सांस्कृतिक कार्यक्रमात भाग घेत कॉलेजमध्ये येताच त्यांना थेट व्यावसायिक 'गंध निशिगंधाचा' हे चंद्रलेखाचं नाटक करायला मिळालं तेही दिग्गज प्रभाकर पणशीकरांच्या मार्गदर्शनानं. हे नाटक हेच अविनाशजींच आणि ऐश्वर्याताईंचं पहिलं नाटक. याचे खूप प्रयोग झाले. हा निशिगंध फुलला आणि त्यानंतर रंगभूमी, चित्रपट, दूरदर्शन मालिकेतून त्या दोघांची एकत्र कारकिर्द सुरू झाली.

'लेक माझी लाडकी' सारख्या अनेक मालिकेतून ते दोघे घराघरात पोहचले. ऐश्वर्याताई बँकेच्या परीक्षा देऊन पती, मुलगा, आपला संसार सांभाळत एखादी ११ ते ५ ची नोकरी करण्याची साधी सरळ स्वप्नं पहात होत्या; पण नियतीनं त्यांच्या जीवनाची संहिता आधीच लिहून ठेवली होती. म्हणून अविनाशजींच्या प्रोत्साहनाने केसरी टुर्स, स्टे फ्री सिक्युलर अशा विविध ब्रॅण्डच्या माध्यमातून त्यांनी जाहिरात जगतात प्रवेश केला. हॉर्लिक्स जाहिरातीत हाऊस वाईफ म्हणून घराघरात पोहचलेली ही मराठमोळी मुलगी पाहून त्यांना 'सून लाडकी सासरची' या चित्रपटातून सिनेक्षेत्रात प्रथम पदार्पण करायला मिळालं तेही अशोक सराफसारख्या दिग्गज अभिनेत्यासोबत.

त्यानंतर त्यांनी मागे वळून पाहिलेच नाही. 'अपराध', 'कधी अचानक', 'झुळूक', 'मी तुळस तुझ्या अंगणी', 'बाबांची शाळा', 'घे भरारी', 'बंध प्रेमाचे', 'अंकगणित आनंदाचे', 'समांतर', 'सत्ताधीश' अशा असंख्य चित्रपटांतून त्यांना अनुभवाची व्यापकता लाभली. 'कलर्स', 'स्टार प्रवाह', 'झी' अशा महत्त्वाच्या वाहिनीतील मालिकेत त्या कार्यरत राहिल्या. 'या सुखांनो या', 'महाश्वेता'सारख्या मराठी तसेच 'तुम ही हो बंधू', 'घर की लक्ष्मी बेटीयां', 'ये प्यार ना होगा कम', 'मायकेसे बंधी डोर', 'काशीबाई' अशा हिंदी मालिकातूनही त्यांनी आपला ठसा उमटवला. 'आम्ही सौ. कुमुद प्रभाकर आपटे' हा त्यांचा रंगमंचीय अविष्कार स्मरणीय आहे.

त्यांनी ग्लैमरस रोल कधीही केले नाहीत. प्रेक्षक त्यांना ताई, बहीण म्हणूनच स्वीकारतात. तरीही ग्रे शेडची 'स्वामिनी'तील गोपिकाबाई म्हणजे त्यांच्या अभिनयाचा माईल स्टोन म्हणावा लागेल. इतकेच नाही तर त्यांनी बॉलीवूड कलाकार अक्षयकुमार, जयाप्रदा या पाहुण्या

कलाकारांसोबत 'आधार' या मराठी चित्रपटाची नायिका साकारली. 'धडक' या करण जोहर निर्मित बॉलीवूड चित्रपटातही त्यांना संधी मिळाली. साहचर्याचा आनंद घेत त्या दोघांनी 'स्वामी माझे दैवत', 'मला जगायचंय', 'तूच माझी भाग्यलक्ष्मी', 'ओळख', 'लक्ष्मी', 'अकल्पित', 'कलम ३०२', 'भीती-एक सत्य' असे अनेक चित्रपट एकत्रित केले. तसेच 'सोबत संगत', 'सोयरे सकळ' अशा नाटकांतून रंगमंचीय आविष्कार साकारले आणि 'लेक माझी लाडकी' या मालिकेतून घराघरातील रसिकांपर्यंत पोहचले.

'ओळख', 'झुळूक' आणि 'तिघी' या तीनही चित्रपटांतून एकाच वर्षी वेगवेगळ्या ठिकाणी सर्वोत्कृष्ट नायिकेचा पुरस्कार ऐश्वर्याताईंना मिळाला. 'बेस्ट अभिनेत्री' म्हणून 'घे भरारी' चित्रपटासाठी २००० साली 'महाराष्ट्र फिल्म अवार्ड' तसेच 'सोयरे सकळ' नाटकासाठी 'सर्वोत्कृष्ट अभिनेत्री'चा 'झी गौरव पुरस्कार'ही मिळाला. समाज जागृतीसाठी माध्यमाचा वापर करून घेण्यासाठी अविनाश नारकर यांनी आपली पत्नी ऐश्वर्या नारकर यांच्यासोबत २०१० मध्ये 'ऐश्वर्या आर्ट अ‍ॅण्ड व्हिजन' या संस्थेची स्थापना करून 'चॅम्पियन' हा बालमजुरी व बालशिक्षण यावर आधारित चित्रपट तयार केला. या चित्रपटाला 'पुणे आंतरराष्ट्रीय चित्रपट महोत्सवा'त 'विशेष परीक्षक पुरस्कार' लाभला. तसेच या चित्रपटात काम केलेल्या दोन्ही बालकलाकारांनाही राष्ट्रीय पुरस्कार प्राप्त झाले. या उभयतांनी निर्माता म्हणून पहिलं नाटक केलं 'तक्षकयाग'. राष्ट्रधर्मावर आधारित या नाटकाच्या निर्मितीमुळे हे दोघे वेळोवेळी सन्मानितही झाले. मुंबई मराठी साहित्य संघातर्फे या उभयतांना 'नाट्यसेवा गौरव पुरस्कार' मिळाला आहे.

हॅण्डसम अभिनेते अविनाश नारकर आणि सदाबहार अभिनेत्री ऐश्वर्या नारकर या ऑन स्क्रीन आणि ऑफ स्क्रीन चिरतरूण जोडीला एकाच रंगमंचावर एकाच वेळी १ मार्च २०२० रोजी कोल्हापूर येथे **'नटश्रेष्ठ जयशंकर दानवे कलायात्री पुरस्कार'** देऊन सन्मानित करण्यात आले. नाटक, चित्रपट, दूरदर्शन मालिका या तिन्ही माध्यमावर राज्य करून अभिनयाचे विविध रंग उधळणारे हे दोघेही अभिजात कलावंत.

पुरस्काराला उत्तर देताना अविनाशजी म्हणाले, 'दानवे यांची कलाक्षेत्रातील कारकिर्द हा एक मैलाचा दगड आहे. त्यांच्या नावाचा हा पुरस्कार मिळाल्याने आमची जबाबदारी वाढली आहे. जयशंकर दानवे हे कलायोगी होते. या पुरस्काराने आमच्या कर्तृत्वाला सोनेरी किनार लाभली आहे. कलासक्त पद्धतीने वडिलांची स्मृती ३४ वर्षे जागवणाऱ्या दानवे बहीण-भावांनी एक आदर्श ठेवला आहे.' नंतर ऐश्वर्या नारकर म्हणाल्या, 'मी अजून कर्तृत्ववान झाले नाही असे मला वाटते; पण जयशंकर दानवे कलायात्री पुरस्कार मला उर्मी मिळवून देणारा आहे. त्या आधारे मी पुढच्या यशाच्या प्रवासाला निघेन'.

ताराराणी विद्यापीठाच्या कमला कॉलेजमधील मराठी विभागाचे प्रमुख प्रा. डॉ. सुजय पाटील सर यांनी त्यांची प्रकट मुलाखत घेतली. या मुलाखतीत नारकर दांपत्यानी आपल्या आयुष्यातील अनेक किस्से सादर केले. एकमेकांकडे पहात त्यांचा होणारा शब्दाविण संवाद कसा होतो, हे 'याचि देही याचि डोळा' रसिकांना पाहता आले.

माझे बंधू राजदर्शन दानवे यांनी अविनाश सरांच्या व ऐश्वर्याताईंच्या नाटक व चित्रपटांच्या शिर्षकांचा आधार घेऊन त्यांचे आभार मानले.

अविनाश सर, आपण प्रथम रंगभूमीच्या **'रणांगणा'**त पाऊल टाकलेत. तिथे तुम्हाला **'ती फुलराणी'** भेटली. तिच्याशी तुमची **'ओळख'** झाली. तिला **'नांदी'** शिकवता शिकवता तुम्ही तिचे **'बालक पालक'** आणि **'गुरू'** झालात. त्यामुळे ती **'हसरी'** झाली. तिला तुम्ही **'चॅम्पियन'** केलीत. तिला **'संत गोरा कुंभार'**, **'बालगंधर्व'**, **'राजा शिवछत्रपती'** यांच्याविषयी माहिती देत तुम्ही अनेकवेळा **'बस स्टॉप'**ला सोडलेत. त्याचवेळी **'गंध सुगंधाची'**, **'झुळूक'** घेऊन तुमच्या जीवनात ही **'महाश्वेता'** आली. या म्हणजे ऐश्वर्याताई. आपण त्यांना पहिल्याच भेटीत **'प्रतिसाद'** द्यायचे ठरवून त्यांना **'सौभाग्यकांक्षिणी'** बनवलीत. त्यांनी सुद्धा **'मी तुळस तुझ्या अंगणी'** म्हणत तुमच्याशी **'सोबत संगत'** करत **'स्वामी माझे दैवत'** आणि **'माझे मन तुझे झाले'** असे सांगत, तुमच्या घरात पाऊल टाकले आणि पाऊल टाकताना **'या सुखांनो या'** अशी सादही घातली. त्यांच्याशी तुमची **'नातीगोती'** निर्माण झाली. तुम्ही त्यांना **'तूच माझी लक्ष्मी'** म्हणत **'बंध प्रेमाचे'** घट्ट करून संसाराची **'गोळाबेरीज'** केलीत. त्या तुमच्या **'स्वामिनी'** झाल्या. आपला सुखी संसार रंगभूमी आणि चित्रपट क्षेत्रात असाच **'अग्निहोत्रा'**सारखा तेवत राहू दे अशी सर्व रसिकांतर्फे आपल्याला शुभेच्छा देतो!

समस्त स्त्री वर्गाचं अत्यंत लाडकं व्यक्तिमत्त्व म्हणजे ऐश्वर्याताई. संस्कारी, सुंदर, लोभस, निरागस, निखळ हे शब्द ऐश्वर्याताईंसाठी चपखल वाटतात. किती गोड आहेत त्या. बायको असावी तर अशी असं समस्त स्त्री-पुरुष वर्गाला वाटतं. हां; पण गोपिकाबाई हा त्यांच्या अभिजात अभिनयाचा एक भाग होता. अविनाश सरांचा नाट्यअभिनिवेश तर काय सांगावा. संवादफेक आणि ही मॅन पर्सनॅलिटी हे त्यांचं वैशिष्ट्य. हां; पण ऐश्वर्यामुळे मी ऐश्वर्यसंपन्न झालो आहे, असं सर्वांसमोर कबूल करणारा, पुरुषवर्गात न आढळणारा निरागस स्वभाव असणारे अविनाशजी ऐश्वर्याताईंच्या तोडीस तोड आहेत.

अविनाशजी शांत आणि भावूक स्वभावाचे तर ऐश्वर्याताई सोज्वळ पण प्रॅक्टिकल. प्रेम, सहवास यातून खुलत गेलेला नात्यातला गोडवा त्या दोघांनी जपलाय. आयुष्यातले नाजूक टप्पे सामंजस्याने पार पाडलेत. त्या दोघांबद्दल म्हंटलं जातं, हे जोडपं म्हणजे नातं मुरत गेलेला मुरांबा. त्यांच्या सुखी संसारावरील फूल म्हणजे त्यांचा मुलगा अमेय. त्यालाही अभिनयाची आवड असल्यास नवल ते काय? त्या दोघांचा आवडता विषय म्हणजे फिटनेस. व्यायामाने त्या दोघांनीही स्वत:ला छान मेंटेन केले आहे. या सिने-नाट्यक्षेत्राच्या मोहनगरीत वावरत असतानासुद्धा संस्कार, शिस्त यातून स्वत:ची आयडेंटिटी जपली आहे. एकूणच ते जोडपं म्हणजे 'रब ने बना दी जोडी'. ती दोघं जेव्हा एकत्र काम करतात तेव्हा रसिकांना एक्सलन्स अभिनय पहायला मिळतो.

कुटुंबीयांनी दिलेल्या संस्काराच्या शिदोरीवरच मृगजळ असलेल्या कलाक्षेत्रातही आपल्या तत्त्वानिशी हे दोघे कार्यरत आहेत. शेवटच्या श्वासापर्यंत रसिकांचं मनापासून मनोरंजन करू अशा शब्दात नारकर दांपत्य नेहमीच रसिकांना आश्वस्त करतं. जीवनात जसा त्यांचा साधा

वावर आहे तशीच सिंपलीसिटी स्टेजवर वावरतानासुद्धा त्यांची असते. विनम्रता हा दोघांचा स्थायीभाव असून जमिनीवर घट्ट उभे राहणाऱ्या माणसातली ही खरी माणसं. सुखी संसाराची रेसिपी सांगताना नारकर म्हणतात, 'एकमेकांवर प्रचंड प्रेम असले तरी ते जाणवू देऊ नका. आपण एकमेकांचे आहोत, हे आत कुठेतरी रुतलेलं हवं. तुमच्या आयुष्यात आलेल्या वाईट गोष्टी अंतिम आहेत, असं न समजता त्या गोष्टी अंगावर घ्यायच्या; पण चेहरा पाडून राहायचं नाही. विचारानं समृद्ध व्हायचं. सुविचार हा फक्त लिहिण्यासाठी नसावा. तुमचं आचरण हाच एक सुविचार असावा, हाच पुढच्या जगण्यातला श्वास असतो. तुमच्याकडे विनम्रतेचा मोठा साठा असेल तर लोकांच्या मनात तुमच्याबद्दलचा प्रेमाचा साठा खूप असतो. कोणतीही व्यक्तिरेखा करताना बारकावे जेवढे करू तेवढं थोडचं आहे. अनुभवाला अनेक पदर असतात. अनुभव म्हणजे जीवनाचा अविष्कार. तुम्ही जेव्हा एखाद्या व्यक्तिरेखेचं जगणं व्यक्त करत असता तेव्हा तुम्ही जितक्या व्यक्तिरेखा साकारालं तेवढ्या व्हरायटी तुम्ही देऊ शकता.'

या दोघांच्या यशस्वी अभिनयाचा सर्व रसिकांना अभिमान आहे. 'साधी राहणी उच्च विचार' हे तत्त्व असणारे हे दोघे 'प्रेक्षकांची दाद हाच मोठा सन्मान' असं मानतात. त्यांच्या कलाजीवनाची वाटचाल अशीच दिवसेंदिवस सर्वार्थाने समृद्ध व्हावी, अशी सर्व रसिकांतर्फे परमेश्वराजवळ प्रार्थना!

अभिनेता व कल्पक दिग्दर्शक

महेश कोठारे

संपूर्ण महाराष्ट्र ज्यांना 'डॅम इट' या स्टाइलने ओळखतो; ते अभिनेते-दिग्दर्शक, यशस्वी चित्रपट-मालिका निर्माते आणि मराठी-हिंदीसिनेसृष्टीत आपले वेगळे स्थान निर्माण करणारे महेश कोठारे. 'डॅम इट' याचा अर्थ 'डॅशिंग, अॅडव्हेंचर महेश कोठारे इज ट्रिमेंडस पर्सन' पाच अक्षरी शीर्षक, मनोरंजनाचा यशस्वी फॉर्म्युला, विचित्र नावांचे आणि लकबींचे खलनायक, ही कोठारेंच्या चित्रपटांची वैशिष्ट्ये. अभिनय, दिग्दर्शन आणि निर्मिती या क्षेत्रांमध्ये केवळ प्रवेश न करता, या माध्यमांच्या मुळाशी जाऊन, त्याचा अभ्यास करून त्यात प्रयोगशीलता आणण्याचे कौशल्य महेश कोठारे यांच्याकडे आहे, हे त्यांचे चित्रपट पाहताना सहज लक्षात येते.

त्यांचा जन्म २८ सप्टेंबर १९५३ रोजी मुंबई येथे झाला. महेश कोठारे यांचे वडील अंबर आणि आई सरोज कोठारे हे नाट्य अभिनेते. गजानन जहागीरदार या प्रसिद्ध अभिनेत्यांशी त्यांची ओळख होती. एका भेटीदरम्यान जहागीरदार यांनी छोट्या महेशला पाहिले. त्या वेळी त्यांना 'छोटा जवान' या चित्रपटाकरिता एक चुणचुणीत मुलगा हवा होता. चुणचुणीत आणि गोरेपान महेश त्यांना आवडले आणि त्यांनी चित्रपटासाठी महेश यांचे नाव सुचवले. महेश यांनी हे काम झोकात केले. त्या वेळी राज्य चित्रपट पुरस्कारांमध्ये बालकलाकारांसाठी वेगळा पुरस्कार नव्हता. तरीही महेश यांचे काम बघून त्यांना विशेष पुरस्कार देण्यात आला.

त्यानंतर महेश यांना बालकलाकार म्हणून अनेक हिंदी चित्रपटांत भूमिका मिळाल्या. 'मेरे लाल'साठी आंध्र सरकारचा पुरस्कार, 'घर घर की कहानी'साठी राष्ट्रीय पुरस्कारासाठी नामांकन, असे मानसन्मानही मिळाले. 'राजा और रंक' आणि 'मेरे लाल' या चित्रपटांत तर त्यांच्यासाठी खास भूमिका लिहिल्या गेल्या. 'राजा और रंक' या हिंदी चित्रपटातील त्यांची भूमिका उल्लेखनीय मानली गेली. त्यांच्यावर चित्रित झालेले 'तू कितनी अच्छी है, तू कितनी भोली है' हे गाणे विशेष लोकप्रिय ठरले. त्याशिवाय रौप्यमहोत्सवी 'छोटा भाई', 'सफर' आदी

चित्रपटही झाले. 'संत निवृत्ती ज्ञानदेव' या चित्रपटात त्यांनी ज्ञानेश्वराची भूमिका केली.

चित्रपटात काम करतानाही शिक्षणाकडे दुर्लक्ष करायचे नाही, असा आई-वडिलांचा दंडक होता. त्यामुळे महेश कोठारेंनी शिक्षण पूर्ण केले. नंतर कायद्याची पदवी घेतली. तीन वर्षे यशस्वी वकिलीसुद्धा केली. दरम्यानच्या काळात 'प्रीत तुझी माझी' या चित्रपटांतून त्यांनी नायक म्हणून चित्रपटसृष्टीत पदार्पण केले. प्रभाकर पेंढारकर (दिनेश) हे त्या चित्रपटाचे दिग्दर्शक होते. त्यानंतर 'चांदणे शिंपीत जा', 'लेक चालली सासरला' अशा चित्रपटांत त्यांनी नायकाच्या भूमिका साकारल्या. मुख्य नायकाच्या भूमिकेबरोबरच खलनायकी पात्र वठवण्याचे साहसही त्यांनी स्वीकारले. त्यांचे 'घरचा भेदी', 'लेक चालली सासरला' अशी खलनायकी भूमिका असलेले चित्रपट लोकप्रिय ठरले. 'गुपचुप गुपचुप', 'थोरली जाऊ' अशा चित्रपटांमध्ये साहाय्यक अभिनेत्याच्या भूमिकाही साकारल्या. ७-८ गुजराथी चित्रपटही त्यांनी केले; पण नियतीने मात्र त्यांना अष्टावधानी करण्याचे ठरवले होते. म्हणूनच चित्रपटांची निर्मिती व दिग्दर्शनात ते उतरले. 'प्यार किये जा' या हिंदी चित्रपटाचा रिमेक असणारा १९८५ सालचा 'धुमधडाका' हा त्यांचा पहिला चित्रपट खरोखरच धुमधडाका ठरला. लक्ष्मीकांत बेर्डेसारखा अभिनेता पडद्यावर आणण्याचे श्रेय त्यांना मिळाले. स्वतः चित्रपटाची निर्मिती आणि दिग्दर्शन करण्याची इच्छा त्यांच्या मनात आधीपासूनच होती. 'धूमधडाका'मधून त्यांनी हे धाडस केले. त्या वेळी त्यांच्या आई-वडिलांनीही पाठिंबा दिला होता. 'बँक ऑफ महाराष्ट्र'ने साडेसहा लाखांचे कर्ज दिल्यानंतर कोठारे यांना हुरूप आला. 'प्यार किये जा' या चित्रपटावरून प्रेरणा घेऊन त्याचे उत्तम मराठीकरण करण्यात महेश कोठारे आणि लेखक अण्णासाहेब देऊळगावकर यांना यश आले. त्याशिवाय कॅमेरामन सूर्यकांत लवंदे, संकलक एन. एस. वैद्य यांनीही माफक मानधन घेऊन काम करण्याची तयारी दाखवली होती. त्यात शरद तळवलकर, अशोक सराफ हे नावाजलेले कलाकार होते.

मराठी चित्रपटसृष्टीतील लक्ष्यासोबतच्या पहिल्या चित्रपटाबद्दल बोलताना महेश कोठारे म्हणाले होते, "आत्माराम भेंडे आणि बबन प्रभू यांच्या 'झोपी गेलेला जागा झाला' या नाटकात माझे आई-वडील दोघंही काम करत होते. माझी आई या नाटकामध्ये मुख्य नायिकेच्या भूमिकेत होती. तर वडील एका सावंत नावाच्या सीआयडी अधिकाऱ्याची भूमिका साकारत होते. बबन प्रभूंच्या निधनानंतर आत्माराम यांनी त्यांच्या स्मरणार्थ नव्याने नाटक करायचे ठरविले. या नव्याने आलेल्या नाटकात बबन प्रभूंची भूमिका त्यावेळी लक्ष्मीकांत बेर्डे करत होता. नाटकाची तालीम पाहताना लक्ष्याच्या अभिनयाने मला प्रभावित केले. बबन प्रभूंची भूमिका त्याने तंतोतत साकारली होती. बबन प्रभू यांच्या अभिनयाच्या इतके जवळ त्यावेळी कोणीच गेले नव्हते. यावेळी माझ्या डोक्यात 'धुमधडाका' या चित्रपटाचा विषय सुरू होता. मी त्याच क्षणी एक रुपया देऊन लक्ष्याला या चित्रपटासाठी साइन करून घेतले."

'धूमधडाका'मधून त्यांनी लक्ष्मीकांत बेर्डे यांना पडद्यावर आणले आणि लक्ष्मीकांत बेर्डे मराठी प्रेक्षकांच्या गळ्यातला ताईत बनले. चित्रपट पूर्ण झाल्यानंतर त्याची दुसरी प्रत काढण्यासाठीही कोठारेंकडे पैसे नव्हते; पण 'अॅडलॅब्ज' या स्टुडिओचे मालक मनमोहन शेट्टी

यांनी त्यांना आगाऊ पैसे न घेता प्रिंट उपलब्ध करून दिली. पुण्यात 'विजय टॉकिज'मध्ये हा चित्रपट प्रदर्शित झाला आणि तुफान गाजला. त्यानंतरच्या त्यांच्या अनेक चित्रपटांमध्ये लक्ष्मीकांत बेर्डे यांनी काम केले. त्यानंतर महेश कोठारेंनी 'दे दणादण', 'थरथराट', 'धडाकेबाज', 'झपाटलेला', 'चिमणी पाखरं' अशा लोकप्रिय चित्रपटांचा धडाकाच लावला. 'झपाटलेला' हा हिंदी आणि गुजराथी भाषेत डब झालेला पहिला मराठी चित्रपट. अनेक चित्रपटांतील त्यांचा 'सीआयडी'चा अभिनय प्रेक्षकांना खूप आवडला.

'मासूम', 'लो मैं आ गया', 'खिलौना बना खलनायक' हे त्यांनी दिग्दर्शित केलेले हिंदी चित्रपटही प्रशंसनीय ठरले. प्रत्येक चित्रपटात वेगळे प्रयोग करणे आणि नवनवीन तंत्रज्ञान आणणे, हेसुद्धा कोठारेंचे वैशिष्ट्य होते. त्यांनी 'धडाकेबाज'मधून फँटसी मराठीत आणली, तसेच पहिला सिनेमास्कोप आणि फोर ट्रॅक साऊंडचा प्रयोग त्यांनीच केला आहे. त्यात त्यांनी बोलक्या बाहुल्यांच्या कलेला पडद्यावर स्थान मिळवून दिले. 'चिमणी पाखरं'मधून डॉल्बी डिजिटल साऊंडचा प्रयोगही त्यांनी यशस्वीपणे केला, तर 'पछाडलेला'मध्ये कॉम्प्युटर ग्राफिक्स वापरून प्रेक्षकांचा थरकाप उडवला. त्यांच्याच गाजलेल्या 'झपाटलेला'मधील 'तात्या विंचू' या खलनायकावर बेतलेल्या 'झपाटलेला २' या मराठीतील पहिल्या ३ डी चित्रपटाची निर्मिती त्यांनी केली. हा चित्रपट विलक्षण लोकप्रिय ठरला.

महेश कोठारे यांनी दूरचित्रवाणी माध्यमातही दमदार पाऊल टाकले. 'स्टार प्रवाह' या मराठी दूरचित्रवाणी वाहिनीवरील त्यांची 'मन उधाण वाऱ्याचे' ही मालिका लोकप्रिय ठरली. टीव्ही मालिका निर्मितीमध्येही त्यांनी चांगले यश मिळवले. 'जय मल्हार', 'विठू माऊली' या कोठारे निर्मित असलेल्या मालिका अत्यंत लोकप्रिय ठरल्या. 'जय मल्हार' ही मालिका करणं खरं तर खूप मोठं आव्हान होतं. प्रेक्षकांकडून खूप चांगला प्रतिसाद मिळत गेला आणि मालिका खुलत गेली. मालिकेच्या सर्वंच गोष्टी खूप वेगळ्या पद्धतीनं त्यांनी केल्या होत्या. दीपक राजाध्यक्ष यांनी प्रसिद्धी आणि मार्केटिंगसाठी खूप शक्ती लावली. कोल्हापूर, सातारा अशा महाराष्ट्रातल्या विविध ठिकाणी फिरले. रोड शो केले. असे खूप वेगळे प्रयत्न केले आणि त्यानंतर खरोखरच 'जय मल्हार' हा इतिहास झाला. यातील प्रत्येक पात्राचा योग्य अभ्यास, त्या पात्राचे कपडे कसे असतील, यासारख्या खूप बारीकसारीक गोष्टींवर काम केलं. जेजुरी उभी केली. मालिका हिट होण्यासाठी खूप मेहनत घ्यावी लागते. गेली पस्तीस वर्षं निर्माता म्हणून ते उभे आहेत. ही सगळी वर्षं एका बाजूला आणि 'जय मल्हार'ची तीन वर्षं एका बाजूला असं ते म्हणतात. या मालिकेनं त्यांना खूप दिलं. नवीन गोष्टी शिकता आल्या. नव्यानं घडता आलं. पहिलं एक वर्षभर त्यांनी तोटा सहन केला. नंतर मात्र यशाची फळं त्यांना चाखायला मिळाली.

खरं सांगायचं तर या मालिकेला एक वेगळाच बाज होता. महाराष्ट्रात अनेक प्रेक्षकांकडून ही मालिका सुरू असताना टीव्हीपुढं फुलं वाहिली जायची. टीव्ही बघायला लोकं चपला काढून बसायचे. गाणं लागल्यावर लहान मुलं नाचायची. एखाद्या मालिकेच्या शीर्षकगीताचा रिंगटोनही होऊ शकतो, असं पहिल्यांदाच घडलं. ते म्हणतात, 'आजही माझा रिंगटोन जय मल्हारचाच आहे आणि मी यापुढे काहीही झालं तरी माझ्या फोनचा रिंगटोन हाच राहील.'

खंडोबाच्या रूपातले गणपतीही बाजारात आले ते या मालिकेमुळेच. आता ही मालिका संपलीय तरीसुद्धा ही मालिका लोकांच्या मनात आजही जिवंत आहे. असे मंतरलेले क्षण निर्माता म्हणून त्यांच्या वाट्याला आले हेच त्यांचं भाग्य. आजही 'सुख म्हणजे नक्की काय असतं' ही त्यांची मालिका रसिकांची आवडती आहे.

महेश कोठारे यांचे बालकलाकार म्हणून अभिनित चित्रपट 'छोटा जवान', 'मेरे लाल', 'राजा और रंक', 'घर घर की कहानी', 'सफर', 'संत ज्ञानेश्वर'. त्यांनी अभिनीत केलेले चित्रपट म्हणजे 'आयडियाची कल्पना', 'खतरनाक', 'खबरदार', 'गुपचुप गुपचुप', 'जबरदस्त', 'जिवलगा', 'झपाटलेला', 'झपाटलेला २', 'थरथराट', 'थोरली जाऊ', 'दे दणादण', 'धडाकेबाज', 'धांगडधिंगा', 'धूमधडाका', 'पछाडलेला', 'फुल ३ धमाल'. यापैकी त्यांनी खलनायक म्हणून 'लेक चालली सासरला' व 'घरचा भेदी' हे चित्रपट केले. तसेच 'खतरनाक', 'खबरदार', 'चिमणी पाखरं', 'जबरदस्त', 'जिवलगा', 'झपाटलेला', 'झपाटलेला २', 'थरथराट', 'दुभंग', 'दे दणादण', 'धडाकेबाज', 'धांगडधिंगा', 'धुमधडाका', 'पछाडलेला', 'गुपचूप गुपचूप', 'माझा छकुला', 'वेड लावी जिवा', 'थोरली जाऊ', 'शुभ मंगल सावधान', 'फुल ३ धमाल', 'आयडियाची कल्पना' हे त्यांनी दिग्दर्शित केलेले चित्रपट. त्यांनी हिंदी चित्रपटही दिग्दर्शित केले 'मासूम', 'लो मैं आ गया', 'खिलौना बना खलनायक'.

दूरचित्रवाणीत निर्मिते व दिग्दर्शक म्हणून 'मस्त मस्त है जिंदगी', 'मन उधाण वाऱ्याचे', 'पाहिले न मी तुला', 'दख्खनचा राजा जोतिबा', 'जय मल्हार' अशा मालिका केल्या.

महेश कोठारे यांनी मराठी चित्रपट सृष्टीतील एक काळ गाजवला. त्यांनी एक अभिनेता, दिग्दर्शक म्हणून आपलं एक वेगळं स्थान निर्माण केलं आहे. त्यांच्या पावलावर पाऊल ठेवत त्यांचा मुलगा आदिनाथ कोठारे यानेदेखील मराठी सिनेसृष्टीत आपलं नाव कमावलं आहे. आदिनाथ कोठारे '८३' या बॉलीवूड चित्रपटातूनही झळकला. या चित्रपटात रणवीर सिंग महत्त्वपूर्ण भूमिकेत असून हा चित्रपट १९८३ सालच्या क्रिकेट विश्वचषकावर आधारित होता. आदिनाथ कोठारे यांची पत्नी उर्मिला कोठारे ह्यादेखील मराठी सिनेजगतातील एक सुप्रसिद्ध अभिनेत्री आहेत. या दोघांनी अनेक मराठी चित्रपट व मालिका केल्या आहेत. त्यांना एक कन्यारत्नही आहे.

महेश दिग्दर्शक म्हणून कसे आहेत, याविषयी अशोफ सराफ सांगतात, 'सिनेमा म्हणजे नेमकं काय? याची उत्तम जाण असलेला हा दिग्दर्शक आहे. मला याच्यातील नटापेक्षा त्याच्यातला दिग्दर्शक अधिक भावतो. याने बालकलाकर म्हणून सिनेविश्वात सुरुवात केली. पण तो तेवढ्यावरच थांबला नाही. जिद्द आणि महत्त्वाकांक्षा आणि कलेवरचं प्रेम त्याच्या प्रत्येक कलाकृतीत वेळोवेळी दिसत गेलं. त्याला चित्रपट नेमका कसा सादर करायचा, हे अचूक माहिति आहे. प्रेक्षकांना काय हवंय? त्यांना काय बघायला आवडतं? याचा तो बरोबर वेध घेत असतो. त्याची स्वतःची अशी खासियत आहे. महेश कौटुंबिक-थ्रिलर सिनेमे बनवतो. त्याचे सगळेच चित्रपट चांगले आणि सर्व जनरेशनसाठी असतात म्हणूनच त्याचा कोणताही चित्रपट कालबाह्य झालेला नाही.'

महेश कोठारे आजवर अनेक पुरस्कारांनी सन्मानित झाले आहेत. त्यांना २००९ साली महाराष्ट्र शासनाचा 'आउटस्टँडिंग कॉन्ट्रिब्यूशन टु मराठी सिनेमा' पुरस्कार मिळाला. 'धूमधडाका' चित्रपटासाठी १९८६ साली सर्वश्रेष्ठ दिग्दर्शक व सर्वश्रेष्ठ फिल्मसाठी 'फिल्मफेयर' पुरस्कार मिळाला. 'माझा छकुला'साठी सर्वश्रेष्ठ दिग्दर्शक व चित्रपटाला महाराष्ट्र राज्यशासनाचा १९९४ चा पुरस्कार मिळाला. तसेच याच चित्रपटासाठी स्क्रीन अवार्डसुद्धा मिळाले. सर्वश्रेष्ठ दिग्दर्शक म्हणून 'खतरनाक'साठी मराठी स्क्रीन अवार्ड मिळाले. 'खबरदार' चित्रपटाला दिग्दर्शन व पटकथा यासाठी महाराष्ट्र राज्याचा पुरस्कार मिळाला.

महेश कोठारे सर हे यशोशिखरे पादाक्रांत करणारे नव्या पिढीचे आयकॉन म्हणूनच १ मार्च २०२१ रोजी कोल्हापुरात **'नटश्रेष्ठ जयशंकर दानवे कलायात्री पुरस्कार'** महेशजींना प्रदान करण्यात आला. पुरस्कार स्वीकारल्यानंतर सत्काराला उत्तर देताना कोठारे म्हणाले, "नटश्रेष्ठ जयशंकर दानवे यांचं बोट धरून ऐन तारुण्यात मी चित्रपटाच्या अनिश्चित क्षेत्रात उतरलो. कोल्हापूरच्या 'जयप्रभा स्टुडिओ'त नायक म्हणून 'प्रीत तुझी माझी' या माझ्या पहिल्या चित्रपटाने माझी कारकिर्द सुरू झाली आणि जयशंकर दानवे यांचा खलनायक म्हणून शेवटचा चित्रपटही हाच होता. दानवेंच्या अभिनयाचे अनेक पैलू या चित्रपटाच्या निमित्ताने मला पहायला मिळाले. चित्रपटाची कथा कशी ऐकावी, त्यातील बारकावे कसे पहावेत या सर्व गोष्टी मी जयशंकरजींकडून शिकलो. त्यामुळेच मी एक चांगला दिग्दर्शक घडलो. त्याचबरोबर मला भालजी पेंढारकर आणि प्रभाकर पेंढारकर असे दिग्गज दिग्दर्शकही भेटले. त्यांच्याकडून मी एडिटिंग, दिग्दर्शन व अनेक गोष्टी शिकलो. कोल्हापूरच्या लोकांचं अलौकिक प्रेम मिळालं म्हणूनच कोल्हापूर माझी कर्मभूमी ठरली अन् मी 'दख्खनचा राजा जोतिबा' या मालिकेचं शूटिंग कोल्हापुरात केलं. अभिनेता, खलनायक आणि शेवटी दिग्दर्शक, निर्माता अशा सर्वच टप्प्यावर कोल्हापूरच्या आशीर्वादाने मी यशस्वी झालो. या कोल्हापूरने मला भरभरून प्रेम दिले."

पुरस्कार वितरणानंतर कमला कॉलेजच्या मराठी विभागाचे प्रमुख प्रा. डॉ. सुजय पाटील सर यांनी त्यांची मुलाखत घेतली. या कार्यक्रमात माझे बंधू राजदर्शन जयशंकर दानवे यांनी महेशजींच्याच सिनेमांच्या शीर्षकांची नावे घेत आभार मानले,

महेश सर, आपण बालवयात **'छोटा जवान'** असताना **'सफर'** करत करत सगळ्यांना **'घर घर की कहानी'** सांगत होता म्हणूनच तुम्ही सगळ्यांचे **'मेरे लाल'** झालात. नंतर तरुण वयात तुम्ही **'प्रीत तुझी माझी'** म्हणत तिला **'गुपचूप गुपचूप' 'वेड लावी जिवा'** म्हणत **'चांदणे शिंपित जा'** असा सल्ला देऊन **'धुमधडाका'** केलात. तुम्हाला त्यामुळे **'मन उधाण वाऱ्याचे'** वाटू लागले. तुमच्या या **'धडाकेबाज'** सल्ल्याने घरात **'थरथराट'** झाला. तुमची **'थोरली जाऊ'**, **'घरचा भेदी'** बनली. त्यामुळे तुम्ही **'झपाटलेला'** झालात. तुम्हाला वाटलं आता घर **'दुभंग'** होईल. घरात **'धांगडधिंगा'** होणार म्हणून तुम्हाला **'आयडियाची कल्पना'** सुचली. तुम्ही पटकन **'शुभमंगल सावधान'** करून **'दे दणादण'** उडवून दिलीत. मग तुम्हाला **'माझा छकुला'** झाला. तो फारच **'मासूम'** होता. आपण त्याला **'जय मल्हार'**, **'गणपती बाप्पा मोरया'**,

'विठू माऊली', 'दख्खनचा राजा ज्योतिबा' यांचा इतिहास सांगून मोठे केलेत.

महेश कोठारे यांचे मराठी चित्रपटसृष्टीला लाभलेले योगदान महत्त्वपूर्ण ठरते. बालकलाकार म्हणून चित्रपटसृष्टीत प्रवेश केलेल्या व्यक्तीने पुढच्या आयुष्यात निर्माता आणि दिग्दर्शक म्हणून यशस्वी कारकिर्द घडविल्याचा अनुभव विरळाच आहे; पण त्यांनी मात्र आपल्या कर्तृत्वाच्या जोरावर ही कामगिरी करून दाखविली. त्यांचे चित्रपट आणि दूरदर्शन क्षेत्र असंच तेवत राहू दे, अशी सर्व रसिकांतर्फे त्यांना शुभेच्छा!

'बाप' अभिनेता

सचिन खेडेकर

'गर्व आहे मी मराठी असल्याचा' हे वाक्य नुसतं कानावर पडलं तरी आठवण येते सचिन खेडेकर या रंगकर्मीची. सचिनजींना पाहिलं की जागी होते मराठी माणसाची अस्मिता. सचिन खेडेकर मराठी आणि हिंदी सिनेमातलं मोठं नांव. ते मनोरंजसृष्टीतील एक अष्टपैलू अभिनेते म्हणून ओळखले जातात. त्यांनी मराठीसोबतच हिंदी, तमिळ, तेलुगु, मल्याळम या चित्रपटांमध्येही आपल्या दमदार अभिनयाची छाप सोडली आहे. अनेक मराठी, हिंदी चित्रपटांनी आणि मालिकांनी सचिन खेडेकरांच्या व्यक्तिमत्त्वाला एक वेगळी ओळख दिली. नट हे चित्रपटाचा आशय प्रेक्षकांपर्यंत पोहोचवणारे माध्यम असते. नटाला दिग्दर्शकाच्या मनातील कल्पनांना पडद्यावर अभिनित करायचे असते. अशा नटाबद्दलच्या संकल्पना सुस्पष्ट असणारे सचिन खेडेकर हे एक जाणते कलाकार तर आहेतच त्याचबरोबर सर्वच माध्यमांना सहजपणे आत्मसात करणारे 'माध्यममित्र'ही आहेत.

मुंबईतल्या विलेपार्ले येथे सचिन श्रीकांत खेडेकर यांचा जन्म १४ मे १९६५ रोजी झाला. या जन्मभूमीनेच त्यांना अभिनय क्षेत्राची वाट दाखवली. सांस्कृतिकदृष्ट्या सजग असलेल्या या परिसरात खेडेकर वाढले ते साहित्य, कला, नाटक, संगीत यांचे बाळकडू घेऊनच. विलेपार्लेमधील वेगवेगळ्या सेवाभावी संस्था, तसेच लोकमान्य सेवा संघाच्या वतीने होणाऱ्या नाट्यप्रयोगात खेडेकर प्रत्यक्ष सहभागी होऊ लागले. त्यांचे शालेय शिक्षण पार्ले टिळक विद्यालय येथे झाले. त्यांनी 'थदुमल शहानी कॉलेज ऑफ इंजिनिअरिंग' येथून पर्यावरण अभियांत्रिकीची पदविका संपादन केली. खेडेकरांना नाट्य अथवा चित्रपटसृष्टीत येण्यासाठी कोणतीच कौटुंबिक पार्श्वभूमी नव्हती. सचिनजी पाच वर्षांचे असताना त्यांच्या वडिलांचे निधन झाले. सचिन व त्यांचा लहान भाऊ अशा दोन मुलांचा सांभाळ करण्याची जबाबदारी त्यांच्या आई मंदा खेडेकर यांच्यावर येऊन पडली. त्यांच्या आई 'इंडियन एअरलाइन्स'मध्ये नोकरी करत होत्या.

अभिनयसारख्या बेभरवशाच्या क्षेत्रात खेडेकर त्यांच्या आईने दिलेल्या पाठिंब्यामुळेच उभे राहू शकले. एका विद्यार्थी शिबिरात ५ नोव्हेंबर या 'रंगभूमी दिना'च्या निमित्ताने खेडेकरांनी 'एकच प्याला' या नाटकातील 'रामलाल' या पात्राची भूमिका साकारली. हा त्यांचा पहिला नाट्यप्रवेश होता आणि या भूमिकेपासून त्यांचा अभिनय क्षेत्रातील प्रवास सुरू झाला. या प्रवासात त्यांचे गुरू विनय आपटे यांनी खेडेकरांना वेळोवेळी साथ दिली. महाविद्यालयीन काळात त्यांचा अभिनय क्षेत्रातील प्रवास जोमाने सुरू झाला. विनय आपटे, सई परांजपे, वामन केंद्रे, महेश मांजरेकर अशा गुरुस्थानी असलेल्या दिग्गजांचा त्यांना सहवास लाभला व त्यांच्याबरोबर काम करण्याची संधीही मिळाली.

'अफलातून' या विनय आपटे व विक्रम भागवत दिग्दर्शित नाटकातून त्यांनी मराठी रंगभूमीवर आपला पहिला ठसा उमटवला. त्यानंतर 'दुसरा सामना', 'मी राष्ट्रपती', 'वाडा चिरेबंदी', 'आपसातल्या गोष्टी', 'तुझ्या-माझ्यात', 'मौन रंग' अशा मराठी नाटकांतून त्यांनी भूमिका साकारल्या. मराठी रंगभूमीबरोबरच त्यांनी हिंदी व गुजराती रंगभूमीवरही तितक्याच सहजपणे काम केले. १९९५ मधील निखिलेश शर्मा दिग्दर्शित 'श्याम रंग' व १९९७ मधील चंद्रकांत कुलकर्णी दिग्दर्शित 'डॉक्टर आप भी' ही त्यांची नाटके विशेष गाजली.

सचिनजींनी सर्वप्रथम जनसामान्यांच्या मनात प्रवेश मिळविला तो १९८९ साली दूरदर्शनवर आलेल्या विनय आपटे दिग्दर्शित 'चाळ नावाची वाचाळ वस्ती' या मालिकाद्वारे. मराठी मालिकांप्रमाणेच 'इम्तेहान', 'सैलाब' या त्यांच्या हिंदी मालिकाही विशेष लोकप्रिय ठरल्या. 'इम्तेहान' या हिंदी मालिकेचे दिग्दर्शक रवी राय हे खेडेकरांचे दूरदर्शन मालिका क्षेत्रातील गुरू ठरले. रंगभूमी, दूरचित्रवाणीचा छोटा पडदा व चित्रपटांच्या मोठ्या पडद्यावरही ते सारख्याच मोकळेपणाने व सहजतेने वावरले. विशेषत : दूरचित्रवाणीवरील त्यांचा अभिनय त्यांच्या उत्तम माध्यमसाक्षरतेची साक्ष देतो. म्हणूनच वेगवेगळ्या हिंदी व मराठी मालिकांद्वारे खेडेकरांचे मराठी प्रेक्षकांच्या मनातील स्थान अधिक पक्के झाले.

'विधिलिखित' या चित्रपटाद्वारे सचिनजींचे मराठी चित्रपटसृष्टीत पदार्पण झाले. महेश मांजरेकर दिग्दर्शित 'अस्तित्व', 'चिमणी पाखरं', 'मी शिवाजीराजे भोसले बोलतोय', 'शिक्षणाच्या आयचा घो', 'लालबाग परळ', 'ताऱ्यांचे बेट', 'काकस्पर्श' हे त्यांचे विशेष गाजलेले चित्रपट. यापैकी 'मी शिवाजीराजे भोसले बोलतोय' यातील 'दिनकरराव' या सामान्य मराठी माणसाच्या भूमिकेला प्रेक्षकांनी भरभरून दाद दिली. त्यांच्या या भूमिकेला सर्वोत्कृष्ट अभिनयाच्या जवळजवळ सर्वच महत्त्वाच्या पुरस्कारांनी गौरवण्यात आले. या भूमिकेकरिता त्यांना २०१० मध्ये 'मिफ्ता' पुरस्कार मिळाला. 'दिनकर भोसले' ही व्यक्तिरेखा अतिशय सर्वसामान्य माणसाची आहे. हा मुंबईत राहणारा, बँकेत नोकरी करणारा, बायको-मुलगा-मुलगी अशा चौकोनी कुटुंबातला मराठी माणूस आहे. त्या मराठी माणसाला अपमान सहन करावे लागतात. त्याची अवहेलना होते आणि मग शिवराय भेटल्यानंतर त्याचा जो मराठीबाणा जागृत होतो, तेव्हा त्या दिनकर भोसलेमध्ये घडणारा आमूलाग्र बदल या भूमिकेच्या निमित्तानं त्यांनी मांडला होता. तो आपल्या माणसांना बदलवण्याला, त्यांचा स्वाभिमान, त्यांची अस्मिता

जागवण्याचा प्रयत्न करतो, हा विचार समाजाला खूप काही देणारा होता. प्रेक्षकांच्या मनात असलेली दिनकर भोसलेची प्रतिमा ही प्रेक्षकांची स्वत:ची असल्याने मराठी माणूस कोणाचे ऐकणार नाही तो फक्त महाराजांचे ऐकणार म्हणून हा सिनेमा लोकांच्या लक्षात राहिला. या चित्रपटाच्या शेवटी सर्वसामान्य दिनकर भोसलेंनी जनसमुदायासमोर केलेले वक्तव्य प्रेक्षकांच्या काळजाला भिडले आणि मनाला पटलेही. 'खेडेकर साहेब एक नंबर हं!' अशा प्रतिक्रिया या सिनेमावर मिळत होत्या.

महेश मांजरेकर आणि सचिनजी यांनी एकाचवेळी करिअर सुरू केले. त्यांना एकमेकांच्या कामाबद्दल आदर आहे. महेशजींनी एक कलाकार म्हणून त्यांना वेगळ्या उंचीवर नेले, हे मान्यच केले पाहिजे. त्यांच्या 'अस्तित्व' आणि 'मी शिवाजीराजे भोसले बोलतोय' या सिनेमाने त्यांना वेगळी ओळख दिली. तसेच महेशजींच्या 'काकस्पर्श'मधील 'हरिभाऊ' ही त्यांची भूमिका विशेष लक्षात राहण्याजोगी आहे. परंपरा, प्रेम आणि सुधारक या तीन पातळ्यांवरून जाणारी ही भूमिका त्यांनी सक्षमपणे साकारली.

'मुरांबा', 'शटर', 'कच्चा लिंबू', 'लालबाग परळ', 'बापजन्म', 'कोकणस्थ', 'पितृऋण', 'चिमणी पाखरं', 'आजचा दिवस माझा', 'घराबाहेर', 'शिक्षणाच्या आयचा घो', 'तान्यांचे बेट', 'कशाला उद्याची बात' असे त्यांचे अनेक मराठी चित्रपट गाजले. मराठी चित्रपट सृष्टीतील त्यांच्या भूमीका पाहून हिंदी चित्रपटसृष्टीलाही त्यांची दखल घेणे भाग पाडले. त्यांना 'जिद्दी' हा पहिला हिंदी चित्रपट मिळाला तोही सनी देओल या बड्या कलाकारासोबत. १९९७ मधील हसन मेहता यांनी दिग्दर्शित केलेला 'जयते', मांजरेकर दिग्दर्शित 'पिताह', संजय झा दिग्दर्शित 'प्राण जाए पर शान ना जाए' या चित्रपटातील त्यांच्या भूमिका संस्मरणीय ठरल्या. 'गुरू', 'कालचक्र', 'यू मी और हम', 'मुझसे दोस्ती करोगे', 'बादशहा', 'सिंघम' अशा हिंदी चित्रपटांतील त्यांच्या भूमिका विशेष उल्लेखनीय ठरल्या. मणीरत्नमच्या 'रावण' या हिंदी चित्रपटात, तसंच हेमामालिनी यांनी शीर्षक भूमिका साकारलेली 'एक रानी ऐसी भी' या विजयाराजे सिंदिया यांच्या जीवनावर आधारित चित्रपटात सचिनजींनी 'बाळ आंग्रे' ही व्यक्तिरेखा साकारली. ही व्यक्तिरेखा साकारण्यासाठी सचीनजींनी सखोल अभ्यास केला होता.

'बादशाह, पिताह, अर्जुन पंडित, बिच्छू, जंग, नेताजी सुभाषचंद्र बोस, हलाल, २३ मार्च १९३१ शहीद, दाग-दि फायर, हथियार, दिल है तुम्हारा, हम प्यार तुम्हीसे कर बैठे, अंतिम, एक -दि पॉवर ऑफ वन सिंघम, तेरे नाम, डवा २, रुस्तम, पल पल दिल के पास, बबल गम, दशावतार, विरुद्ध, सत्य बोल, रक्त, सिसकीयां, समर २००७, फोटोग्राफ, मुंबईकर, छोडो कल की बाते, पोष्टर बॉईज, गोलमाल अगेन, ट्रेफिक, अनुराधा, एक दिवाना था, दि पॉवर, अझान, यू मी और हम, आप का सुरूर, कुडीयोंका है जमाना, कुछ मीठा हो जाए, तुम मिले, शैडो, रंग रसियां, लव्हशुद्ध, राधेश्याम' अशा अनेक चित्रपटांतून त्यांनी महत्त्वपूर्ण भूमिका साकारल्या.

सचिनजींचा अभिनय केवळ मराठी व हिंदी पुरताच मर्यादित नसून तामिळ, इंग्रजी, मल्याळम, गुजराती, तेलगू अशा विविध भाषांतील चित्रपटांत पाहायला मिळतो. तेलगु चित्रपट : लक्ष्य,

राध्येशाम, खिलाडी, सुपर खिलाडी ४, गौतम नंदा, लव्हर, नेणु लोकल, जनता गॅरेज, यात्रा. तामिळ : 'दैवा थिरू मंगल', मट्टारन, अला व्यंकटपूरम, यावरूम नलम, इंद्रजीथ, मल्याळम : 'पोलीस', लुसिफर', गुजराती : 'पैसा मारो परमेश्वर' गोलकेरी, व इंग्रजीमधील 'ए पॉकेटफुल ऑफ ड्रीम'.

हिंदी सिनेमा, हिंदी मालिका, अनेक चांगल्या विषयाचे मराठी सिनेमा केल्यानंतर त्यांना 'बाप' भूमिका मिळाल्या. मराठी रंगभूमीच्या तालमीतून तयार झालेल्या अभिनेत्यांनी मराठी चित्रपटसृष्टीला प्रगल्भतेच्या वळणावर आणून सोडले. मध्यमवयीन, घरंदाज पुरुषाला शोभेल असा चेहरा, विरळ होत जाणारे केस, कपाळावरचा लक्षात येण्याजोगा तीळ आणि चेहऱ्यावरचे प्रसन्न हास्य, या रुपात 'सचिन खेडेकर' यांनी साकारलेल्या मराठी चित्रपटातल्या मध्यमवयीन पुरुषांच्या सर्वच भूमिका यशस्वी ठरल्या. 'मुरांबा, कच्चा लिंबू, बापजन्म' या सिनेमातून ते आपल्यासमोर 'बाप' भूमिकेद्वारे आले.

एकीकडे मिळालेल्या सर्व सुखसोयी तर दुसरीकडे आलेला एकटेपणा असं चित्र अनेकवेळा दिसतं. 'बापजन्म' अशा हटके नावासाठी नटही तसाच बाप पाहिजे त्यामुळेच सचिन खेडेकर यांची या भूमिकेत एन्ट्री झाली. यात वडील-मुलाची गोष्ट असून तीच इंटरेस्टिंग होती. पडद्यावरचे त्यांचे सगळे बाप यशस्वी झालेत. इतकी वर्षे काम केल्यानंतर तेच तेच करायचा कंटाळा येऊ शकतो म्हणूनच काम करताना तोचतोचपणा तर येत नाही ना? याची त्यांना सतत भीती वाटत असते. त्यामुळे नवेपणा आणण्याचं काम हे नवे दिग्दर्शक सतत करत असतात असे त्यांचे मत आहे. ते त्यांच्या मुलांशी खूप रिलेट करतात. आपलं आयुष्य वेगळं आणि सिनेमातलं आयुष्य वेगळं, असं त्यांना करताच येत नाही.

'बापजन्म' हा सिनेमा ज्यांनी पाहिला त्यांना हा सिनेमा आरसा वाटतो. या चित्रपटात त्यांच्या व्यक्तिरेखेचं नाव 'पंडित' आहे. हे नाव इंट्रेस्टिंग वाटतं. बहुधा काहीतरी पांडित्य त्यांच्यात असावं म्हणून अशी नावं असलेली पात्रं त्यांच्याकडे चालून येतात. या सर्व चित्रपटांमधून वयापेक्षा मोठ्या भूमिका करायचा त्यांचा कल दिसून येतो. एकेकाळी अभिनेता संजीवकुमार असे प्रयोग करायचा. त्यामुळे ते स्वत:ला याबाबत संजीवकुमारच मानतात. सुधा मूर्तींच्या 'ऋण'पुस्तकावर आधारित 'पितृऋण' नावाच्या सिनेमात त्यांनी पहिला डबल रोल साकारला. मराठीत फारच कमी अभिनेते आहेत जे पांढरपेशी पात्रांसाठी बनले आहेत. सचिन खेडेकर हे यातीलच एक. मिळालेल्या सभ्य पांढरपेशी भूमिका ते अतिशय उत्कृष्टपणे करतात. सुभाषचंद्र बोस यांची भूमिका त्यांनी केली. ती फार महत्त्वाची आणि एक वेगळे स्थित्यंतर असलेली होती. सचिनजींच्या आयुष्यातील टर्निंग पॉइंट म्हणता येणारा चित्रपट म्हणजे 'नेताजी'.

आयुष्यात सगळ्या प्रकारच्या भूमिका करून पाहिल्यानंतर आपल्याला सर्व काही येतंय, असं एखाद्या कलावंताला वाटू लागतं आणि त्याच वेळी आपल्याला अजून खूप काही शिकायचंय, असं वाटायला लावणारा एखादा अनुभव यावा लागतो. असंच काहीसं 'नेताजी'च्या निमित्तानं त्यांनी अनुभवलं. दिग्दर्शक श्याम बेनेगल हे त्यांचं गुरूस्थान आहे. या चित्रपटाच्या निमित्तानं सगळं काही नव्यानं शिकायचं आहे, वेगळा अभ्यास करायचा आहे

त्यांना समजलं. आयुष्यात योग्य वेळी ती भूमिका त्यांच्या नशिबात आल्यानं त्यांना ही भूमिका खूप काही देणारी ठरली. जवळ जवळ अडीच वर्षं ते फक्त नेताजीच्या संहितेवर काम करीत होते. एखाद्या राष्ट्रनेत्याची भूमिका करणं हे खूप आव्हानात्मक असतं. कारण ती वास्तववादी भूमिका असते. त्या राष्ट्रनेत्याला अनेकांनी प्रत्यक्ष पाहिलेलं असतं. त्याविषयी ऐतिहासिक पुस्तकांतून अनेक वर्णनं, अनेक प्रसंग शब्दबद्ध केलेले असतात. त्यामुळे त्या व्यक्तिरेखेचा नेमका अभ्यास होणं गरजेचं असतं. त्यामुळे त्यांनी ही भूमिका साकारली आणि लोक त्यांना तुम्ही या भूमिकेत सचिन खेडेकर दिसत नाही तर नेताजी दिसता असं जेव्हा म्हणाले तेव्हा खरोखरच ते दिग्दर्शकाचं, त्या भूमिकेचं यश आहे. कारण अशा व्यक्तिरेखातून एखादा अभिनेता आणि त्याचा अभिनय दाखवायचा नसून त्या ऐतिहासिक व्यक्तिरेखेचं जीवनचरित्र उलगडायचं असतं.

छोट्या पडद्यावर आपल्या भारतीय घटनेवर आधारित 'संविधान' नावाच्या मालिकेत डॉ. बाबासाहेब आंबडेकरांच्या भूमिकेत ते दिसले. कलाकार कितीही मोठा असला तरी त्याला चाहत्यांच्या प्रेमाचीच भूक असते. सचिन खेडेकर प्रांजळपणे सांगतात, चाहत्यांच्या प्रेमावरच तो कलाकार यशस्वी वाटचाल करत असतो. सिनेमा क्षेत्राची ओढ आणि ग्लॅमर असले तरी त्यात टिकण्यासाठी खूप मेहनत करावी लागते आणि आव्हानांचा सामनाही करावा लागतो. त्यांच्या करिअरमध्ये महत्त्वाचे असे दोन तीन टप्पे आहेत.

चांगली माणसं भेटली. पहिले नाटक 'विधिलिखित', पहिली हिंदी मालिका 'इम्तेहान', मराठीतील पहिली मालिका 'चाळ नावाची वाचाळ वस्ती', पहिला हिंदी चित्रपट 'जिद्दी' अशा या पहिल्या पहिल्या गोष्टी ज्याचा त्यांना अभिमान आहे.

वेगवेगळ्या माध्यमांचा प्रेक्षक वेगवेगळा असल्याने सर्वच माध्यमातून त्यांनी कामे केली. आपण राजकारणातील माणसांकडे नकारात्मकदृष्टीने पाहतो; पण त्यातही चांगली माणसे आहेत. आपली दृष्टी सकारात्मक असली पाहिजे. चांगल्या माणसांच्या बाजूला आपण उभे राहिले पाहिजे, असंही सचिनजी म्हणतात. आज मोठ्या प्रमाणावर संधी मिळते, लोकप्रियता मिळते; पण कलाकार म्हणून पुढे कसं काम करत जायचं, हे तुम्हाला ठरवता आलं पाहिजे. प्रेक्षकांना आवडतंय तेच करत राहणं आणि तुम्हाला स्वत:ला भावलेलं काम करणं यात खूप फरक आहे. सुदैवानं त्यांचं तसं झालं नाही. त्यांना मनापासून अभिनयाची आवड आहे. नट म्हणून मात्र त्यांनी स्वत:ला काही मर्यादा घालून घेतल्या आहेत आणि त्या ते नेहमीच पाळतात.

सचिनजींना वाचनाची खूप आवड आहे. उत्तम नाटकं, सिनेमा पहायला त्यांना आवडतं. हल्ली गाजलेल्या नाटकांच्या सीडीज प्रकाशित होत आहेत. 'तुझ्या माझ्यात', 'बॅरीस्टर' या नाटकांच्या सीडीसाठी सचिनजींनी काम केले आहे. हिंदी चित्रपटसृष्टीत वावरताना तुमच्या वाट्याला स्ट्रगल आलं का? असं विचारल्यावर सचिनजी म्हणतात, 'हिंदी चित्रपटसृष्टीत पदार्पण करण्यासाठी स्ट्रगल करावं लागतंच आणि स्ट्रगल हे कधीच संपत नसतं. हिंदीत पदार्पण करण्यासाठी मी हिंदी टेलिव्हिजन मालिकांवर लक्ष केंद्रित केलं होतं. दिग्दर्शकानं दिलेल्या दिशेनंच मी माझं काम करतो. मुळात कुठल्याही भूमिकेत आपण सचिन खेडेकर

दिसता कामा नये याकडे माझं लक्ष असतं. टीव्ही, नाटक, सिनेमा अशा सगळ्या माध्यमांच्या अनुभवातून मला शिकायला मिळालं की, जे पटत नाही त्याला 'नाही' म्हटलं पाहिजे. या बाबतीत माझी मन:स्थिती कवी ग्रेसच्या 'आय एम फ्री बट नॉट अॅव्हेलेबल' या ओळींप्रमाणे आहे. त्यामुळेच माझ्यासमोर कितीही भूमिका आल्या तरी त्यातली पटेल, आवडेल तीच भूमिका निवडायची यासाठी मी प्रयत्न करतो.'

हिंदी सिनेसृष्टीतही त्यांनी विविध भूमिका केल्यात; पण त्या इंडस्ट्रीबद्दल सांगायचं म्हणजे 'लोकप्रिय मूर्खांचा बाजार' असं ते म्हणतात. मागे बर्फाचा डोंगर असतो, समोर अमेरिकन गाडी, त्यावर भलतेच रंगीबेरंगी कडपे घालून स्वीडिश नृत्य करणारी मंडळी असं सगळं असतं. गमतीची बाब म्हणजे ते प्रचंड लोकप्रिय होतं. याचं कारण आहे त्यांचं मार्केटिंग. त्यामुळेच ते कोणताही सिनेमा यशस्वी करू शकतात. पण मराठी सिनेमाचा हुकमाचा एक्का आहे त्यातला आशय व अभिनय. हिंदीप्रमाणे एखादा टुकार सिनेमाही मार्केटिंगच्या जोरावर मराठी सिनेसृष्टीत चालू शकत नाही. आपल्या प्रेक्षकांना ते पटणारच नाही.

मराठी-हिंदी सिनेमात काम करता करता ते कार्यक्रमाचं निवेदनही करतात. ती त्यांची आवड आहे. कविता आवडतात पण त्या गाता येत नाहीत याचं त्यांना त्याहूनही जास्त वाईट वाटतं. ती हौस या कार्यक्रमांतून ते भागवून घेतात. विंदा, कुसुमाग्रज, गुलजार अशा दिग्गजांच्या कवितांच्या कार्यक्रमाचं निवेदन करण्याची संधी त्यांना मिळाली. 'नक्षत्रांचे देणे'मधल्या सहा प्रयोगांचं सूत्रसंचालन त्यांनी केलं आहे. तो अनुभव खूप काही देणारा आणि समृद्ध करणारा होता असं ते म्हणतात. 'भैरव ते भैरवी' हा शास्त्रीय संगीतावर आधारित कार्यक्रम त्यांनी केला होता. त्यात हिंदी, मराठी आणि इंग्रजी अशा तिन्ही भाषांतून ते निवेदन करायचे. सध्याचे ते अतिशय व्यस्त, यशस्वी कलाकार असूनही वेळात वेळ काढून बाबा आमटे ह्यांनी लिहिलेले 'करूणोनिषिदे' लेख स्टेजवर वाचतात. उत्तम कविता वाचनाचे, अभिवाचनाचे, शुद्ध, विद्वतापूर्ण भाषा असलेल्या लेखांच्या अभिवाचनाचे कार्यक्रम ते करतात.

'कोण होणार करोडपती'चा त्यांचा अनुभव अप्रतिम होता. एखाद्या खेळाच्या माध्यमातून कुणाचं आयुष्य अवघ्या २० मिनिटांतही कसं बदलू शकतं, याचा प्रत्यय त्यांना या कार्यक्रमामुळे आला. शिवाय जगातल्या अनेक गोष्टी आपल्याला माहितीच नसतात हेही कळलं. सचिनजींना आपण 'कोण होणार करोडपती' म्हणून आपल्या हृदयाचे ठोके चुकवताना पाहिले आहे. या कार्यक्रमाच्या रूपाने मोठे शिवधनुष्य उचलण्याचा प्रयत्न त्यांनी केला आहे. अभिनेते अमिताभ बच्चन यांनी ही मालिका कशी सादर करावी याबाबत माहिती दिली असून त्यानुसार त्यांनी काम करण्याचा प्रयत्न केला. या मालिकेतून राज्यातील इतिहास, भूगोल, क्रीडा, नागरिकशास्त्र, साहित्य लोकांपर्यंत पोहोचवून लोकांना आपल्या संस्कृतीची ओळख झाली आहे. लॉकडाउनमुळे निर्माण झालेल्या वेदनादायी परिस्थितीत बुद्धिमत्ता असलेल्या सर्वसामान्यांना या कार्यक्रमातून आधार मिळाला.

चित्रपटांसाठी ओटीटी हे माध्यम नसून पर्याय आहे. पण मराठी चित्रपटांसाठी मात्र तो सशक्त पर्याय आहे. कारण अरुणा राजेंनी केलेला 'फायर ब्रॅण्ड' हा त्यांचा सिनेमा आज

नेटफ्लिक्सवर २५ ते ३० लाख लोकांनी पाहिला आहे. हाच चित्रपट चित्रपटगृहात प्रदर्शित झाला असता तर कदाचित इतका प्रतिसाद मिळाला नसता. सतत कॅमेरापुढे काम करणाऱ्या कलाकारांनी रंगभूमीही करायला हवी. कारण इथे आपल्याला स्वतःला तपासून पाहता येते कारण प्रत्येक क्षण वेगळा अनुभव देणारा असतो, हे त्यांचं मत.

त्यांना सिनेसृष्टीत असंख्य पुरस्कारांनी आजवर सन्मानित करण्यात आले आहे. टीव्ही शो 'सैलाब'साठी सर्वोत्कृष्ट अभिनेत्याच्या श्रेणीत स्क्रीन पुरस्कार मिळाला. 'बोस: द फरगॉटन हिरो' या चित्रपटातील नेताजी सुभाषचंद्र बोस यांच्या चित्रपटासाठी, ऐतिहासिक भूमिकेत 'सर्वोत्कृष्ट अभिनेता' म्हणून पुरस्कार मिळाला. 'मृगजळ' चित्रपटासाठी 'झी गौरव'ने त्यांना सर्वोत्कृष्ट अभिनेत्याचा पुरस्कार दिला. 'मी शिवाजीराजे भोसले बोलतोय' या चित्रपटासाठी झी गौरव सर्वोत्कृष्ट पुरस्कार तसेच 'घराबाहेर'साठी त्यांना राज्य पुरस्कार मिळाला. सर्वोत्कृष्ट अभिनेत्याच्या श्रेणीत सचिनजींनी फिल्मफेअर पुरस्कार जिंकले.

१ मार्च २०२२ रोजी सचिन खेडेकर या कलाकाराला कोल्हापुरात **नटश्रेष्ठ जयशंकर दानवे कलायात्री पुरस्कार** प्रदान करण्यात आला. जयशंकर दानवे या नटश्रेष्ठाची ही ११२वी जयंती होती, दानवे परिवाराकडून कोल्हापूरात संपन्न होणारा हा ३६ वा सोहळा होता आणि हा १२ वा कलायात्री पुरस्कार होता असा खूप छान योगायोग जुळून आला होता. त्यांचे सन्मानपत्र लिहिण्यासाठी जेव्हा मी सचिनजींचा अभ्यास सुरू केला तेव्हा त्यांची प्रचंड कारकिर्द पाहून मी अवाक झाले. हिंदी, मराठी, इंग्रजी, तमिळ, तेलगू, मल्याळम, गुजराथी मालिका म्हणू नका, चित्रपट म्हणू नका, नाटकं म्हणू नका. एक माणूस ३५ ते ४० वर्षांत एवढं प्रचंड काम कसं करू शकतो? एवढी प्रचंड कारकिर्द असणारं व्यक्तिमत्त्व आमच्या मंचावर पाहताना त्यांच्यामुळे आमचा हा मंच श्रीमंत झाला याचा मला मनापासून आनंद झाला आणि अशी व्यक्ती जेव्हा मी पुरस्कारासाठी विचारते तेव्हा म्हणते की, मला तुमच्या कार्यक्रमाला यायला आवडेल. तेव्हा माझी काय अवस्था असेल? ज्यावेळी फोन केला तेव्हा ते इतके आपलेपणाने बोलले की, या उंचीवर गेल्यावर आमच्यासारख्या सामान्य व्यक्तीसाठी कोणतीही अट न ठेवता एवढं आवर्जून बोलणं म्हणजे 'हॅट्स ऑफ' एवढंच म्हणेन.

'मी शिवाजीराजे भोसले बोलतोय' या चित्रपटाप्रमाणेच काही प्रसंग त्यांच्या जीवनात त्यांनी अनुभवले आहेत. पुरस्कार प्रदान कार्यक्रमानंतर कमला कॉलेजच्या मराठी विभागाचे प्रमुख प्रा. डॉ. सुजय पाटील सर यांनी मुलाखत घेतली. त्यावेळी सचिनजींनी आपल्या आयुष्यातील असेच काही अनुभव आणि सिनेमा, नाटक, मालिका, अभिनय, सध्याची समाजव्यवस्था अशा अनेकविध विषयांवर आपली थेट मतं मांडली. ही मुलाखत ऐकताना कोल्हापूरकरांना भेटला त्यांच्यातील एक सच्चा माणूस अन एक सच्चा कलाकार.

त्यानंतर माझे बंधू राजदर्शन यांनी सचिनजींचे आभार त्यांच्याच चित्रपटांच्या शीर्षकांच्या माध्यमातून मांडले.

सचिन सर, आपले **'विधिलिखित'** घडत असतानाच **'जिवा सखा'** चित्रपटापासून आपल्या करिअरला सुरुवात झाली. आपल्याला **श्री चैतन्य महाप्रभू** गाठ पडले. त्यांना तुम्ही

गुरू मानलंत. त्यामुळे तुम्हाला त्यांचं **अस्तित्व** जाणवलं. पुढे तुम्हाला **'लालबाग परळ'**मध्ये अनेक **नागरिक** भेटले, ती तुम्हाला **'आपली माणसं'** वाटली. ती काहीशी **जिद्दी, कोकणस्थ, बादशहा** वृत्तीची होती. पण तुम्ही त्यांना **प्रेम म्हणजे प्रेम म्हणजे प्रेम असतं** असं शिकवलंत. त्यांनी तुमच्यावर **'आभाळमाया'** एवढे प्रेम केलं. मग **आजचा दिवस माझा** असं ठरवून पुढे **'अग्निपथा'**वरून जाताना तुम्हाला **'सिंघम'**, **'रुस्तम'**, **'अर्जुन पंडित'** अशा व्यक्ती गाठ पडल्या. त्यांना तुम्ही **'तुम मिले, दिल है तुम्हारा'** म्हणत **'मुझसे दोस्ती करोगे'** असं विचारलंत. तुमची **'द पॉवर'** पाहून त्यांनी तुम्हाला **'फक्त लढ म्हणा'** असं सुचवलं. मग तुम्ही **'कशाला उद्याची बात'** म्हणत नुकतीच **'कोण होणार करोडपती'**कडे धाव घेतलीत. खरंच, आपण **'मुरांबा'**सारखे या चित्रपटसृष्टीत मुरलेले असून आपल्याला **'राधेशाम'**चा आशीर्वाद आहे.

रचनात्मक संघर्ष करणारे बाबा आमटे, हिंदीतून मोठेपणा मराठीत घेऊन येणारे महेश मांजरेकर, विश्वाच्या विशालतेला आणि जीवनाच्या क्षुद्रतेला दाखवून देणारे महेश एलकुंचवार, स्वतःच्याच भावनांशी खेळणारे कवी व अभिनेता किशोर कदम अशा अनेकांचा आपल्या जीवनातील प्रभाव आणि स्थान सांगत, इतरांच्या मोठेपणाला अधोरेखित करण्याची वृत्ती असणारे सचिन खेडेकर हे एक प्रसन्न आणि प्रगल्भ व्यक्तिमत्त्व. पुढेही त्यांच्या हातून अशाच कलाकृती रसिकांना पहायला मिळोत, अशा सर्व रसिकांतर्फे आम्ही शुभेच्छा देतो.

लेखिका परिचय

जयश्री दानवे

एम.ए. (हिंदी), संगीत विशारद
ज्येष्ठ लेखिका, सिने-नाट्य अभ्यासक, कोल्हापूर.
फोन नं. - ०२३१ २६४६६४८, ९८६०४४७५९७

● ताराराणी विद्यापीठ, कोल्हापूर येथे संगीत शिक्षिका म्हणून २३ वर्षे कार्य.
● अखिल भारतीय गांधर्व महाविद्यालय 'संगीत विशारद' परीक्षा (प्रथम श्रेणी).
● सन १९७३ पासून 'पार्श्वगायिका' म्हणून मराठी चित्रपट महामंडळ, कोल्हापूरचे सभासदत्व.

वैयक्तिक पुरस्कार

● जयवंत कुलकर्णी स्मृती पुरस्कार
● अण्णा भाऊ साठे कलाभूषण पुरस्कार
● संत रोहिदास रत्न पुरस्कार
● ताराराणी आदर्श शिक्षक पुरस्कार
● संकेत आदर्श कला शिक्षक पुरस्कार
● राजर्षि शाहू कलाभूषण पुरस्कार
● राज्यस्तरीय समाजरत्न पुरस्कार
● दत्ता डावजेकर फौंडेशन पुरस्कार
● दक्षिण महाराष्ट्र साहित्य सभा पुरस्कार
● संत गाडगे महाराज अध्यासन पुरस्कार
● राजर्षि शाहू ज्येष्ठ नागरिक संघातर्फे महिला सन्मान
● भगिनी मंचच्या वतीने ज्येष्ठ लेखिका म्हणून सत्कार.

साहित्य पुरस्कार

● 'कलायात्री' : चरित्रग्रंथ (१० पुरस्कार)
● अंकुर वाङ्मय पुरस्कार
● अनंत फंदी पुरस्कार
● चंद्रकुमार नलगे पुरस्कार
● ज्ञानमाऊली पुरस्कार
● शब्दांगण गौरव पुरस्कार
● कृष्णा साहित्य पुरस्कार
● करवीर साहित्य परिषद पुरस्कार
● कोल्हापूर प्रेस क्लब पुरस्कार

- ललीत साहित्य पुरस्कार
- साने गुरुजी साहित्य पुरस्कार
- 'हिरवी चादर रुपेरी पडदा' : आत्मचरित्र : प्रकाशनविश्व पुरस्कार, पुणे
- ज्ञानमाऊली साहित्य पुरस्कार, कोल्हापूर
- 'स्पंदन' : बालरंजन साहित्य मंच-कोल्हापूर, करवीर साहित्य परिषद-कोल्हापूर
- 'साहित्यिक मानदंड' : प्रा. चंद्रकुमार नलगे पुरस्कार, कोल्हापूर
- 'सांगीतिक दीपस्तंभ' : दक्षिण महाराष्ट्र साहित्य सभा व करवीर साहित्य परिषद - कोल्हापूर.
- 'दरवळ' : बालरंजन साहित्य मंच,कोल्हापूर
- 'जंगल बुक' : शब्दरत्न साहित्य पुरस्कार,गारगोटी
- 'अद्वितीय' : अंकुर साहित्य परिषद,जळगांव
- 'बेमिसाल' : महाराष्ट्र साहित्य परिषद पुणेतर्फे शाहीर अमर शेख साहित्य पुरस्कार-बार्शी
- 'आनंदाच्या बिया' : करवीर साहित्य परिषद, कोल्हापूर
- 'अलौकिक' : करवीर साहित्य परिषद, कोल्हापूर

प्रकाशित साहित्य – (बत्तीस)

- हिरवी चादर रुपेरी पडदा
- स्मृतीमोहोर
- स्मृतीमोहोर (२ री आवृत्ती)
- कलायात्री
- कलायात्री (२री आवृत्ती)
- सेव्हिंग्ज बँक ऑफ सेंटेन्सीस
- पाथेय
- दृष्टीकोन
- अनमोल
- स्पंदन
- अभिरुची
- दरवळ
- जंगल बुक
- सृजन कथा
- प्रेरक कथा
- वनराई
- आनंदाच्या बिया
- अक्षरदीप

- वलयांकित
- कलानिधी
- अमर्त्य
- सांगीतिक दीपस्तंभ
- साहित्यिक मानदंड
- अद्वितीय
- बेमिसाल
- क्लासिक दिग्दर्शक
- मेलोडियस
- अलौकिक
- जीवनसूत्र
- अंतर्नाद
- प्रकाशोत्सव
- मृद्गंध

इतर उप्रकम :

- दै. पुढारी, दै. केसरी, दै.महाराष्ट्र टाईम्स या नियतकालिका व मासिकातून असंख्य लेख प्रसिद्ध.
- वाचनाच्या व्यासंगातून साहित्य निर्मितीची प्रेरणा घेऊन उर्दू शेरशायरी निर्मिती.
- अनंत माने दिग्दर्शित 'पाच रंगांची पाच पाखरे' व 'पाहुणी' या चित्रपटासाठी पार्श्वगायन.
- 'ड्रीम मेकर्स' व 'म्युझिकल नाईट' ऑर्केस्ट्रात गायिका म्हणून सहभाग.
- शेगांवच्या गजानन महाराजांच्या जीवनावरील भक्तीगीतांचे १०० हून अधिक कार्यक्रम.
- समूहगीत, नाटक, नृत्य, बालनाट्य अशा सांस्कृतिक कार्यक्रमांचे लेखन व दिग्दर्शन.
- गेली ३७ वर्षे 'नटश्रेष्ठ जयशंकर दानवे' यांच्या स्मृतीचे जतन तसेच कलायात्री पुरस्काराचे संयोजक म्हणून सहभाग.
- कथा अभिवाचनाचे अनेक कार्यक्रम – शालेय, युवा व ज्येष्ठ नागरिक संघासाठी.

कथा अभिवाचन :

- ज्येष्ठांसाठी विरुंगळा केंद्र,कोरगांवकर ट्रस्ट - कोल्हापूर. ता. २४ सप्टें, २०१९.
- ज्येष्ठ शाहू नागरिक संघ - शाहूपुरी,कोल्हापूर. ता.११ डिसें, २०१९.
- ज्येष्ठांसाठी स्नेहधाम - रेल्वे स्टेशन, कोल्हापूर. ता.१७ डिसें, २०१९.
- ज्येष्ठ नागरिक संघ - साने गुरुजी,कोल्हापूर. ता.१५ मार्च, २०२२.
- करवीर नगर वाचन मंदिर,कोल्हापूर. ता.२३ एप्रिल, २०२२.
- ज्येष्ठ नागरिक सेवा संघ,तपोवन परिसर - कोल्हापूर.ता.२८ एप्रिल, २०२२.
- ज्येष्ठांचे स्नेहधाम - करवीर भगिनी मंडळ,कोल्हापूर.ता.२९ एप्रिल, २०२२.
- ज्येष्ठ नागरिक संघ,नवा वाशी नाका - कोल्हापूर. ता.२५ जून, २०२२.

www.ingramcontent.com/pod-product-compliance
Lightning Source LLC
LaVergne TN
LVHW020001230825
819400LV00033B/931